ஒரு துளி கடல்

ராஜேஷ்குமார்

RAJESHKUMAR

RAJESHKUMAR RK Publishing

ISBN: 978-93-90771-03-5

ஒரு துளி கடல் (RK004)

ராஜேஷ்குமார்

வெளியீடு: RK பப்ளிஷிங், 23, யமுனா தெரு,
க்யூரியோ கார்டன் அவென்யூ, வடவள்ளி, கோயம்புத்தூர் - 641 046.

நூல் வடிவமைப்பு: பாலகணேஷ்

Oru Thuli Kadal (RK004)

Rajeshkumar

Published by: RK Publishing, 23, Yamuna Street,
Curio Garden Avenue, Vadavalli, Coimbatore - 641046.
Mob: 89251 16783
email: rkpublishing41@gmail.com
Web: www.rajeskumarnovels.com

Book Designed by: Balaganesh

ஒரு துளிக் கடல்

'அது என்ன ஒரு துளிக் கடல்?'
என்று நீங்கள் யோசிப்பது
எனக்குத் தெரிகிறது.
ஒவ்வொரு பெண்ணின் மனமும்
ஒரு துளிக் கடல். அந்தக் கடலில்தான்
எவ்வளவு போராட்ட அலைகள்.
முதல் சிறுகதையாய் 2005 ல்
வெளிவந்த தொடர்கதை இது.
ஆனால் டிராக்குகளால் சொல்லப்பட்ட
இந்த கதை இறுதியாய் ஒரு டிராக்கில்
இணையும் போது உங்களுடைய புருவங்கள்
சில மில்லிமீட்டர்களுக்கு உயரப் போவது
உறுதி.

அப்புறம் ......

இன்னொரு முக்கியமான
விஷயம்.....
இந்த நாவலில் வரும் அண்ணன்
தங்கை பாசம்
ரொம்பவே வித்தியாசமானது.
இது பெண்களுக்கு மட்டுமல்ல
ஆண்களுக்குமே
பிடித்த ஒரு நாவல் என்பதால்
எனக்குச் சந்தோசம்
பெருமையும் கூட.

1

“சுவர்ணா..!”

“என்னங்க..?”

“ஹால் டீபாய் மேல ஒரு ப்ளூ கலர் ஃபைல் வெச்சிருந்தேன். நீ அதைப் பார்த்தியா..?”

“இல்லையே..!”

“அதைக் காணோம்.. கொஞ்சம் தேடி எடுத்துக் கொடேன்..!”

“என்னங்க.. இப்போ போய் அதைக் காணோம்.. இதைக் காணோம்னு சொல்லிக்கிட்டு இருக்கீங்க..? அத்தை பக்கத்து வீட்ல ஏதோ விசேஷம்னு போயிருக்காங்க. மாமா பூஜை ரூம்ல உட்கார்ந்துட்டார். உங்க தங்கச்சி பூர்ணிமா செமஸ்டருக்குப் படிச்சிட்டிருக்கா. நான் சமையல்கட்ல இருக்கேன். சப்பாத்திக்கு மாவு பிசைஞ்சு வெச்சிருக்கேன். குக்கர்ல உருளைக் கிழங்கு வெந்துக்கிட்டிருக்கு. நீங்களே தேடிப் பார்த்து ஃபைல எடுத்துக்குங்க..!”

சுவர்ணாவின் கணவன் சத்தியமூர்த்தி பதிலுக்குக் கத்தினான். “ஸ்வர்ணா, கோர்ட்ல இன்னிக்கு எனக்கு ஒரு முக்கியமான கேஸ். அதைப்பத்தி என்னோட சீனியர் லாயர்கிட்டே கன்சல்ட் பண்ணனும்.. ப்ளீஸ், கொஞ்சம் தேடி எடுத்துக் கொடேன்..!”

சுவர்ணா சமையலறையிலிருந்து பொருமிக் கொண்டே வெளிப்பட்டாள். “சிட்டியில் பெரிய லாயர். கோர்ட்ல ஆர்க்யூமெண்ட் பண்ணும்போது டெரர். ஆனா எந்த ஒரு பொருளையும் பத்திரமா வெச்சுக்கத் தெரியாது. ரெண்டு தடவை செல்போனை தொலைச்சாச்சு. சாவிக் கொத்து காணாமப் போனதுக்கு கணக்கே கிடையாது. எல்லாத்துக்கும் மேலா ஒரு தடவை பொருட்காட்சியில் என்னையே தொலைச்சுட்டு..!”

“சரி.. சரி.. லிஸ்ட் போடாதே..! என்னோட வேலை டென்ஷன் எனக்கு..! இன்னிக்கு மட்டும் செஷன்ஸ் கோர்ட்ல நாலு கேஸ். அதுல ரெண்டு பேருக்கு முன் ஜாமீன் வாங்கிக் கொடுக்கணும். உள்ளே இருக்கிற ஒருத்தனை வெளியே கொண்டு வரணும். எங்கே அந்த ப்ளூ கலர் ஃபைல்.. தேடு..!”

சுவர்ணா சுவர் அலமாரிக்குப் போய் பைல பார்வைக்குத் தட்டுப் படுகிறதாவென்று எம்பிப் பார்த்துக் கொண்டிருக்க, பூர்ணிமா தன்னுடைய ஸ்டடி ரூமிலிருந்து வெளிப்பட்டாள்.

“அண்ணி..!”

“சொல்லு..”

“அந்த ஃபைல் எங்கேயிருக்குன்னு எனக்குத் தெரியும்.”

“எங்கே?”

“அண்ணன்தான் காலை நேரத்துல ஒரு நிமிஷத்தைக் கூட வேஸ்ட் பண்ணாமே உபயோகப்படுத்துகிறவராச்சே.. அரை மணி நேரத்துக்கு முன்னாடி அண்ணன் டாய்லெட்டுக்குப் போகும்போது படிச்சுப் பார்க்க அந்த ஃபைலையும் எடுத்துக்கிட்டுப் போனார். போய் டாய்லெட்ல பார்க்கச் சொல்லுங்க.. ஃபைல் வாட்டர் டேங்க் க்ளாஸட் மேல இருக்கும்!”

சுவர்ணா தலையில் தன் இடது கை விரல்களால் நோகாமல் அடித்துக் கொள்ள “அட.. ஆமாம்!” என்று சொல்லிக் கொண்டே டாய்லெட்டுக்குப் போய் அந்த பைலைக் கொண்டு வந்தான்.

“தேங்க்ஸ் பூர்ணிமா..! இன்னிக்கு சாயந்தரம் உன்னை தந்தூரி பாயிண்ட்டுக்குக் கூட்டிட்டுப் போய் லாலிபாப் சிக்கன் வாங்கித் தர்றேன்.”

சுமையலறையை நோக்கிப் போய்க் கொண்டிருந்த சுவர்ணா கோபத்தோடு திரும்பினாள்.

“என்னது! இன்னிக்கு சிக்கனா? ரெண்டு பேருக்கும் உதை விழும். இன்னிக்கு என்ன கிழமை தெரியுமா.. வெள்ளிக் கிழமை!”

“அண்ணி! வெள்ளிக்கிழமைக்கு இங்கிலீஷ்ல என்ன!”

“ப்ரைடே!”

“சிக்கனையும், மட்டனையும் இன்னிக்கு ஃப்ரை பண்ணி சாப்பிடலாம்ன்னுதான் ப்ரைடேன்னு பேர் வச்சுருக்காங்க!”

“எனக்குத் தெரியாம போய் சாப்பிட்டு வந்தீங்க.. ரெண்டு நாளைக்கு உங்க ரெண்டு பேருக்கும் சாப்பாடு கிடையாது!”

“ரெண்டு நாளைக்குன்னு ஏம்மா சொல்றே? ஒரு வாரத்துக்கு ஒரு பருக்கைக் கூட கிடையாது!” சொல்லிக் கொண்டே பூஜையறையிலிருந்து வெளிப்பட்டார் மஹாதேவன்.

சத்தியமூர்த்தி தன் தங்கையைப் பரிதாபமாய்ப் பார்த்தான்.

“பூர்ணிமா! மாமாவும், மருமகளும் ஒண்ணு சேர்ந்துட்டாங்க. லாலிபாப் சிக்கன் இன்னிக்கு கேன்சல். சண்டே அன்னிக்கு வெச்சுக்குவோம்..”

சுவர்ணா, பூர்ணிமாவை ஏறிட்டாள்.

“நீ குளிச்சாச்சா?”

“இல்லேண்ணி..”

“மொதல்ல போய் குளிச்சுட்டு வா..! வந்து எனக்கு சமையல்ல ஒத்தாசை பண்ணு..”

“பத்தே நிமிஷம்.. குளிச்சுட்டு வந்துடறேண்ணி..! இன்னிக்கு உருளைக்கிழங்கு மசாலாவா..? வாசனை தூக்குது..!” மூச்சை இழுத்து வாசனை பிடித்துக் கொண்டே பாத்ரூம் நோக்கிப் போனவளை டெலிபோன் அடித்து நிறுத்தியது. போய் ரிஸீவரை எடுத்தாள். மெல்ல குரல் கொடுத்தாள்.

“ஹலோ!”

மறுமுனையில் ஒரு ஆண் குரல் கேட்டது.

“லாயர் சத்தியமூர்த்தி வீடுதானே அது?”

“ஆமா..!”

“அங்கே பூர்ணிமா இருக்காங்களா?”

“நான் பூர்ணிமா பேசறேன்..”

“நிஜமா.. பூர்ணிமா பேசறது?”

“ஆமா..!”

“தேங்க் காட்..!”

“நீங்க யாரு..! என்ன விஷயம்..?”

“பூர்ணிமா! எனக்கு ஒரு சட்டப் பிரச்சனை. உன்னோட அண்ணன் கிட்டே கேட்டுச் சொல்றியா..?”

“அண்ணனே பக்கத்துல இருக்கார். பேசச் சொல்லட்டுமா..?”

“வேண்டாம்..! உன்கிட்டதான் கேக்கணும்!”

“சரி கேளுங்க..!”

“திருமால் செய்தால்
பெருமை.
சிவன் செய்தால்
திருவிளையாடல்.
கண்ணன் புரிந்தால்
அது லீலை.
நான் செய்தால் மட்டும்
ஈவ் டீஸிங்கா?”

“டேய் யார்ரா.. நீ..?” பூர்ணிமா கோப ரத்தம் பாயும் முகத்தோடு கத்திக் கொண்டிருக்க, மறுமுனையில் ரிஸீவர் வைக்கப்பட்டு

விட்டது. சத்தியமூர்த்தி கேட்டான்.

"போன்ல யாரு பூர்ணிமா?"

"தெரியலை! எவனோ ஒரு பொறுக்கி நாயி."

"என்ன சொன்னான்?"

"அதெல்லாம் வேண்டாமண்ணா!"

"இனிமே போன் அடிச்சா.. நீ அட்டெண்ட் பண்ணாதே..!" சத்தியமூர்த்தி சொல்லிக் கொண்டிருக்கும்போதே வாசலில் காலிங்பெல் சத்தம் எழுந்தது.

பூர்ணிமா போய்க் கதவைத் திறந்தாள்.

வாசற்படியில் அந்த இளம் பெண் நின்றிருந்தாள். வயது இருபதிலிருந்து இருபத்தைந்துக்குள் இருக்கலாம். மாநிறமாய் இருந்தாலும் பூசிக் குளித்த மஞ்சளில் முகம் புது நிறமாய்த் தெரிந்தது. கழுத்தில் தாலிக் கொடி. மெலிதான வயலட் நிறத்தில் வாயில் சேலை. சதைப்பிடிப்பான உதடுகளில் காலம் காலமாய் குடியிருந்த மாதிரி ஒரு புன்னகை. கையில் சின்னதாய் ஒரு சூட்கேஸ்.

பூர்ணிமா கேட்டாள்.

"உங்களுக்கு யார் வேணும்?"

"லாயர் சத்தியமூர்த்தி?"

"இது அவரோட வீடுதான்!"

"அவரைப் பார்க்கணுமே.. ஒரு கேஸ் விஷயமாய் அவரை கன்சல்ட் பண்ணனும்."

"நீங்க புது க்ளையண்டா?"

"ஆமா!"

"அவர் அவசரமாய் கோர்ட்டுக்கு புறப்பட்டுகிட்டு இருக்காரே! நீங்க சாயந்தரமா வாங்களேன்" பூர்ணிமா சொல்லிக் கொண்டிருக்கும்போதே சத்தியமூர்த்தி வந்தான்.

"அண்ணா! இவங்க உன்னைப் பார்க்க வந்துருக்காங்க."

"வணக்கம் ஸார்." அந்தப் பெண் கைகளைக் குவித்தாள். "என்னோட பேர் பவ்யா ஸார். சொந்த ஊர் தர்மபுரி ஒரு கேஸ் விஷயமாய் உங்ககிட்டே கன்சல்ட் பண்ணனும்."

"இப்ப முடியாதே.. சாயந்தரம் ஆறு மணிக்கு மேலவாம்மா. பேசலாம். இப்ப நான் கோர்ட்டுக்குக் கிளம்பிட்டிருக்கேன்."

அவன் கைகளைக் குவித்து கெஞ்சுகிற தொனியில் பேசினாள்.

“ஸார்! கோர்ட்ல அவசரமாய் ஒரு ஸ்டே ஆர்டர் வாங்கணும். இல்லேன்னா என்னோட எதிர்காலமே இருண்டு போயிடும் ஸார். ப்ளீஸ்... ஒரு பதினஞ்சு நிமிஷம் எனக்காக ஒதுக்கி..”

சுவர்ணா தன் கணவரை ஏறிட்டாள்.

“என்னங்க! அந்தப் பொண்ணு ஏதோ அவசரமான விஷயம் இருக்கப் போய்த்தானே உங்ககிட்டே பேசணும்ன்னு சொல்லுது. ஒரு பத்து நிமிஷம் பேசிட்டு கோர்ட்டுக்குப் போங்களேன்..!”

சத்தியமூர்த்தி யோசிப்பாய் சில விநாடிகள் இருந்துவிட்டுத் தலையசைத்தான். “உள்ளே வாம்மா!”

ஹாலின் கோடியிலிருந்த தன்னுடைய அலுவலக அறைக்குக் கூட்டிப்போய் ஒரு நாற்காலியை காட்டிவிட்டு எதிரில் இருந்த நாற்காலிக்கு சாய்ந்தான்.

“சொல்லும்மா என்ன விஷயம்..?” என்று இயல்பாய்க் கேட்ட சத்தியமூர்த்தி தலையை உயர்த்தி ஹால் பக்கம் எட்டிப் பார்த்தான். ஹாலில் யாரும் இல்லை என்று தெரிந்ததும் பவ்யாவை ஒரு புன்னகையோடு புதுப் பார்வை பார்த்தான். அவளுடைய வலது உள்ளங்கையை எடுத்து தன் கைக்குள் அழுத்திக் கொண்டு குறும்பாய் கண்ணைச் சிமிட்டினான். மெல்லக் கேட்டான்.

“என்ன பவ்யா.. வீட்டுக்கே வந்துட்டே..?”

“என்னால் உங்களைப் பார்க்காமே இருக்க முடியலை.. அதான்!” சொன்னவள் குனிந்து அவனுடைய கையை முத்தமிட்டாள்.

செல்போனில் அலாரம் கூப்பிட்டதும் ரோகிணி கண் விழித்தாள்.

சென்னை விடிந்து கொண்டு இருப்பதற்கு அடையாளமாய் ஜன்னல் கண்ணாடியில் கேரட் நிற வெளிச்சம் ஒட்டியிருந்தது. ஹாஸ்டல் வேப்பமரத்தில் பறவைகளின் ‘காச் மூச்’. பக்கத்து அறை டி.வி.யில் ஒரு ஜவுளிக்கடை விளம்பரம்.

“ஹேப்பி பர்த்டே ரோகிணி.”

குரல் கேட்டுத் திரும்பிப் பார்த்தாள் ரோகிணி. அந்நேரத்துக்கே குளித்து பளிச்சென்று பட்டுப் புடவையில் இருந்த அவளுடைய ரூம் மேட் ஹரிதா அவளை நெருங்கி கை கொடுத்தாள்.

“என்னோட பர்த்டே உனக்கு எப்படித் தெரியும்?”

ஹரிதா சிரித்தாள்.

“ஹாஸ்டல் ரிஜிஸ்டரில்தான் உன்னோட பயோடேட்டா இருக்கே?”

“சரி.. இவ்வளவு காலையில் நீ எங்கே கிளம்பிட்டே பட்டுப் புடவையும் அதுவுமா?”

“என்ன மறந்துட்டியா?”

“எதை?”

“இன்னிக்கு இந்த ஹாஸ்டல் வார்டனோட பொண்ணுக்குக் கல்யாணம். போன வாரம் நம்ம ரூமுக்கே வந்து இன்விடேஷன் கொடுத்துட்டுப் போனாங்களே?”

“அட ஆமாம்! எப்படி மறந்தேன்?”

“முகூர்த்தம் எட்டு மணிக்குத்தான்! நீயும் குளிச்சுட்டுக் கிளம்பு. ஒரு ஆட்டோ பிடிச்சுப் போய்ட்டு வந்துடலாம்..”

“இதோ வந்துட்டேன்!” ரோகிணி மாற்று உடைகளை அள்ளிக் கொண்டு குளியலறையை நோக்கிப் போனாள்.

சரியாய் பதினைந்து நிமிஷம்!

அரக்கு நிற பட்டுப் புடவைக்குள் நுழைந்து கண்ணாடி முன் நின்று நெற்றியின் மையத்துக்கு ஸ்டிக்கர் பொட்டை ஒட்ட வைத்துக் கொண்டாள். தண்ணீர் தெளித்து வாழையிலையில் மடித்து வைத்து இருந்த மல்லிகைப்பூச் சரத்தை எடுத்து பாதியாய் வெட்டி ஹரிதாவுக்கு கொடுக்க, அவள் வாங்காமல் ரோகிணியையே வைத்த கண் எடுக்காமல் பார்த்தாள்.

“என்ன ஹரிதா அப்படிப் பார்க்கிறே?”

“நீ இப்போ இந்த அரக்குக் கலர் பட்டுப்புடவையில் எப்படியிருக்கே தெரியுமா?”

“எப்படியிருக்கேன்?”

“அப்சரஸ் மாதிரி.”

“இதோ பார் ஹரிதா..! உனக்கு ஏதாவது பணம் தேவைப்பட்டா நேரிடையாக் கேளு. தர்றேன். அதுக்காக என்னை ‘அப்சரஸ்’ ‘தேவதை’ன்னு சொல்லாதே!”

“நோ.. நோ.. உண்மையைத்தான் சொல்றேன்..”

“சரி.. கிளம்பலாமா?”

இருவரும் அறையைப் பூட்டிக் கொண்டு வெளியே வந்தார்கள். கிழக்கில் சூரியனின் பத்து சதவீத மொட்டைத் தலை. எல்லாப் பக்கமும் ஆரஞ்சு வெளிச்சம்.

ஹரிதா கேட்டாள். “ரோகிணி! உனக்கு இது எத்தனையாவது பார்த்டே?”

“இருபத்தஞ்சாவது!”

“நம்ப முடியலை! உன்னைப் பார்த்தா இருபது வயசுப் பொண்ணு மாதிரி தெரியறே!”

“மறுபடியும் ஐஸ்!”

“சேச்சே.. நிஜம்..!”

ஹாஸ்டலை விட்டு வெளியே வந்து ரோட்டோரம் நின்று காலியாய்ப் போகிற ஆட்டோவைத் தேடினார்கள். நேரம் போனதே தவிர ஆட்டோ கிடைக்கவில்லை.

“ஹரிதா! ஆட்டோவுக்கு வெயிட் பண்ணி பிரயோஜனமில்லை. பஸ்ஸில் போயிடலாம் வா.”

இருவரும் இரண்டு நிமிஷ நடையில் பக்கத்துத் தெருவில் இருந்த பஸ் ஸ்டாப்பைத் தொட்டார்கள்.

பஸ் ஸ்டாப்பில் கூட்டம் அதிகம் இல்லை. ஹிண்டு பேப்பரோடு ஒரு பெரியவர், காய்கறிக் கூடையோடு ஒரு கிழவி, ஹாக்கி மட்டைகளோடு இரண்டு கல்லூரி மாணவர்கள். பஸ் ஷெல்டர்க்குப் பக்கத்து சுவரில் ஆப்ரேஷன் இல்லாமலேயே மூலநோயை குணப்படுத்தப் போவதாக புதிதாக ஒட்டப்பட்டிருந்த ஒரு போஸ்டர் சொல்ல, போஸ்டரில் தேவையே இல்லாமல் த்ரிஷா படம்.

பஸ் வருகிறதாவென்று இருவரும் தெருவின் கோடியைப் பார்த்துக் கொண்டிருக்க..

அவர்களுக்குப் பக்கத்தில் அந்த மாருதி கார் வந்து நின்றது. காரிலிருந்து ஐம்பது வயது மதிக்கத்தக்க ஒரு பெண்மணி இறங்கி ரோகிணியைப் பார்த்து புன்னகைத்துக் கொண்டே வந்தாள். நீல நிறச் சேலை. வெள்ளை பார்டர்.

“ரோகிணி நல்லாயிருக்கியா?”

“அம்மா.. நீங்களா?” ரோகிணியின் முகத்திலும் சந்தோஷம். அந்த அம்மாவின் கையைப் பரிவோடு பற்றிக் கொண்டாள்.

“எப்படியிருக்கே ரோகிணி?”

“நல்லாயிருக்கேன்ம்மா! நீங்க..?”

“எனக்கென்ன குறைச்சல்..? ப்ரமோஷன்ல சென்னைக்கு வந்துட்டேன். வேப்பேரியில்தான் வீடு. ஆமா.. நீ என்ன பண்ணிட்டிருக்கே?”

“ஒரு ஐ.டி. கம்பெனியில வேலைக்குப் போயிட்டிருக்கேன். இதோ பக்கத்தில் இருக்கிற பாவை ஹாஸ்டலில்தான் தங்கியிருக்கேன்..”

அவர்கள் பேசிக் கொண்டிருக்கும்போதே பஸ் வர, ஹரிதா

ரோகிணியின் தோளைத் தொட்டாள்.

“ரோகிணி! பஸ் வருது.. இதை மிஸ் பண்ணினால் முகூர்த்தத்தை தவற விட்டுருவோம்..!”

அந்த அம்மாள் ரோகிணியின் கன்னத்தைத் தொட்டாள். “நீ புறப்படு! நான் இன்னொரு நாளைக்கு வந்து ஹாஸ்டலிலேயே பார்க்கறேன். ரூம் நெம்பர் என்ன..!”

“முப்பத்தி மூணு!”

“சரி வரட்டுமா..?” அந்த அம்மாள் காரை நோக்கிப் போக, ரோகிணியும் ஹரிதாவும் ஓடிப்போய் வந்து நின்ற பஸ்ஸில் ஏறிக் கொண்டார்கள். பஸ் புகை கக்கிப் புறப்பட்டதும் ஹரிதா கேட்டாள்.

“யார் அந்த அம்மா..?”

“அவங்க ஒரு ஜெயில் வார்டன்..!”

“எ.. எ.. என்னது! ஜெயில் வார்டனா?”

“ம்..”

“உனக்கு எப்படி அவங்களைத் தெரியும்.. ஏதாவது உறவா?”

“இல்லை?”

“பின்னே..?”

“நான் ஒரு வருஷம் ஜெயில்ல இருந்தப்ப பழக்கம்..!”

2

ரோகிணி சொன்னதைக் கேட்டு ஹரிதா திகைத்துப் போய் அவளையே பார்த்தாள். அந்தக் குளிரான காலை வேளையிலும் நெற்றியில் வியர்வைச் சரம் ஒன்று அரும்பியது.

"ரோ.. ரோகிணி..! நீ ஒரு வருஷம் ஜெயில்ல இருந்தியா.. எதுக்கு?"

"வேண்டாம் ஹரிதா..! இப்ப ரெண்டு பேருமே ஒரு கல்யாணத்துக்காக போயிட்டிருக்கோம். அந்த சந்தோஷமான மூடை கெடுத்துக்க வேண்டாம். என்னோட மனசுக்குச் சரின்னு பட்டதைப் பண்ணினேன். அது சட்டத்தோட கண்ணுக்குத் தப்பாய்ப் பட்டது. விளைவு... ஒரு வருஷ தண்டனை உள்ளேயிருந்துட்டு வந்தேன்."

பஸ் போய்க் கொண்டிருக்க, ஹரிதா சில விநாடிகள் இறுக்கமாய் இருந்து விட்டு, பிறகு ரோகிணியிடம் கேட்டாள்.

"நீ என்ன பண்ணினேன்னு என்கிட்ட சொல்லக் கூடாதா?"

"என்னோட ஃப்ளாஷ் பேக்கை சொல்றதால எனக்கோ, அதைக் கேட்கிறதாலே உனக்கோ ஒரு பைசாவுக்கு பிரயோசனமில்லை. வேற ஏதாவது டாபிக் பத்தி பேசுவோமா? ராமர் பாலம் பிரச்னை என்ன ஆகும்ன்னு நினைக்கிறே?"

"அந்த ராமரே இப்போது இருந்திருந்தால்கூட பழைய பாலம் தானே.. பரவாயில்லை. வேண்டிய அளவுக்கு இடிச்சுட்டு சேது வாய்க்காலை கட்டிக்கோங்கன்னு சொல்லியிருப்பார். ரோகிணி! நீ கேட்ட கேள்விக்குப் பதில் சொல்லிட்டேன். என்னோட கேள்விக்கு நீ பதில் சொல்லவேயில்லையே?"

"ஸாரி ஹரிதா! நான் பழசையெல்லாம் கிளறிப் பார்க்கிற பழக்கத்தை விட்டு ரொம்ப நாளாச்சு! ப்ளீஸ்... என்னைக் கம்பெல் பண்ணாதே! அந்த அம்மா யார்ன்னு நீ கேட்டப்ப எனக்கு ஸ்கூல்ல டீச்சராய் இருந்தவங்கன்னு உன்கிட்டே நான் பொய் சொல்லியிருக்கலாம். அந்தப் பொய்யையும் நீ உண்மைன்னு நம்பித்தான் ஆகணும். பட்.. உன்கிட்டே நான் பொய் சொல்ல விரும்பலை. ஸோ.. என்னோட கடந்த காலம் வேண்டாமே?"

"ஓ.கே. உனக்கு பிரியமில்லைன்னா சொல்லாதே! ஆனா.. இந்த உண்மை ஹாஸ்டல் வார்டனுக்குத் தெரியுமா?"

"தெரியாது! இது மாத்திரம் பொய் இல்லையான்னு நீ கேட்கலாம்.

ஒரு உண்மையை எல்லார்க்கிட்டேயும் சொல்லியாகணும் என்கிற கட்டாயம் இல்லையே! நான் வார்டன்கிட்டே உண்மையைச் சொல்லியிருந்தா, ஹாஸ்டலில் எனக்கு இடம் கிடைச்சிருக்காது.'' ரோகிணி சொல்லிக் கொண்டிருக்கும்போதே அவளுடைய கைப்பையில் இருந்த செல்போன் தன் ரிங்டோனை வெளியிட்டது. எடுத்து அழைப்பது யார் என்று பார்த்தாள். 'ப்ளட் டோனர்ஸ் அஸோசியேஷன் பிரசிடெண்ட் மிஸஸ் கோதாவரி ராமாமிர்தம் காலிங்' என்ற வாக்கியம் ஸ்லைட் போட்ட மாதிரி தெரிந்தது. செல்போனை காதுக்குக் கொடுத்தாள்.

''குட்மார்னிங்! சொல்லுங்க மேடம்!''

''ரோகிணி! நீ இப்ப எங்கேயிருக்கே?''

''பஸ்ல ட்ராவல்..! மையிலாப்பூர்ல ஒரு மேரேஜ் அட்டெண்ட் பண்ணப் போயிட்டிருக்கேன்..! எனி திங்க் இம்பார்ட்டண்ட்?''

''ரோகிணி! நீ உடனே ஜேஸ்மின் ஹாஸ்பிடலுக்கு வர முடியுமா? ஒரு ஆக்ஸிடெண்ட் கேஸ்! சாலையில் போன ஒருத்தர் மேல் கார் மோதி படுகாயம். ரத்த சேதம் அதிகம். உடனடியாய் ரத்தம் கொடுத்தா பிழைக்க வாய்ப்பு இருப்பதாக டாக்டர் சொல்றார். ஆக்ஸிடெண்ட் ஆன நபர்க்கு வெரி ரேர் ப்ளட் க்ரூப். ஏபி நெகட்டிவ். அது உன்னோட ப்ளட் க்ரூப். ஸோ.. நீ உடனடியாய் ஹாஸ்பிடலுக்கு வந்தா பரவாயில்லை.''

''ஜேஸ்மின் ஹாஸ்பிடலா? அது எங்கேயிருக்கு மேடம்?''

''கோடம்பாக்கத்தில் யுனைடெட் காலனி தெரியுமா?''

''தெரியும் மேடம்.''

''காலனியோட ரெண்டாவது குறுக்குத் தெருவில் அந்த ஹாஸ்பிடல் இருக்கு.. ஒரு ஆட்டோவோ, கால் டாக்ஸியோ பிடிச்சு வந்துடறியா?''

''வந்துடறேன் மேடம்!'' சொன்ன ரோகிணி செல்போனை அணைத்து உள்ளங்கையில் அடுக்கிக் கொண்டு ஹரிதாவைப் பார்த்தாள். விஷயத்தைச் சொன்னாள். ஹரிதா, ''ப்ளட் டொனேட் பண்றது நல்ல விஷயம்தான்.. இருந்தாலும் கல்யாணத்தை அட்டெண்ட் பண்ணிட்டுப் போலாமே?'' என்றாள்.

''இல்ல ஹரிதா. எனக்கு இப்போ கல்யாணம் முக்கியம் இல்லை! ஆக்ஸிடெண்ட் கேஸுக்கு உடனடியாய் ரத்தம் தேவைப்பட்டு இருக்கலாம். இல்லேன்னா மேடம் எனக்கு போன் பண்ணியிருக்க மாட்டாங்க. நான் அடுத்த ஸ்டாப்பிங்கில் இறங்கி ஒரு ஆட்டோவையோ, டாக்ஸியையோ பிடிச்சுப் போயிடறேன்.

வார்டன் கேட்டா சொல்லு. முடிஞ்சா நான் ரிசப்ஷனுக்குப் போய்க்கறேன்!'' ரோகிணி சொல்லிக் கொண்டு இருக்கும் போதே பஸ் வேகம் குறைந்து ஒரு ஸ்டாப்பிங்கில் நிற்க, இறங்கிக் கோயிலுக்குப் பக்கத்தில் நான்கைந்து ஆட்டோக்களோடு ஆட்டோ ஸ்டாண்ட் தெரிந்தது. அதை நோக்கிப் போனாள்.

“கபாலி.. சவாரி வருது.. பேப்பரை என்னான்டைக் கொடுத்துட்டு நீ பொறப்படு.''

அந்த கபாலி எழுந்து வந்தான். “எங்கேம்மா போகணும்..?''

“கோடம்பாக்கம் ஜேஸ்மின் ஹாஸ்பிடல்.''

“நூறு ரூபா.. வரும்போது ரிடர்ன் கிடைக்காது!''

“வாங்கிக்க!'' ஏறி உட்கார்ந்தாள் ரோகிணி. போக்குவரத்து இல்லாத சாலைகளில் அரைமணி நேரப் பயணம். யுனைடெட் காலனியின் இரண்டாவது குறுக்குத் தெருவில் இருந்த அந்த ஜேஸ்மின் ஹாஸ்பிடலுக்கு முன்பாய் ஆட்டோ நின்றது. பணத்தைக் கொடுத்துவிட்டு உள்ளே போனாள் ரோகிணி. கோதாவரி ராமாமிர்தம் எதிர்பட்டாள்.

“வா.. ரோகிணி.''

“பேஷண்ட்டோட நிலைமை இப்போ எப்படியிருக்கு மேடம்?''

“ரத்தம் கொடுத்த பிறகுதான் எதையும் சொல்ல முடியும்ன்னு டாக்டர் சொல்லிட்டார். பேஷண்ட்டுக்கு இப்போ கான்ஷியஸ் இல்லை. பேஷண்ட்டைப் பார்க்கிறியா? வா, யூத் தான். முப்பது வயது இருக்கலாம்.''

ஐ.சி. யூனிட்டுக்குள் நுழைந்தார்கள். “ஆள் யார்ன்னு தெரியலை. மோதின கார்க்காரன் நிக்காமே போயிட்டான். யாரோ இங்கே கொண்டு வந்து அட்மிட் பண்ணிட்டுப் போயிட்டாங்க. டாக்டர் பலராமன் எனக்கு உடனே போன் பண்ணி ஏபி நெகட்டிவ் ப்ளட் க்ரூப் கிடைக்குமான்னு கேட்டார். எனக்கு உன்னோட ஞாபகம்தான் வந்தது. ஸாரி.. சந்தோஷமாய் கல்யாணத்துக்குப் போயிட்டிருந்த உன்னை இங்கே வரவழைக்க வேண்டியதாய்டுச்சு.''

“நோ மேடம்! ஒரு உயிரைக் காப்பாத்தறத விடவா கல்யாணம் முக்கியம்?''

நடந்து கொண்டிருந்த கோதாவரி ராமாமிர்தம் சட்டென்று நின்றாள். “இதோ இவர்தான்... ரோகிணி.''

தலையில் கனமான பேண்டேஜ் கட்டோடு படுத்து இருந்த அந்த இளைஞனைக் காட்டினாள்.

ரோகிணி நினைவற்றுக் கிடக்கும் அந்த இளைஞனைப்

பார்த்தாள். பிறகு கோதாவரி ராமாமிர்தத்தை ஏறிட்டாள்.

“ப்ளட் எப்போ கொடுக்கணும் மேடம்?”

“நீ காலையில் ஏதாவது சாப்பிட்டியா?”

“இல்ல.”

“சரி வா..”

“எங்கே மேடம்?”

“ஹாஸ்பிடலுக்குப் பின்னாடி ஒரு கேண்டீன் இருக்கு. அங்கே போய் சாப்பிட்ட பின்னாடி டாக்டர்கிட்டே போகலாம்.”

இருவரும் ஹாஸ்பிடலை விட்டு வெளியே வந்து பின்புறம் இருந்த கேண்டீனை நோக்கிப் போனார்கள்.

பாதி தூரம் நடந்திருந்த போது ரோகிணி தயக்கமாய்க் கேட்டாள். “மேடம்!”

“என்ன ரோகிணி?”

“ஆக்ஸிடெண்ட்டான அந்த நபர்க்கு வேண்டியவங்க யாரும் வரலையா?”

“மொதல்ல அந்த நபர் யார்ன்னே தெரியாது. நினைவு திரும்பி கண் முழிச்சுப் பார்த்த பிறகு தான் ஏதாவது விபரம் தெரியும்.”

“மேடம்! நீங்க எனக்கு ஒரு உதவி பண்ணனும்.”

“என்ன?”

“நான் ப்ளட் கொடுத்து அந்த நபர்க்கு சுய உணர்வு வந்ததும், தனக்கு ப்ளட் கொடுத்தது யார்ன்னு கேட்பார் இல்லையா?”

“கண்டிப்பா கேட்பார்.”

“அப்படிக் கேட்கும்போது என்னோட பேரையோ, என்னைப் பத்தியோ அந்த நபர்கிட்டே சொல்லிடாதீங்க.”

“ஏன்?”

“அவர் அதை விரும்ப மாட்டார்! இன்னும் ஒரு படி மேலே போய் வெறி பிடிச்ச மாதிரி கத்துவார்.”

நடை போட்டுக் கொண்டிருந்த கோதாவரி ராமாமிர்தம் சட்டென்று நின்றாள். “ரோகிணி! நீ சொல்றதைப் பார்த்தா அவரை உனக்கு முன்னாடியே தெரியும் போலிருக்கே?”

“தெரியும்.”

“யாரவர்?”

“என்னோட கணவர்.”

சத்தியமூர்த்தி பவ்யாவிடமிருந்து தன் கையை மெல்ல உருவிக் கொண்டு குரலை மெல்லத் தாழ்த்தினான்.

"பவ்யா! என்னோட ஒய்ஃப் சுவர்ணாவுக்கு உடம்பு பூராவும் கண். ஜாக்ரதையாய் நடந்துக்க."

பவ்யா கண்ணடித்துச் சிரித்தாள்.

"ஏன் இப்படி பயப்படறீங்க? பெண்களுக்குப் பிறந்த வீடு, புகுந்த வீடுன்னு ரெண்டு வீடு இருக்கும்போது, ஆண்களுக்கு பெரிய வீடு, சின்ன வீடுன்னு ரெண்டு வீடு இருக்கக் கூடாதா என்ன?"

"பவ்யா! உனக்கு எப்படி இவ்வளவு துணிச்சல் வந்தது? நான் தான் ரெண்டு வாரத்துக்கு ஒரு தடவை உன்னைப் பார்க்கிறதுக்காக தர்மபுரி வர்றேனே?"

"இனிமே இந்த பதினஞ்சு நாள் இடைவெளியெல்லாம் வேண்டாம். தினசரி உங்களைப் பார்க்கணும்... பேசணும்."

"அது எப்படி முடியும் பவ்யா? நான் இங்கிருக்கிறது கோயமுத்தூரில! நீ இருக்கிறது தர்மபுரியில்! எப்படி நாம ரெண்டு பேரும் பார்த்துக்க முடியும்?"

"முடியும்!"

"அதுதான் எப்படி?"

"நான் கோயமுத்தூர்க்கே குடி வந்துடலாம்ன்னு இருக்கேன். உங்க தெருவுக்கு அடுத்த தெருவில்தான் வீடு பார்த்து வரலாம்ன்னு" பவ்யா சொல்லிக் கொண்டிருக்கும்போதே சுவர்ணா காபி டம்ளரோடு உள்ளே வர சட்டென்று பேச்சை மாற்றினாள்.

"இருபது வருஷ குத்தகை லாயர் ஸார். ஒரு வருஷம் கூட அந்த கன்னியப்பன் பேசுற பணம் கொண்டு வந்து கொடுத்தது இல்லை.. ஒரு வருஷம் மழை ஓயாமே பெய்ஞ்சு பயிரெல்லாம் மழைத் தண்ணீரில் மூழ்கி ஒரு நெல்மணி கூட கிடைக்கலைன்னு சொல்லுவான். அடுத்த வருஷம் கேட்டா, மழையே இல்ல, விளைச்சலே இல்லைன்னு சாக்கு சொல்லுவான். குத்தகை ஒப்பந்தத்தை கேன்சல் பண்ணலாமன்னு பார்த்தா, அதுக்கும் ஒத்துக்க மாட்டேங்கிறான். எனக்கு என்ன பண்றதுன்னே தெரியலை லாயர் ஸார். இந்த மாதிரி கேஸ்களையெல்லாம் நீங்க ஒருத்தர்தான் நல்லா டீல் பண்ணுவீங்க. என்னோட சொந்தக்காரர் ஒருத்தர் சொன்னார். அதான் வந்தேன்!"

சுவர்ணா காபி டம்ளரை பவ்யாவிடம் நீட்டினாள்.

"ம்.. சாப்பிடுங்க."

"காபியா.. வேண்டாங்க."

"ஏன் காபி சாப்பிட மாட்டீங்களா? பால் கொண்டு வரட்டுமா?"

"எதுவுமே வேண்டாங்க! நான் இன்னிக்கு விரதம்."

"விரதமா!"

"ம். இன்னிக்கு சஷ்டியில்லையா? காலையிலிருந்து சாயந்தரம் வரைக்கும் எதையும் தொட்டுக்கூட பார்க்க மாட்டேன். பத்து வருஷ பழக்கம். சாயந்தரம் ஆறு மணிக்கு மேல் ஏதாவது ஒரு முருகன் கோயிலுக்கு போய்ட்டு வந்த பின்னாடிதான் சாப்பாடு."

"அப்படியா!" சுவர்ணா காபி டம்ளரோடு சமையலறையை நோக்கி நகர்ந்து போக, சத்தியமூர்த்தி அவளுடைய காதுகளில் விழும்படியாய் தன் பங்குக்குக் கத்தினான். "இதோ பாருங்கம்மா! இந்த குத்தகை விவகார கேஸ் எல்லாம் இப்போ நான் எடுத்துக்கிறது இல்லை. ஆர்.எஸ்.புரத்துல 'வள்ளியப்பன்'னு ஒரு வக்கீல் இருக்கார். அவர்கிட்டே உங்க கேஸைக் கொண்டு போங்க. அவர் ஜெயித்துக் கொடுப்பார். எனக்கு வேண்டாம்!"

"அப்படியெல்லாம் சொல்லாதீங்க ஸார். இந்த கேஸை நீங்கதான் அட்டெண்ட் பண்ணனும். ஃபீஸைப் பத்தி கவலைப்படாதீங்க. நீங்க டிமாண்ட் பண்ற ஃபீஸைத் தர்றேன்!"

"ஃபீஸுக்கு ஆசைப்படற வக்கீல் நான் இல்லேம்மா. நீங்க மொதல்ல இடத்தைக் காலி பண்ணுங்க. நான் கோர்ட்டுக்குக் கிளம்பணும்."

"ஸார் ப்ளீஸ்!"

"நோ.. நோ..!" சத்தியமூர்த்தி உரத்த குரலில் சொல்லி தோள்களைக் குலுக்கிக் கொண்டிருக்கும்போதே சுவர்ணா உள்ளேயிருந்து குரல் கொடுத்தாள்.

"என்னங்க... ஒரு நிமிஷம் உள்ளே வந்துட்டுப் போறீங்களா?"

"என்ன?"

"வாங்க.. சொல்றேன்!"

சத்தியமூர்த்தி வேகமாய் சமையலறைக்குள் நுழைந்தான். தோசைக்கல்லில் மாவை வார்த்துக் கொண்டிருந்த சுவர்ணா திரும்பினாள். "என்னங்க! பாவம் அந்தப் பொண்ணு.. நீங்க கேஸை எடுத்துக்குவீங்க என்கிற நம்பிக்கையில் தர்மபுரியிலிருந்து வந்து இருக்கா. நீங்க என்னடான்னா முருங்கை மரத்துல ஏறிகிட்ட ஏதோ ஒண்ணு மாதிரி இப்படி அடம் பிடிக்கிறீங்க! குத்தகை விஷயத்துல எவனோ ஒருத்தன் அந்தப் பொண்ணை ஏமாத்தறான் போலிருக்கு. நீங்க உதவி பண்ணக் கூடாதா என்ன?"

“சுவர்ணா! இந்த மாதிரி கேஸ்களையெல்லாம் எடுத்துக்கிட்டா எனக்கு மண்டையிடிதான்! ப்ராப்பர்ட்டி சம்பந்தப்பட்ட டாக்குமெண்ட்ஸ் எல்லாம் ஒழுங்கா இருக்காது. எல்லாத்துக்கும் மேலா அந்த குத்தகைக்காரன் எப்பேர்ப்பட்ட பேர்வழின்னு தெரியாது. அவன் ஒரு ரௌடியாகவோ, அரசியல்வாதியாகவோ இருந்துட்டா, நான் ஒழுங்கா கோர்ட்டுக்குப் போக முடியாது.”

தங்கை பூர்ணிமா உள்ளே வந்தாள்.

“அண்ணா! நீ இன்னிக்கு சிட்டியில் பிரபலமான லாயர். நீயே இப்படி பயப்படலாமா! அந்தப் பொண்ணைப் பார்த்தா எனக்குப் பாவமாய் இருக்கு! நீ அந்தக் கேஸை எடுத்துக்கணும்.”

“சரி! நீங்க ரெண்டு பேரும் இவ்வளவு தூரம் சொல்லும்போது நான் மறுக்கவா முடியும்? கேஸை எடுத்துக்கறேன்!” சொன்ன சத்தியமூர்த்தி சமையலறையினின்றும் வெளிப்பட்டு மீண்டும் தன்னுடைய அலுவலக அறைக்குள் நுழைந்தான்.

பவ்யா அப்பாவித்தனமாய் முகத்தை வைத்துக் கொண்டு உட்கார்ந்திருக்க, சத்தியமூர்த்தி வேண்டுமென்றே இரைந்து கத்தினான்.

“இதோ பாருங்கம்மா. உங்க குத்தகைப் பிரச்சனை கேஸை எடுத்துக்கறேன். ஆனா டாக்குமெண்ட்ஸ் எல்லாம் க்ளியரா இருக்கணும்.”

“இருக்கும் ஸார்!”

“அப்புறம்.. ஃபீஸ் கொஞ்சம் அதிகம்..”

“கொடுத்துடறேன் ஸார்..!” என்று சொன்ன பவ்யா தன் கைப் பையின் ஜிப்பைப் பிரித்து உள்ளேயிருந்த ஒரு கவரை எடுத்து நீட்டினாள்.

“என்ன இது..!”

“பாருங்க ஸார்..”

சத்தியமூர்த்தி வாங்கிப் பார்த்தான். கவரின் மேல் மைக்ரோ லாப்ரட்ரி என்ற எழுத்துக்கள் தெரிய, கவரைப் பிரித்து உள்ளே யிருந்த கம்ப்யூட்டர் தாளை எடுத்தான்.

ப்ரக்னன்ஸி கன்ஃபர்மேஷன் ரிப்போர்ட்.

“பவ்யா..! என்ன இது..?”

அவளும் குரலைத் தாழ்த்தி கண்ணைச் சிமிட்டிக் கொண்டே சொன்னாள். “ஃபீஸ் கேட்டீங்கல்ல..? நான் இப்போ ரெண்டு மாசம் கன்சீவ்ட்.. இந்த ஃபீஸ் போதுமா..?”

3

சத்தியமூர்த்தி பவ்யாவை ஒரு பதட்டப் பார்வை பார்த்தான். குரலை வெகுவாய்த் தாழ்த்திக் கொண்டான். "பவ்யா.. நீ என்ன சொல்றே..?"

பவ்யா கிசுகிசுத்தாள். "இன்னியிலிருந்து சரியா பத்தாவது மாசம் நீங்க அப்பா.. நான் அம்மான்னு சொல்றேன். புரியலையா லாயர் சார்?"

"நீ மாத்திரை சாப்பிட்டுக்கிட்டு இருந்தியே?"

"அதை நிறுத்திட்டேன்!"

"ஏன் நிறுத்தினே..?"

"நான் அம்மா ஆகணும்னு ஆசைப்பட்டேன்!"

"பவ்யா..! நீயும் நானும் பழக ஆரம்பிச்ச முதல் நாளே ஒரு ஒப்பந்தம் போட்டுக்கிட்டோம். ஞாபகம் இருக்கா?"

"ஏன் இல்லாமே.. நல்லாவே இருக்கு? நான் கடைசி வரைக்கும் உங்களுக்குத் தாலி கட்டாத மனைவியாகவே இருக்கணும். ஒரு குழந்தை பெத்துக்க ஆசைப்படக் கூடாது.. இதுதானே அந்த ஒப்பந்தம்?"

"ஆமா!"

பவ்யா பதில் சொல்லாமல் வெறுமனே புன்னகைத்தாள். சத்தியமூர்த்தி எரிச்சலாய்க் கேட்டான்.

"என்ன சிரிக்கிறே?"

"போட்ட ஒப்பந்தப்படி நீங்க நடந்துக்கிட்டீங்களா?"

"நீ என்ன சொல்ற?"

"ரெண்டு வருஷத்துக்குள்ளே எனக்கு ஒரு சொந்த வீடு வாங்கித் தர்றதா சொன்னீங்க.. என்னாச்சு?"

"அது.. வந்து.. வந்து.."

"என்ன, சொல்லுங்க?"

"எனக்குக் கொஞ்சம் பைனான்ஷியல் ப்ராப்ளம். அதுதான் முடியலை!"

"பொய்..! உங்களுக்கு பைனான்ஸ் ப்ராப்ளம்னா யாரும் நம்ப மாட்டாங்க. சிட்டியில் இன்னிக்கு நீங்க லீடிங் லாயர். ஒரு கேஸுக்கு நீங்க எவ்வளவு ஃபீஸ் வாங்கறீங்கன்னு எனக்கு நல்லாத்

தெரியும். எனக்குத் தெரியாதுன்னு நீங்க நினைச்சுட்டு இருக்கிற இன்னொரு உண்மையைச் சொல்லட்டுமா?"

"என்ன..?"

"போன மாசம் மலுமிச்சம்பட்டி கிராமத்தில் ரெண்டு ஏக்கரில் ஒரு தென்னந்தோப்பை விலைக்கு வாங்கி உங்க மனைவியோட பேரில் ரெஜிஸ்டர் பண்ணியிருக்கீங்க.. உண்டா.. இல்லையா?"

சத்தியமூர்த்திக்கு நெற்றியில் வியர்த்தது. பவ்யாவின் கைகளை நடுக்கமாய்ப் பற்றிக் கொண்டான்.

"சரி.. சரி..! இங்கே.. நம்ம சண்டை வேண்டாம். இந்த வீட்ல இருக்கிற எல்லாருக்கும் பாம்புக் காது. நாம எதைப் பேசறதாய் இருந்தாலும் வெளியே போய்ப் பேசுவோம்."

"வெளியேன்னா.. எங்கே?"

"இன்னிக்கு சாயந்தரம் ஏழு மணிக்கு ஹோட்டல் சிட்டி டவர் 'நைன்த் க்ளவுட்' ரெஸ்டாரெண்ட்டுக்கு வந்துரு. நானும் வந்துடறேன்!"

"அந்த ஹோட்டலுக்கெல்லாம் வேண்டாம். கூட்டம் அதிகமாய் இருக்கும்.."

"பின்னே.. எங்கே மீட் பண்ணலாம். நீயே சொல்லு..!"

"ஏர்போர்ட்டுக்குப் பக்கத்துல ஒரு ஹோட்டல் இருக்கே?"

"ஹேப்பி மொமெண்ட்ஸ்."

"ம்.. அதுதான்..! அந்த ஹோட்டல் ரெஸ்டாரெண்ட்ல கூட்டம் இருக்காது."

"நாம அவ்வளவு தூரம் போகணுமா?"

"ஏன் போனா என்ன.. இதுக்கு முன்னாடி அங்க போனதே இல்லையா என்ன..!"

"பவ்யா!"

"ம்.."

"இன்னிக்கு உன் பேச்செல்லாம் ஒரு மாதிரியாய் இருக்கு.. எப்பவுமே நீ இப்படிப் பேச மாட்டியே?"

"பயப்படாதீங்க லாயர் ஸார்.. இது என்னோட உரிமைக் குரல் அவ்வளவுதான்! என்னோட வாழ்க்கையில் உங்களைப் பங்கு போட்டுக்கணும்னு நினைக்கிறேன்.. அது.. தப்பா..? இன்னும் எவ்வளவு காலத்துக்குத்தான் நான் உங்களுக்குத் தாலி கட்டாத.."

அறைக்குள் யாரோ நுழைவதைப் பார்த்து சட்டென்று பேச்சை நிறுத்தினாள் பவ்யா. சத்தியமூர்த்தி திரும்பிப் பார்த்தான்.

அவனுடைய அம்மா திரிபுரசுந்தரி, பக்கத்து வீட்டில் ஏதோ சுமங்கலிப் பூஜையென்று போய் விட்டு ஒரு பிளாஸ்டிக் பையில் ஜாக்கெட் துண்டும், தேங்காய்பழமுமாய்த் திரும்பியிருந்தாள்.

“என்னடா.. சத்தியமூர்த்தி..! இன்னைக்கு கோர்ட்டுக்கு சீக்கிரமே கிளம்பணும்ன்னு சொல்லிட்டிருந்தே?”

“கிளம்பணும்தான்..! அதுக்குள்ளே ஒரு புது க்ளையண்ட் வந்துட்டாங்கம்மா..! அதான் பேசிட்டிருந்தேன்..!”

திரிபுரசுந்தரி பவ்யாவை ஏறிட்டுப் பார்த்த விநாடி அவள் கும்பிட்டாள்.

“வணக்கம்மா..! என் பேர் பவ்யா..தர்மபுரியிலிருந்து வர்றேன். ஒரு கேஸ் விஷயமா லாயரைக் கன்சல்ட் பண்றதுக்காக வந்தேன். நீங்க கோயிலுக்குப் போயிட்டு வர்றீங்கன்னு நினைக்கிறேன். என்னை ஆசீர்வாதம் பண்ணுங்கம்மா..” சொன்னவள், சட்டென்று திரிபுரசுந்தரியின் கால்களில் விழுந்து வணங்கினாள்.

“நல்லாயிரம்மா..! நல்ல நாளும் அதுவுமா கால்ல விழுந்துட்டே..! இந்தா இதை வாங்கிக்கம்மா..!” திரிபுரசுந்தரி தன் கையிலிருந்த ஜாக்கெட் துணி, தேங்காய், பழம் இருந்த பிளாஸ்டிக் பையை பவ்யாவிடம் கொடுத்தாள்.

பவ்யா அவசர அவசரமாய் மறுத்தாள். “இதெல்லாம் வேண்டாங் கம்மா.. உங்க ஆசீர்வாதம் ஒண்ணே போதும்..!”

திரிபுரசுந்தரி ஒரு புன்னகையோடு பவ்யாவின் தோளைத் தொட்டாள். “மங்கலப் பொருட்களை கொடுக்கும்போது எந்த ஒரு பொண்ணும் வேண்டாம்ன்னு சொல்லக் கூடாது. வாங்கிக்கோம்மா..”

பவ்யா வாங்கிக் கொள்ள, திரிபுரசுந்தரி அவளுடைய கன்னத்தைத் தட்டிக் கொடுத்துவிட்டு, அந்த அறையை விட்டு வெளியேறி சமையலறையை நோக்கிப் போனாள். அவளுடைய தலை மறையும் வரை மௌனமாய் இருந்த பவ்யா, சத்தியமூர்த்தியிடம் குரலைத் தாழ்த்தினாள்.

“உங்க அம்மாவை.. ஸாரி.. ஸாரி.. என்னோட அத்தையை எப்படி கவிழ்த்தேன் பார்த்தீங்களா..? உங்க மனைவி சுவர்ணா கைக்குப் போக வேண்டிய ஜாக்கெட்டும், தேங்காய்ப் பழமும் இப்போ என்னோட கையில்.”

“பவ்யா..! நீ ரொம்பவும் வேகமாய்ப் போறே?”

“வேகமாய்ப் போறேனா ?”

“ம்.. உன்னை வீட்டுக்கெல்லாம் வரக்கூடாதுன்னு சொல்லியி ருந்தேன். வந்துட்டே..! சரி.. ஒரு ஆர்வத்துல என்னைப்

பார்க்கிறதுக்காக வந்துட்டேன்னு வெச்சுகிட்டாலும்.. உன்னோட பேச்சு, நடத்தையெல்லாம் லிமிட்டைத் தாண்டி போயிட்டிருக்கு.. நீ இந்த வேகத்துல போனா ஆபத்துதான்..!"

"என்ன ஆபத்து?"

சத்தியமூர்த்தி சுற்றும் முற்றும் பார்த்துக் கொண்டு குரலை தாழ்த்திக் கொண்டு,"உனக்கும் எனக்கும் இருக்கிற தொடர்பு இந்த வீட்டுக்குத் தெரிஞ்சா என்னாகும் தெரியுமா?"

"என்னாகும்..?"

"ஒரு பிரளயமே நடக்கும்.."

"இதெல்லாம் என்னைத் தொடறதுக்கு முந்தி உங்களுக்குத் தெரியாதா..?"

"பவ்யா..!" ஏதோ கோபமாய்ப் பேச முயன்ற சத்தியமூர்த்தியை கையமர்த்தினாள் பவ்யா.

"இதோ பாருங்க..! நான் இங்கே வந்தது உங்களோடு சண்டை போடறதுக்காகவோ.. அல்லது ப்ளாக் மெயில் பண்றதுக்காகவோ இல்லை. எனக்கும் சில உரிமைகள் இருக்குங்கிறதை ரெஜிஸ்டர் பண்ணிக்கத்தான். அதை நீங்க மறுக்கும்போதுதான் எனக்கும் கோபம் வருது. உங்களுக்கும் எனக்கும் இருக்கிற தொடர்பு இதுநாள் வரைக்கும் யாருக்கும் தெரியாது. இனிமேலும் யாருக்கும் தெரியாது. ஏன்னா ஊரார் கண்களுக்கு நான் கல்யாணமானவள். கணவர் ஏதோ மனஸ்தாபம் காரணமாய் என்னை விட்டுப் பிரிஞ்சு வெளிநாட்ல இருக்கார். இந்த ரெண்டு பொய்யையும், என்னையும் எனக்கு நானே கட்டிகிட்ட தாலி காப்பாத்திட்டிருக்கு.. உங்களையும் காப்பாத்திட்டிருக்கு.. எல்லாத்துக்கும் மேல..!"

சத்தியமூர்த்தி அவளை மேற்கொண்டு பேச விடாமல் கையமர்த்தினான். "போதும் பவ்யா.. இப்ப நான் என்ன பண்ணனும்?"

"உங்க வாரிசு இப்போ என்னோட வயித்துக்குள்ளே வளர்ந்துட்டு இருக்கிறதால நாம ரெண்டு பேரும் நிதானமாய் உட்கார்ந்து பேசி சில முடிவுகளை எடுக்கணும்."

"அவ்வளவுதானே..! எடுத்துடலாம்.. நீ கிளம்பு. சாயந்தரம் ஏழு மணிக்கு நான் ஏர்போர்ட்டுக்குப் பக்கத்தில் இருக்கிற ஹேப்பி மொமெண்ட்ஸ் ரெஸ்டாரெண்ட்டுக்கு வந்துடறேன்..!"

"கண்டிப்பா வந்துடணும்.."

"வர்றேன்.. வர்றேன்.. நீ மொதல்ல கிளம்பு!"

"உங்க ஒய்ஃப்பைக் கூப்பிடுங்க.. ஒரு வார்த்தை சொல்லிட்டுப்

போயிடறேன்..''

“அதெல்லாம் வேண்டாம்.. நீ கிளம்பு. சொல்றேன்..!''

“உங்க அம்மாகிட்டயாவது சொல்லிட்டுப் போறேனே?''

“இதோ பார் பவ்யா..! நான் வெடிகுண்டுக்குப் பக்கத்தில் நின்னுட்டு இருக்கிற மாதிரி அவஸ்தை பட்டுகிட்டு இருக்கேன். நீ என்னடான்னா சாவகாசமாய் பேசிட்டிருக்கே.. நீ ஒருத்தர்கிட்டேயும் சொல்ல வேண்டாம். முதல்ல இடத்தைக் காலி பண்ணு..!''

“உங்க நிலைமை எனக்குப் புரியுது. நான் வர்றேன்!'' பவ்யா ஒரு சிறிய புன்னகையோடு அறையை விட்டு வெறியேறினாள். வாசற்படி இறங்கி சாலைக்குப் போகும் வரை பார்த்துக் கொண்டிருந்த சத்தியமூர்த்தி மேஜை மேலிருந்த பைல்களை அள்ளி ப்ரீப்கேஸில் திணித்துக் கொண்டு, ஹேங்கரில் தொங்கிக் கொண்டிருந்த கறுப்பு கவுனை எடுத்துத் தோளில் போட்டபடி திரும்பினான்.

எதிரே...

அப்பா மஹாதேவன். முகம் இறுக்கத்துக்கு உட்பட்டு இருக்க, குரலைத் தாழ்த்தியபடி கேட்டார்.

“டேய்..! இது உனக்கே நியாயமாய்ப் படுதா? சத்தியமூர்த்தின்னு பேரை வெச்சுக்கிட்டு உன்னால எப்படிடா இப்படியெல்லாம் நடந்துக்க முடியுது..?''

யாரோ பிடித்து இழுத்த மாதிரியான திகில் கோதாவரி சட்டென்று நின்றாள். ரோகிணியின் தோளைப் பற்றினாள் பதற்றமாய்.

“என்னது..! அந்த ஆக்ஸிடெண்டான நபர் உன்னோட கணவனா..?''

“ஆமா..!''

“உ... உ... உனக்கு.. கல்யாணம்..?''

“அது நானே மறந்துபோன ஒரு கெட்ட கனவு மேடம்.'' ரோகிணி எங்கோ பார்த்துக் கொண்டு சொல்ல, கோதாவரியின் பதட்டம் அதிகரித்தது. “ரோகிணி..! நீ சொல்றதெல்லாம் உண்மையா..? என்னாலே நம்ப முடியலையே?''

ரோகிணி கசப்பாய்ப் புன்னகைத்தாள்.

“மேடம்! எல்லோருடைய வாழ்க்கையிலும் ரெண்டாவது முகம்ன்னு ஒண்ணு இருக்கும். அது தெரிய வேண்டிய நேரத்துல தெரிய வரும். சில நேரங்களில் தெரியாமலும் போகலாம்.''

“ரோகிணி! உங்களுக்கு எப்போ கல்யாணமாச்சு..? நீங்க ரெண்டு பேரும் பிரிஞ்சு வாழக் கூடிய சூழ்நிலை எதனால உருவாச்சு..?”

ரோகிணி மௌனமாய் நின்றாள்.

“சொல்லு ரோகிணி.. என்னாச்சு..? உங்களுக்குள்ளே ஏன் இந்தப் பிரிவு..?”

“ஸாரி மேடம்..! நீங்க ப்ளட் டோனர்ஸ் அஸோசியேஷனோட பிரஸிடெண்ட் நான் அதுல ஒரு மெம்பர். நீங்க ஒரு பேஷண்ட்டுக்கு ப்ளட் வேணும்ன்னு சொன்னீங்க.. ஸோ ப்ளட் கொடுக்க வந்து இருக்கேன். இப்போதைக்கு இந்த வேலை மட்டும் நடக்கட்டும். என்னுடைய ஃப்ளாஷ் பேக் வேண்டாமே மேடம்..?”

“ஓ.கே.. உனக்கு ஒரு விஷயத்தைச் சொல்ல விருப்பம் இல்லாத போது நான் வற்புறுத்த மாட்டேன். பட் இவர் பேர் என்ன..? இவர் இப்போ எங்கேயிருக்கார்? இது மாதிரியான விவரங்களையாவது சொல்லலாமே..?”

“அதைச் சொல்ல எனக்கு எந்தத் தயக்கமும் இல்லை மேடம். இவர் பேர் மணிமாறன். மொதல்ல இவர் ஸ்டாக் எக்ஸேஞ்ச்ல வேலை பார்த்துட்டு இருந்தார். இப்போ என்ன வேலை பார்க்கிறார்ன்னு தெரியாது..!”

“இவர் வீட்டு அட்ரஸ்..?”

“வடபழனியில் தென்றல் நகர்.. ஐந்தாவது குறுக்குத் தெரு.. கதவு எண்.27..”

“போன் நெம்பர் ஏதாவது..?”

“லேண்ட் லைன் நெம்பர் தான் தெரியும்.”

“சொல்லு..!”

ரோகிணி நெம்பர் சொல்ல.. கோதாவரி அந்த நெம்பரை தன்னுடைய செல்போனில் பதித்துக் கொண்டாள்.

“மணிமாறன் வீட்ல இப்ப யார் இருப்பாங்க?”

“எனக்குத் தெரியாது! நான் அவரை விட்டுப் பிரிஞ்சு வந்து வருஷம் நாலாகப் போகுது.”

“நான் இந்த போன் நெம்பர்க்கு காண்டாக்ட் பண்ணிப் பார்க்கட்டுமா..?”

“இப்போ வேண்டாம்.. மேடம்.”

“ஏன்..?”

“நான் ப்ளட் டொனேட் பண்ணிட்டுப் போன பிறகு அந்த நெம்பரை காண்டாக்ட் பண்ணி தகவல் கொடுங்க.. அவரோட

வீட்டைச் சேர்ந்தவங்க என்னைப் பார்க்க விரும்ப மாட்டாங்க.. அதே மாதிரி நானும் அவங்களைப் பார்க்க விரும்பலை."

"ஓ.கே. ரோகிணி..! உன்னோட உணர்வுகளை நான் அலட்சியம் பண்ண முடியாது. நீ மொதல்ல ப்ரேக்பாஸ்ட் சாப்பிடணும். வா.. கேண்டீனுக்குப் போலாம்..!"

சற்றுத் தொலைவில் இருந்த கேண்டீனை நோக்கி நடந்தார்கள். கேண்டீனை நெருங்கும்போது அந்த நர்ஸ் எதிரே வந்தாள்.

"மேடம்..!"

"என்ன சிஸ்டர்.."

"டாக்டர் உங்களைக் கூப்பிட்டார்.."

கோதாவரி ரோகிணியைப் பார்க்க, ரோகிணி சொன்னாள். "மேடம்..! நீங்க போங்க.. நான் சாப்பிட்டுட்டு டாக்டரோட ரூமுக்கு வந்துடறேன். என்னோட காலை உணவுக்கு பத்து நிமிஷம் போதும். டாக்டரோட ரூம் எங்கே இருக்கு..?"

"ஐ.ஸி. யூனிட்டுக்குப் பக்கத்திலேயே..!"

"வந்துடறேன் மேடம்.."

கேண்டீனை நோக்கிப் போனாள் ரோகிணி.

டாக்டர் பலராமின் அறைக்குள் நுழைந்தாள் கோதாவரி. ஃப்ளாஸ்கில் இருந்த காபியைக் கண்ணாடி டம்ளரில் ஊற்றிக் கொண்டிருந்த டாக்டர் நிமிர்ந்தார்.

"எங்கே போயிட்டீங்க கோதாவரி?"

"நான் போன் பண்ணிப் பேசின ப்ளட் டோனர் ரோகிணி வந்துட்டா.. அவளை டிபன் சாப்பிட வைக்கிறதுக்காக ஹாஸ்பிடல் கேண்டீனுக்கு கூட்டிக்கிட்டு போயிட்டிருந்தேன். என்ன விஷயம் டாக்டர்?"

"ஒண்ணுமில்லை..! அந்த ப்ளட் க்ரூப் கிடைச்சுடுச்சு.. டோனர் அவசியமில்லைன்னு சொல்றதுக்காகத் தான் உங்களைக் கூப்பிட்டேன்..!"

"டாக்டர்..! ஒரு ரெக்வெஸ்ட்."

"என்ன?"

"ரோகிணியோட ப்ளட்டையே அந்த பேஷண்ட்டுக்குக் கொடுத்தா என்ன..?"

"ஏன், அதுக்கு என்ன அவசியம்?"

"ரோகிணியோட கணவன்தான் அந்த பேஷண்ட். பேரு

மணிமாறன்.''

''ரியலி?'' அதிர்ந்து போய் ஏறிட்டார் டாக்டர்.

''எஸ்..! பட் நாலு வருஷத்துக்கு முந்தியே ரெண்டு பேரும் ஏதோ ஒரு காரணத்துக்காக பிரிஞ்சு போயிருக்காங்க..'' என்று ஆரம்பித்த கோதாவரி, ரோகிணி தன்னிடம் சொன்னதையெல்லாம் சொல்லி முடிக்க.. டாக்டர் பலராமன் காபியையும் குடிக்க மறந்தவராய் திகைத்துப் போய் உட்கார்ந்திருந்தார். பின் சுதாரித்துக் கொண்டு கோதாவரியை ஏறிட்டார்.

''கோதாவரி, இது ஒரு ரேர் இன்ஸிடெண்ட். இதைப் பயன்படுத்தி கணவன் மனைவி ரெண்டு பேரையும் சேர்த்து வைக்க முயற்சி பண்ணினால் என்ன..?''

''வேண்டாம் டாக்டர்..''

''ஏன்..?''

''ரோகிணி அதை விரும்ப மாட்டா.. மணிமாறனோட வீட்டைச் சேர்ந்தவங்க இங்கே வர்றதையே அவ விரும்பலை..!''

''இதோ பாருங்க கோதாவரி..! கணவன் மனைவிக்குள்ளே பிரச்னைகள் வர்றதுக்குக் காரணம் ஈகோதான். ரெண்டு பேர்க்கும் நடுவில் ஒரு நல்ல மீடியேட்டர் இருந்தா அவங்களோட பிரச்னைகளுக்குத் தீர்வு காண முடியும். அந்த ரெண்டு பேரும் மறுபடியும் சேர்ந்து வாழக் கூடிய சூழ்நிலை உண்டாகும். அந்த நல்ல மீடியேட்டர்களாய் நீங்களும் நானும் இருப்போம். உங்ககிட்டே ரோகிணி கொடுத்த மணிமாறனோட வீட்டு போன் நெம்பர் இருக்கு..! மொதல்ல போன் பண்ணுங்க..!''

''டா.. டாக்டர்..!''

''டோண்ட் ஹெஸிடேட்.. டயல் பண்ணுங்க..!''

கோதாவரி தன் செல்போனை எடுத்து எண்களை அழுத்த ஆரம்பித்தாள்.

4

கோதாவரி டயலில் எண்களை அழுத்திவிட்டு ரிஸீவரைக் காதுக்குக் கொடுக்க, மறுமுனையில் ரிங் போய் ரிஸீவர் எடுக்கப்பட்டு ஒரு பெண்ணின் குரல் மிருதுவாய் "ஹலோ" என்றது.

கோதாவரி கேட்டாள்.

"அது மணிமாறன் வீடுதானே?"

"மணிமாறன்?"

"ஆமா..!"

"அப்படி யாரும் இங்கே இல்லையே.. உங்களுக்கு எந்த நெம்பர் வேணும்?"

கோதாவரி டெலிபோன் எண்களைச் சொன்னாள். மறுமுனையில் இருந்த பெண் அதை செவிமடுத்து விட்டு, "நெம்பர் சரிதான்! ஆனா நீங்க கேட்கிற நபர் இங்கே இல்லையே?" என்று தயக்கமாய் இழுத்தாள்.

"அது வடபழனி தென்றல்நகர்தானே?"

"ஆமா.."

"ஃபிப்த் க்ராஸ் ஸ்ட்ரீட்..?"

"ஆமா.."

"டோர் நெம்பர் ட்வெண்டி செவன்?"

"டோர் நெம்பர் சரிதான்..! ஆனால், நீங்க சொன்ன மணிமாறன் இந்த வீட்டில் இல்லை. நாங்க இந்த வீட்டுக்குக் குடி வந்து ரெண்டு மாசம்தான் ஆச்சு. ஒரு வேளை இதுக்கு முன்னாடி இந்த வீட்டில் குடியிருந்த நபரோட பேராக இருக்கலாம். ஒரு நிமிஷம் லைன்ல இருங்க. என்னோட மதர்கிட்டே கேட்டுட்டு வந்துடறேன். லைன்ல இருக்கீங்களா?"

"ம்.. இருக்கேன்.." சொல்லிவிட்டு கோதாவரி காத்திருக்க, முப்பது விநாடி மௌனத்துக்குப் பிறகு மறுபடியும் அந்தப் பெண்ணின் குரல் கேட்டது.

"யூ.. ஆர் கரெக்ட்.. நீங்க கேட்கிற மணிமாறன் இதுக்கு முன்னால் இந்த வீட்டில் குடியிருந்தவர்தான்."

"அவரோட புது அட்ரஸ் உங்களுக்குத் தெரியுமா?"

"ஸாரி.. தெரியாது..! ஒரு வேளை இந்த வீட்டு ஓனர்க்குத் தெரிஞ்சு

இருக்கலாம். பட் அவர் இப்போ ஊர்ல இல்லை. ஸ்டேட்ஸ்ல அவரோட சன் ஒருத்தர் இருக்கார். அவரைப் பார்க்கிறதுக்காகப் போயிருக்கார்."

"அவரோட செல்போனைக் காண்டாக்ட் பண்ண முடியுமா?"

"நெம்பர் தெரியாதே?"

"இதோ பாருங்கம்மா..! மணிமாறன் இப்போ ஒரு விபத்தில் சிக்கி ஜேஸ்மின் ஹாஸ்பிடலின் ஐ.ஸி. யூனிட்டில் அனுமதிக்கப்பட்டு இருக்கார். அட்ரஸ் தெரியாததாலே அவரோட வீட்ல இருக்கிற வங்களுக்கு விஷயத்தைக் கண்வே பண்ண முடியலை."

"நீங்க யாரு?"

"என்னோட பேர் கோதாவரி ராமாமிர்தம். கோடம்பாக்கம் ப்ளட் டோனர் அஸோஷியேஷனுக்கு நான்தான் பிரஸிடெண்ட். விபத்துக்கு உள்ளான மணிமாறன் யார்ன்னே எனக்குத் தெரியாது. அவருக்கு ஏபி நெகட்டீவ் க்ரூப் ரத்தம் தேவைப்பட்டதால டாக்டர் பலராமன் எனக்கு போன் பண்ணி விஷயத்தைச் சொன்னார். நானும் எனக்கு அந்த ப்ளட் க்ரூப் கிடைக்க, வேண்டிய முயற்சிகளை எடுத்துக்கிட்டேன். மணிமாறனுக்கு இன்னும் கொஞ்ச நேரத்துல ஒரு ஆப்ரேஷன் செய்தாக வேண்டிய கட்டாயம். ஆப்ரேஷன் செய்யறதுக்கு முந்தி அவரோட பேமிலி சம்பந்தப்பட்ட நபர்களோடு பேசணும். சில பேப்பர்ஸில் கையெழுத்தும் வாங்கணும்."

"உங்க நிலைமை புரியுது.. மேடம்.. பட் ஐயாம் ஹெல்ப்லஸ்.. இருந்தாலும் இந்த ஹவுஸ் ஓனரோட செல்போன் நெம்பரை வாங்கி உங்களுக்கு அனுப்ப முயற்சி பண்றேன். உங்க போன் நெம்பரைச் சொல்றீங்களா?"

"நோட் பண்ணிக்குங்க!"

கோதாவரி எண்களைச் சொல்லிவிட்டு இணைப்பைத் துண்டித்தாள். எதிரே உட்கார்ந்து இருந்த டாக்டர் பலராமனைக் கவலை தோய்ந்த கண்களோடு ஏறிட்டபடி விவரத்தைச் சொல்ல, அவர் தன்னுடைய நெற்றிப் பொட்டை இடது கை விரல்களால் அவஸ்தையாய்ப் பற்றிக் கொண்டார்.

"மணிமாறனோட குடும்ப நபர்கள் ஒப்புதல் இல்லாமே ஆப்ரேஷன் பண்றது ஒரு மெடிக்கல் க்ரைம். யாராவது ஒருத்தரோட கையெழுத்து இருந்தாலும் போதும்.."

"டாக்டர்..! ஒரு பேஷண்ட் ஆபத்தான நிலைமையில் இருக்கும்போது, இது போன்ற ஃபார்மாலிட்டீஸ்கள் தேவைதானா?"

"தேவையில்லைதான்..! பட் பின்னாடி ஏதாவது பிரச்னைன்னு

வரும்போது அது வேண்டாத விளைவுகளை உருவாக்கிக் கொடுத்துடும். விவகாரம் கோர்ட்டுக்குப் போனால், ஜட்ஜ் டாக்டரைப் பார்த்து கேட்கக் கூடிய முதல் கேள்வி பேஷண்ட்டுக்கு ஆப்ரேஷன் செய்யறதுக்கு முன்னாடி குடும்ப நபர்கள் யாரிடமிருந்தாவது 'கன்செண்ட் சிக்னேச்சர்' வாங்குனீங்களா என்பதுதான்..! அந்த கேள்விக்கு 'நோ' என்பது ஒரு டாக்டரோட பதிலாக இருந்தால் தீர்ப்பு அந்த டாக்டர்க்கு பாதகமாய்த்தான் இருக்கும்.. இதை நான் பல வழக்குகளில் பார்த்துட்டேன். ஸோ... மணிமாறனோட பேமிலியை மொதல்ல ட்ரேஸ் அவுட் பண்ணி அவங்களை ஹாஸ்பிடலுக்கு வரவழைக்கணும்.''

''டாக்டர்! அதுவரைக்கும் பேஷண்ட்டோட நிலைமை?''

''உயிருக்கு இப்போது எந்த ஆபத்தும் இல்லை. அடுத்த பன்னிரண்டு மணி நேர அவகாசத்துக்குள்ளே ஆப்ரேஷன் பண்ணலாம்.''

''டாக்டர்! எனக்கு ஒரு யோசனை.''

''என்ன?''

''மணிமாறனுக்கு ரோகிணி முதல் மனைவிதானே? அவ கையெழுத்து போடக் கூடாதா?''

''டைவர்ஸ் ஆயிடுச்சே?''

''மே.. பி.. மனைவியாய் இருந்தவள்தானே?''

''ரோகிணி கையெழுத்துப் போடுவாளா?''

''கேட்டுப் பார்க்கிறேன்..! அவ போட மாட்டேன்னு தான் சொல்லுவா.. பட்.. நான் எப்படியும் கன்வின்ஸ் பண்ணிடுவேன்.'' கோதாவரி சொல்லிக் கொண்டிருக்கும் போதே டாக்டரின் அறைக் கதவு மெலிதாய் தட்டப்படும் சத்தம் கேட்டதும் டாக்டர் பலராமன் 'கெட் இன்' என்றார்.

ரோகிணி டோர் க்ளோஷரைத் தள்ளிக் கொண்டு உள்ளே வந்தாள். கோதாவரி எழுந்து அவளுடைய கைகளைப் பற்றினாள்.. புன்னகையோடு.

''வா.. ரோகிணி..! கேண்டீன்ல பிரேக் பாஸ்ட் சாப்பிட்டியா..?''

''ம்.. சாப்பிட்டேன்..! ப்ளட் கொடுக்க நான் தயார். பை பிஸிக்கலி.. அண்ட் மெண்ட்டலி..''

''டாக்டர்..! நான் சொன்ன ரோகிணி இவங்க தான். என்னோட ப்ளட் டோர்னர்ஸ் அஸோசியேஷனில் வெரி ரேர் ப்ளட் க்ரூப் இவங்கதான்..! ஹெல்ப்பிங் டெண்டன்ஸி ரொம்பவும் அதிகம்..''

ரோகிணி டாக்டரைப் பார்த்து கை குவித்தாள்.

“வணக்கம் டாக்டர்..!”

“உட்காரும்மா..! உன்னைப் பத்தி கோதாவரி நிறையச் சொல்லியிருக்காங்க. பக்கத்து வீட்டுக்காரனைப் பார்த்து ‘ஹலோ’ சொல்லக் கூட மனசில்லாத மனுஷங்களுக்கு மத்தியில் தன்னோட ரத்தத்தையே இன்னொருத்தர்க்குக் கொடுக்க முன் வர்ற உன்னை மாதிரியான நல்ல உள்ளங்கள் இருக்கப் போய்த்தான் நாட்ல மழையே பெய்யுது..”

டாக்டர் பலராமன் சொன்னதைக் கேட்டு ரோகிணி புன்னகைத்தாள்.

“டாக்டர்..! நீங்க என்னைப் புகழ்கிற அளவுக்கு நான் பெரிசா எதையும் பண்ணிடலை. நான் ரத்தத்தை டொனேட் பண்ணிட்டு உடனடியா ஒரு கல்யாணத்துக்குப் போயாகணும். அதுக்கப்புறம் எனக்கு ஆபீஸ் இருக்கு.”

டாக்டர் பலராமன் கோதாவரியைப் பார்க்க, கோதாவரி ரோகிணியின் தோள் மேல் பரிவோடு கையை வைத்தாள்.

“உங்கிட்ட தனியா ரெண்டு நிமிஷம் பேசணும்.”

“எ.. என்ன பேசணும்?”

“வா.. சொல்றேன்” என்ன கோதாவரி அவளோடு டாக்டரின் அறையினின்றும் வெளிப்பட்டாள்.

“என்ன மேடம்.. அந்த பேஷண்ட்டுக்கு ஏதாவது க்ரிட்டிகல் ப்ராப்ளமா..?”

“நோ.. நோ..! அதெல்லாம் ஒண்ணுமில்லை. ஒரு ஆப்ரேஷனை பண்ணிட்டா ஹி வில் பி ஆல்ரைட்.. இது வேறு வகையான பிரச்னை. பட் இந்தப் பிரச்னையை உன்னால சால்வ் பண்ண முடியும்.”

“சொல்லுங்க மேடம்.. என்ன பிரச்னை..?”

“விபத்துக்குள்ளான அந்த நபர் மணிமாறன் உன்னோட கணவர்ன்னு சொன்னே.. அவர் வீட்டு அட்ரஸையும் போன் நெம்பரையும் குடுத்தே. ஆனா, அந்த நெம்பர்க்கு போன் பண்ணிப் பேசியபோது, அவர் அந்த வீட்டைக் காலி பண்ணிட்டுப் போயிட்டதாய் இப்போ அங்கே குடியிருக்கிறவங்க சொன்னாங்க. மணிமாறன் இப்போ எங்கே குடியிருக்கார்ன்னு அவங்ககிட்டே நான் கேட்டேன். அவங்களுக்குத் தெரியல.”

“அதுக்கு நான் என்ன பண்ண முடியும் மேடம்.”

“ரோகிணி..! மணிமாறனுக்கு உடனடியாய் ஆப்ரேஷன் பண்ணியாகணும். அப்படி ஆப்ரேஷன் பண்றதுக்கு முந்தி மணிமாறனோட நெருங்கிய உறவினர்கள் யார்கிட்டேயாவது ஹாஸ்பிடல் ரூல்ஸ்படி பேப்பர்களில் கையெழுத்து வாங்கியாகணும். புது அட்ரஸ் கிடைச்சாத்தான் அது சாத்தியம். அந்த அட்ரஸ் இப்பக் கிடைக்கிற மாதிரி தெரியலை.. அதனால..”

“அதனாலே..”

“நீ..கையெழுத்துப் போடணும்.”

ரோகிணியின் முகத்துக்குக் கோப ரத்தம் பாய்ந்தது. “நான் எதுக்காக அந்த ஆளுக்காக கையெழுத்துப் போடணும்?”

“என்ன ரோகிணி இது.. நீதானே அவரை உன்னோட கணவர்ன்னு சொன்னே?”

“மேடம்..! அந்த ஆள் இப்போ என்னோட கணவர் கிடையாது. நாலு வருஷங்களுக்கு முன்னாடியே கோர்ட்டுக்குப் போய் சட்ட ரீதியாய் டைவோர்ஸ் வாங்கிட்டோம். இந்த நிமிஷம் இந்திய சட்டப்படி நான் யாரோ.. அவர் யாரோ..?”

“என்ன இருந்தாலும் நீ அவருக்கு மனைவியாய் சில காலம் இருந்திருக்கே.. அந்த உரிமையில்..!”

“ஸாரி மேடம்..! என்னைப் பொறுத்த வரைக்கும் அந்த மணிமாறன் ஒரு ஆக்ஸிடெண்ட் கேஸ். நான் ஒரு ப்ளட் டோனர். இப்போதைக்கு இந்தத் தொடர்பு மட்டுமே! நான் கையெழுத்துப் போட மாட்டேன். உங்களுக்கு விருப்பம் இருந்தா என்னோட ப்ளட்டை எடுத்துக்கங்க. இல்லேன்னா நான் பாட்டுக்கு போயிட்டேயிருக்கேன்.”

நிதானமான குரலில் அழுத்தம்திருத்தமாய் பேசி முடித்த ரோகிணியை அதிர்ந்து போனவளாய் பார்த்தாள் கோதாவரி.

சத்தியமூர்த்தி திடுக்கிட்டுப் போய் தன்னுடைய அப்பா மஹாதேவனைப் பார்த்தான்.

“அ.. அ.. அப்பா..! இப்ப என்ன சொன்னீங்க?”

அவர் கோபமாய் அவனை முறைத்தார்.

“ஏன்.. நான் சொன்னது காதுல விழலையா? சத்தியமூர்த்தின்னு பேரை வெச்சுக்கிட்டு உன்னால எப்படிடா இப்படியெல்லாம் நடந்துக்க முடியுது..?”

“அப்பா.. அது.. வந்து..”

“நீ.. பேசாதே..! எதையாவது சொல்லி மழுப்பாதே..! உன்

பொண்டாட்டி சுவர்ணாவைக் கூப்பிடு. உன்னோட தகிடுதத்த வேலைகளையெல்லாம் அவகிட்டயே சொல்லலாம்..''

"அப்பா.. ப்ளீஸ்.. தயவு பண்ணி சத்தம் போடாதீங்க. நான் சொல்றதைக் கொஞ்சம்..''

"நீ சொல்லி நான் மட்டும் என்னடா கேக்கறது? இந்த வீட்ல இருக்கிற எல்லாரும் கேட்கட்டும்.''

சமையலறையிலிருந்து சுவர்ணா எட்டிப் பார்த்தாள்.

"மாமா! என்ன சண்டை அங்கே?''

"அம்மா சுவர்ணா.. உன்னோட அத்தை அங்கே இருக்காளா?''

"ம்.. இருக்காங்க..!''

"அவளையும் கூட்டிக்கிட்டு இங்கே வா.. உன் புருஷனோட யோக்யதையை எல்லாரும் தெரிஞ்சுக்கிடட்டும்..''

சுவர்ணாவும் திரிபுரசுந்தரியும் சமையலறையினின்றும் வெளிப் பட்டார்கள். திரிபுரசுந்தரி கணவரைக் கடிந்து கொண்டாள்.

"என்னங்க..! அவனே கோர்ட்டுக்கு நேரமாச்சுன்னு கால்ல சுடு தண்ணியைக் கொட்டிகிட்ட மாதிரி பறந்துட்டிருக்கான். இந்த நேரத்துல நீங்க வேற அவனை நிப்பாட்டிகிட்டு வெட்டியா பேசிக்கிட்டு இருக்கீங்க..''

"வா.. இப்படி வந்து நில்லு.. உன் புள்ளையோட யோக்யதை என்னங்கிறதை நான் இப்ப சொல்றேன்..!''

சத்தியமூர்த்தி அவருடைய கைகளைப் பற்றிக் கொண்டான். "அப்பா..! ப்ளீஸ் வேண்டாம்.. இப்போதைக்கு எதையும் பேசாதீங்க..! நான் கோர்ட்டுக்குப் போய்ட்டு வந்த பின்னாடி நிதானமாய் உட்கார்ந்து..''

"என்னது! இதை நிதானமாய் உட்கார்ந்து வேற பேசணுமா..? ஏண்டா.. என்னோட அவசரம் உனக்குப் புரியலையா..? நான் வாக்கிங் போய் சரியா ஒரு மாசமாச்சு. தெருவுல தெரியாமல் இறங்கி நடக்க முடியலை..!''

"அப்பா! நீங்க என்ன சொல்றீங்க?''

"டேய்! என்னை ஈ.என்.டி. ஸ்பெஷலிஸ்ட் சங்கமேஸ்வரன் கிட்டே கூட்டிட்டுப் போய் எவ்வளவு நாள் இருக்கும்?''

"அது.. வந்து.. ரெண்டு மாசம் இருக்கும்.''

"அவர் என்னை டெஸ்ட் பண்ணிப் பார்த்துட்டு என்ன சொன்னார்?''

சத்தியமூர்த்திக்கு அடி வயிற்றில் சுரந்து கொண்டு இருந்த

பய அமிலம் சட்டென்று நின்றது. நுரையீரல்கள் இயல்பான சுவாசத்துக்கு வந்தது.

‘இது பவ்யா பிரச்சனை இல்லை.. அப்பாவோட காது சம்பந்தப்பட்ட பிரச்னை!’

“என்னடா.. யோசனை பண்றே..! அவர் என்ன சொன்னார்ன்னு உனக்கு ஞாபகம் இல்லையா.. நானே சொல்றேன். உங்கப்பாவுக்குக் காது சம்பந்தப்பட்ட நரம்புகள் ரொம்பவும் வீக்காய் இருக்கு. அதனால கேட்கும் திறன் அவ்வளவாக இல்லை. ஒரு ஹியரிங் எய்டைப் பொருத்திட்டா நல்லது.. இல்லேன்னா பின்னாடி பெரிய அளவில் பாதிப்பு இருக்கும்ன்னு சொன்னாரா இல்லையா..?”

“ஆ.. ஆ.. ஆமா.. சொன்னார்..!”

“நீ இதுவரைக்கும் என்ன பண்ணியிருக்கே..? போன மாசம் உன்கிட்ட கேட்ட போது ‘ஹியர் வெல்’ ஆடியோ சென்டரில் ஹியரிங் மெஷினுக்கு ஆர்டர் கொடுத்து இருக்கிறதா சொன்னே..! நான் நேற்றைக்கு ராத்திரி அந்த ஆடியோ சென்டர்க்கு போன் பண்ணி கேட்டபோது அப்படி யாரும் ஆர்டர் தரலைன்னு சொல்றான். சத்தியமூர்த்தின்னு பேரை வெச்சுக்கிட்டு ஏன் இப்படி ஒரு பொய்யைச் சொல்லணும்.. அதுவும் பெத்த அப்பன் கிட்டயே!”

“ஸாரிப்பா.. உங்க மனசு கஷ்டப்படக் கூடாதேங்கிறதுக்காகத்தான் அன்னிக்கு அப்படியொரு பொய்யைச் சொன்னேன்.”

சுவர்ணா குறுக்கிட்டாள்.

“என்னங்க இது..! எதுக்குத்தான் பொய் சொல்றதுன்னு ஒரு வரைமுறை இல்லையா..! மாமா எவ்வளவு நாளாய் அந்த ஹியரிங் எய்ட் மெஷினைக் கேட்டுக்கிட்டு இருக்கார்..? அதுக்காக ஒரு மணி நேரத்தைக் கூட ஒதுக்க முடியாதா..? வக்கீலுக்குப் படிச்சுட்டா பொய் சொல்லியே ஆகணும்ங்கிற கட்டாயம் இருக்கா என்ன?”

“ஸாரி சுவர்ணா! கடந்த ரெண்டு மாச காலமாய் ஒரே டென்ஷன். நிறையப் புது கேஸ். நீதான் பார்க்கறியே..?”

“சரி..! அதுக்காக ஆர்டர் குடுத்துட்டேன்னு ஏன் பொய் சொல்லணும்..? என்கிட்டே சொல்லியிருந்தா நானாவது மாமாவைக் கூட்டிகிட்டுப் போயிருப்பேன்..?”

திரிபுரசுந்தரி இடைமறித்தாள்.

“சரி.. சரி..! இதெல்லாம் பெரிய விஷயமா..? சத்தியமூர்த்திக்கு கோர்ட்ல எவ்வளவோ வேலை.. உங்க மனசு கஷ்டப்படுமேன்னு பொய் சொல்லியருக்கான். இதைப் போய் ஒரு பிரச்னையாய் எடுத்துக்கிட்டு ஆர்ப்பாட்டம் பண்றது என்ன நியாயம்?”

சத்தியமூர்த்தி, மஹாதேவனிடம் நிமிர்ந்தான்.

“அப்பா..! இன்னிக்குச் சாயந்தரமே கோர்ட்டிலிருந்து சீக்கிரம் திரும்பி உங்களை ஆடியோ சென்டர்க்குக் கூட்டிட்டுப் போறேன்.. போதுமா..?” சொன்னவன், கறுப்பு கவுனை எடுத்துத் தோளில் போட்டுக் கொண்டு போர்டிகோவில் நிறுத்தியிருந்த காரை நோக்கிப் போனான்.

காருக்குள் ஏறி உட்கார்ந்து இன்ஜினைக் கனைக்க வைத்த போது மஹாதேவன் அக்கம் பக்கம் பார்த்துக் கொண்டு பக்கத்தில் வந்தார்.

“என்னப்பா..?”

அவன் அருகே குனிந்தார்.

“நான் ஒரு விஷயம் சொன்னா கேப்பியா?”

“சொல்லுங்கப்பா.”

“அந்த பவ்யாவை மறந்துடு..!”

5

சத்தியமூர்த்தி முகம் வியர்த்தவனாய் மஹாதேவனைப் பார்த்தான். தொண்டைவறண்டு போய்க் குரல் பிசிறடித்தது.

"அ.. அ.. அப்பா..!"

மஹாதேவன் மறுபடியும் சுற்றும் முற்றும் பார்த்து விட்டு குரலைத் தாழ்த்திக் கொண்டார். "டேய்! எனக்கு எல்லாம் தெரியும். அதுவும் கொஞ்ச நேரத்துக்கு முன்னால் நீயும் அந்தப் பெண்ணும் பேசிக்கிட்ட போதுதான் தெரியும். சொர்ண விக்ரகம் மாதிரி வீட்ல ஒரு பெண்டாட்டி இருக்கும்போது உனக்கு ஏண்டா இப்பேர்ப்பட்ட புத்தி..? உனக்கும் அந்த பவ்யாவுக்கும் இருக்கிற தொடர்பு சுவர்ணாவுக்குத் தெரிஞ்சா அவமனசு என்ன பாடுபடும்..?"

"அ.. அ.. அப்பா.. அது.. வந்து..!"

"நீ எதையாவது சொல்லி உன்னோட அழுக்கான காரியத்தக்கு நியாயம் கற்பிக்காதே..! நீ இப்ப கோர்ட்டுக்குப் போ. சாயந்தரம் கோர்ட்டிலிருந்து நீ திரும்பும் போது உன்னோட மனசு ஒரு துளசிச் செடி மாதிரி இருக்கணும்.."

சத்தியமூர்த்தி மௌனமாய் இருந்தான்.

"என்னடா..! பேச்சைக் காணோம்?"

"அப்பா..! நான் உங்ககிட்ட கொஞ்சம் தனியா பேசணும்..!"

"நோ..! இனிமே இதைப் பத்திப் பேச ஒண்ணுமேயில்லை..! இந்த நிமிஷத்திலிருந்து நீ சுவர்ணாவுக்கு மட்டுந்தான் புருஷனாய் இருக்கணும்."

சத்தியமூர்த்தி மேற்கொண்டு பேசும் முன்பு வீட்டின் உள்ளேயிருந்து அம்மா குரல் கொடுத்தாள்.

"என்னங்க..! உங்களுக்கு போன்.. லைன்ல உங்க நண்பர் தெய்வசிகாமணி வெயிட் பண்ணிட்டிருக்கார். சத்தியமூர்த்தியை கோர்ட்டுக்குப் போக விடுங்க. இன்னமும் அவன்கிட்டே என்ன பேச்சு..?"

மஹாதேவன், சத்தியமூர்த்தியின் தோளில் கையை வைத்தார். "இந்தக் குடும்பம் இப்போ ஒரு கோயில் மாதிரி இருக்கு. உன்னோட நடத்தையால இதைக் குட்டிச்சுவர் பண்ணிடாதே.. நான் சொன்னதெல்லாம் ஞாபகம் இருக்கட்டும். இன்னிக்கு சாயந்தரம் நீ கோர்ட்டிலிருந்து திரும்பும்போது உன்னோட மனசுக்குள்ளே அந்த

பவ்யா இருக்கக் கூடாது.'' இடது கையின் ஆட்காட்டி விரலைக் காட்டி எச்சரித்து விட்டு மஹாதேவன் வேகமாய் வீட்டுக்குள் போனார். டீபாயின் மேல் டெலிபோன் ரிஸீவர் மல்லாந்து விழுந்திருந்தது. எடுத்து காதுக்குப் பொருத்தினார்.

"ஹலோ!"

"என்ன மஹாதேவன்..! ஏதாவது வேலையாய் இருந்தீங்களா..?" மறுமுனையில் அவருடைய நண்பர் தெய்வசிகாமணி கேட்டார்.

"அதெல்லாம் ஒண்ணுமில்லை.. என்னோட சன் கோர்ட்டுக்குக் கிளம்பிட்டிருந்தான். அவன்கிட்டே பேசிட்டிருந்தேன். சொல்லுங்க தெய்வசிகாமணி.. என்ன விஷயம்.. இவ்வளவு காலையில் போன் பண்ணியிருக்கீங்க..?"

"நல்ல விஷயம்தான்..! உங்க பொண்ணு பூர்ணிமா இப்ப படிச்சிட்டிருக்கா.. இல்லையா..?"

"ஆமா..!"

"படிப்பு எப்ப முடியுது?"

"அடுத்த வருஷம்.."

"இப்ப ஏதாவது வரன் கூடி வந்தா கல்யாணம் பண்ற யோசனை ஏதாவது இருக்கா?"

"நல்ல வரன் வந்தா முடிச்சுட வேண்டியதுதான்!"

"ஒரு வரன் இருக்கு..! நல்ல வேலை. மரியாதைப்பட்ட குடும்பம். சொத்து இருக்கு, நீங்க சரின்னு சொன்னா மேற்கொண்டு பேசலாம். இல்லேன்னா இந்த மேட்டர்க்கு ஒரு ஃபுல் ஸ்டாப் வெச்சுட்டு வேற விஷயம் பேசலாம்.."

"இதோ பாருங்க தெய்வசிகாமணி..! நீங்க ஒரு வரன் கொண்டு வந்தா அது குறை சொல்ல முடியாதபடிதான் இருக்கும். இருந்தாலும் எனக்கு ஜாதகத்துல அதிகப்படியான நம்பிக்கை. பையனோட ஜாதகம் பூர்ணிமாவோட ஜாதகத்தோட பொருந்தியிருந்தாத்தான் மேற்கொண்டு நாம பேச முடியும்?"

"ஜாதகப் பொருத்தம் தானே? பார்த்துடலாம்.. பையனோட ஜாதகம் என் கையில் இருக்கு.. நீங்க சாயந்தரம் உங்க பொண்ணோட ஜாதகத்தை எடுத்துகிட்டு என் வீட்டுக்கு வாங்க. பேரூர்க்குப் பக்கத்துல ஒரு நல்ல ஜோதிடர் இருக்கார்..! போய்ப் பார்த்துடலாம்.. பொருத்தம் இருந்தா மாப்பிள்ளை வீட்டுக்குத் தகவல் கொடுப்போம். அவங்க பொண்ணை வந்து பார்க்கட்டும்."

"சரி.. இன்னிக்கு சாயந்தரம் பூர்ணிமாவோட ஜாதகத்தை

எடுத்துகிட்டு உங்க வீட்டுக்கு வர்றேன்..!''

''மஹாதேவன்! இந்த வரன் உங்க பொண்ணுக்கு முடிஞ்சா நான் ரொம்பவும் சந்தோஷப்படுவேன். ஏன்னா பையனோட குடும்பம் அப்படிப்பட்ட குடும்பம். பையனோட தாத்தா ஹைகோர்ட்ல ஜட்ஜாய் இருந்தவர். பேரு நம்பிபெருமான். நீங்க கேள்விப்பட்டு இருக்கலாம். பையனோட அப்பா நாராயணமூர்த்தி ஒரு பெரிய இண்டஸ்ட்ரியலிஸ்ட். 'நாராயணா க்ரூப்ஸ்' கம்பெனிகளுக்கு எம்.டி. பையன் ஷ்யாம்பிரகாஷ் எம்.எஸ். படிச்சுட்டு அமெரிக்காவின் மின்னிசோட்டாவில் இருக்கிற ஒரு ஸாஃப்ட்வேர் கம்பெனிக்கு ஏ.வி.பியாய் இருக்கான். பையன் அடுத்த மாசம் ஸ்டேட்ஸிலிருந்து வர்றான். கல்யாணத்தை முடிச்சுகிட்டு ஒரே வாரத்துல மனைவியையும் கூட்டிகிட்டு மின்னிசோட்டா போயிடப் போறான். உங்கப் பொண்ணை ஸ்டேட்ஸுக்கு அனுப்ப உங்களுக்கு விருப்பம்தானே..?''

''அது ஒரு பெரிய பிரச்னையே இல்லை தெய்வசிகாமணி! இன்னிக்கு இந்த உலகமே ஒரு கிராமம் மாதிரி ஆயிடுச்சு. எனக்கு வேண்டியது ஜாதகப் பொருத்தம். பத்துக்கு ஏழு பொருத்தமாவது இருந்தாதான் நான் தலையாட்டுவேன்..!''

''பார்த்துடலாம் வாங்க..! மனசு ஒத்துப் போனா ஜாதகமும் ஒத்துப் போகும்ன்னு சொல்லுவாங்க.. சரியா அஞ்சு மணிக்கெல்லாம் வந்துடுங்க..!''

''ம்..!'' மஹாதேவன் ரிஸீவரை வைக்க, திரிபுரசுந்தரி சமையலறை யிலிருந்து வெளிவந்தபடி கேட்டாள்.

''என்னங்க..! பூர்ணிமாவுக்கு வரனா?''

''ஆமா.. ரொம்ப நல்ல இடம்ன்னு தெய்வசிகாமணி சொல்றார்..!''

''அவ படிச்சிட்டிருக்காளே?''

''ஒரு பொண்ணுக்கு படிப்பு முக்கியம்தான். அதைக் காட்டிலும் முக்கியம் ஒரு நல்ல வரன் அமையறது..! ஜாதகப் பொருத்தம் சரியா இருந்தா கல்யாணத்தைப் பண்ணிட வேண்டியதுதான்..!''

''அவ படிக்க ஆசைப்படறாளே..?''

''இதோ பார் சுந்தரி..! படிப்பு எங்கேயும் போயிடாது. கல்யாணத்தைப் பண்ணிக்கிட்டும் கூட படிக்கலாம்..''

''இருந்தாலும்..!''

''அத்தே..! மாமா சொல்றது சரிதான்..! ஒரு நல்ல வரன் வரும்போது அதை நாம தட்டிக் கழிக்கக் கூடாது. போன வாரம் நானும் பூர்ணிமாவும் கோயிலுக்குப் போகும்போது பூர்ணிமாகிட்டே

'உனக்கு இப்போ ஒரு நல்ல வரன் வந்தா நீ கல்யாணம் பண்ணிக்குவியா'ன்னு கேட்டேன். அதுக்கு அவ என்ன சொன்னா தெரியுமா அத்தே..?"

"என்ன சொன்னா..?"

"ஒரு பொண்ணோட அல்டிமேட் எய்மே அது தானே..? அப்பா, அம்மா, அண்ணன், அண்ணின்னு நீங்க நாலு பேரும் பார்த்து ஒரு மாப்பிள்ளையைக் கொண்டு வந்தா அவர் கண்டிப்பா நல்லவராய்த்தான் இருப்பார். கழுத்துல தாலியோடு படிப்பை கண்டினியூ பண்ணினா அது மண்டைக்குள்ளே ஏறாமலா போயிடும்..? நான் ரெடி! தாலியைக் கட்டிக்க என்னோட கழுத்தும் ரெடின்னு சொன்னா அத்தே!"

"இவ்வளவு பேச்சுப் பேசறாளா..? பரவாயில்லையே..! அப்பறம் என்னங்க.. இந்த சம்பந்தத்தைப் பேசி முடிங்க.." திரிபுரசுந்தரி சொல்ல, சுவர்ணா குறுக்கிட்டாள்.

"மாமா..!"

"என்னம்மா..?"

"அவர்கிட்டே இந்த விஷயத்தைச் சொல்ல வேண்டாமா?"

"உன் புருஷன்கிட்டயா..?"

"ஆமா.."

"அவன் சாயந்தரம் கோர்ட்டிலிருந்து திரும்பியதும் சொல்லிக்கலாமே?"

மஹாதேவன் சொல்லிக் கொண்டு இருக்கும் போதே டெலிபோன் டீபாயினின்றும் குரல் கொடுத்தது. சுவர்ணா போய் ரிஸீவரை எடுத்தாள்.

"ஹலோ..!" மெல்லக் குரல் கொடுத்தாள்.

மறுமுனையில் சத்தியமூர்த்தி பேசினான்.

"சுவர்ணா..! அப்பா வீட்ல இருக்காரா..?"

சுவர்ணா மலர்ந்தாள். "வீட்லதான் இருக்கார்! என்னங்க.. இப்பத் தான் உங்களைப் பத்தி பேசிட்டிருந்தோம்..! நீங்களே போன் பண்ணிட்டீங்க.."

"என்ன விஷயம்..?"

"என்ன விஷயம்ன்னு மாமாவே சொல்லுவார்..!" சுவர்ணா முகம் நிறைந்த சிரிப்போடு சொல்லிக் கொண்டே கையிலிருந்த ரிஸீவரை மஹாதேவனிடம் கொடுக்க, அவர் வாங்கி காதுக்கு ஒற்றினார். முகத்தில் எந்த உணர்ச்சியும் இல்லாமல் "சொல்லு!"

என்றார்.

"என்னைப் பற்றி ஏதோ பேசிட்டிருந்தீங்களாமே ?"

"ம்."

"என்ன விஷயம்?"

"அது இருக்கட்டும்..! நீ இப்போ எதுக்காக போன் பண்ணி என்னைக் கேட்டே..?"

"உங்ககிட்டே பேசத்தான்..!"

"என்ன பேசணும்..?"

"யாரும் பக்கத்துல இல்லையே?"

"இல்லை.. சொல்லு..!"

"அப்பா! சாயந்தரம் வந்து உங்ககிட்டே பேசிக்கலாம்ன்னு இருந்தேன். பட்.. நேர்ல உங்களைப் பார்க்கும் போது எனக்குப் பேச்சு வராது. அதனால்தான் போன் பண்ணிச் சொல்லிடலாம்ன்னு..!"

"என்ன சொல்லப் போறே?"

"பவ்யாவை என்னால மறக்க முடியாதப்பா..! சுவர்ணாவை எப்படியாவது சமாதானப்படுத்தி அவளோட சம்மதத்தோட பவ்யாவை கல்யாணம் பண்ணிக்கப் போறேன்! நீங்க இந்த விஷயத்துல தலையிடாம தள்ளி நின்னு வேடிக்கை பார்க்கிறது உத்தமம்..!"

ரோகிணியின் குரலில் தெறித்த ஆவேசத்தைப் பார்த்து பலராமனும் கோதவரியும் சில கணங்கள் அதிர்ந்து போனார்கள்.

டாக்டர் அவளை கையமர்த்தினார்.

"ஓ.கே.. ஓ.கே.. ரோகிணி.. உனக்கு எந்த டென்ஷனும் வேண்டாம்.. உனக்கு விருப்பம் இல்லேன்னா அந்த வேலையை நாங்க பண்ண மாட்டோம்! மணிமாறனுக்கு நீ ரத்தத்தை மட்டும் குடு, போதும். உறவைப் புதுப்பிக்க உனக்கு விருப்பம் இல்லாத பட்சத்தில் நானோ கோதாவரியோ கட்டாயப்படுத்த மாட்டோம்" சொன்னா டாக்டர், தனக்கு முன்பாய் இருந்த இண்டர்காமில் ஒரு பட்டனைத் தட்டினார்.

"சிஸ்டர் ஸ்டெல்லா..! டோனர் ப்ளட் குடுக்க ரெடியாயிட்டாங்க.. வந்து கூட்டிட்டுப் போம்மா..!" பேசிவிட்டு ரிஸீவரை வைத்த அடுத்த நிமிஷம் நர்ஸ் வந்து ரோகிணியை அழைத்துப் போனாள். அவர்கள் அறையைத் தாண்டும் வரை மௌனம் காத்த டாக்டர் பலராமன் பிறகு தன் வாயைத் திறந்தார்.

"ஒரு பொண்ணுக்கு இவ்வளவு பிடிவாதம் இருக்கக் கூடாது..?

எந்தக் குடும்பத்துலதான் பிரச்னைகள் இல்லை..? சண்டை போடும்போது போட்டுக்க வேண்டியதுதான். மறுபடியும் சேர்கிற வாய்ப்புக் கிடைக்கும் போது சேர்ந்துக்க வேண்டியதுதான்..! மனிதனோட சராசரி ஆயுட்காலம் குறைஞ்சுட்டு வர்ற நேரத்துல இது மாதிரியான மனஸ்தாபங்களும், கோபங்களும் தேவைதானா?"

கோதாவரி, டாக்டரைப் பார்த்து சின்னதாய் ஒரு புன்னகை பூத்தாள். "ஸாரி டாக்டர்..! நீங்க நினைக்கிற மாதிரி ரோகிணி எளிதில் உணர்ச்சி வசப்பட்டு வாழ்க்கையைக் கெடுத்துக் கொள்கிற பெண் கிடையாது. வித்தியாசமான.. பட்.. புத்திசாலியான பெண். எனக்கு அவளைப் பற்றி நல்லாவே தெரியும். மணிமாறனோடு வாழ்ந்த நாட்கள் அவளுக்கு கசப்பான நாட்களாய் இருந்திருக்கலாம். மறுபடியும் அந்த நாட்களை அவள் அசை போட விரும்பலைன்னு நினைக்கிறேன்.." கோதாவரி சொல்லிக் கொண்டிருக்கும்போதே டாக்டரின் கதவைத் தட்டிவிட்டு ஸ்டாஃப் நர்ஸ் ஒருத்தி சற்றே பதட்டத்தோடு உள்ளே வந்தாள்.

"டாக்டர்.."

பலராமன் அவளை ஏறிட்டார்.

"எஸ்.."

"டாக்டர்! அந்த ஆக்ஸிடெண்ட் கேஸுக்கு கான்ஷியஸ் திரும்பியிருக்கு.."

வேகமாய் நாற்காலியைப் பின்னுக்குத் தள்ளிக் கொண்டு எழுந்தார் டாக்டர். "ஏதாவது பேசினாரா..?"

"பேசினார் டாக்டர்..! ஆனா அவருக்கே அவரை யார்ன்னு தெரியலை. எனக்கு என்னாச்சு.. எப்படி இங்கே வந்தேன்னு என்கிட்டயே கேட்டார். தன்னோட உடம்பைத் தானே தொட்டுக்கிட்டு மலங்க மலங்க விழிச்சுப் பார்க்கிறார். ஸீம்ஸ் டு.. பி.. சம்திங் அப்நார்மல் டாக்டர்.. நீங்க வந்து பார்க்கறீங்களா டாக்டர்..?"

பலராமன் கிளம்பினார். அவரோடு கோதாவரியும் புறப்பட்டாள். ஹாஸ்பிடலின் நீளமான வராந்தாவில் இரண்டு நிமிஷ நடை. ஐ.ஸி. யூனிட் வந்தது. ஏ.ஸியின் ஜில்லிப்பு யூனிட் முழுவதும் பரவியிருக்க, டாக்டர் மணிமாறனின் படுக்கைக்கு முன்பாய் வந்து நின்றார். தலையில் கனமான பாண்டேஜ் கட்டோடு மணிமாறன் மலங்க மலங்க விழித்தபடி நெளிந்தான். டாக்டரைப் பார்த்ததும் எழ முயன்று முடியாமல் கையை மட்டும் உயர்த்தினான். காய்ந்து போன உதடுகள் சிரமத்தோடு அசைய, 'டாக்டர்' என்ற வார்த்தை அவஸ்தையோடு வெளியே வந்தது. பலராமன் அவனுடைய கையைப் பற்றிக் கொண்டு புன்முறுவலோடு பேசினார்.

“பயப்படாதீங்க..! உங்களுக்கு ஒண்ணும் இல்லை.. ஒரு சின்ன ஆக்ஸிடெண்ட்.. அவ்வளவுதான்..! ரெண்டே நாள்ல சரியாயிடும்.. வீட்டுக்கும் உடனே போயிடலாம்..! உங்களைப்பத்திச் சொல்லுங்க.. நீங்க யாரு.. உங்க பேர் என்ன..? வீட்டு அட்ரஸைச் சொன்னா தகவல் அனுப்பி வீட்ல இருக்கிறவங்களை வரச் சொல்லலாம்..!”

“டா.. க்டர்..!”

“சொல்லுங்க.. உங்க பேர் என்ன?”

மணிமாறனின் கண்களில் நீர் திரண்டு ஒரு கண்ணாடித்தாள் போல் பளபளத்தது. “டா.. டாக்டர்.. நானும் கடந்த சில நிமிஷங்களாய்.. யோ.. யோசனை.. ப.. பண்ணிப் பண்ணிப் பார்க்கிறேன். நான் யா.. யார்ன்னு.. எ.. எ.. எனக்குத் தெ.. தெரியலை..? இது.. இது ஹாஸ்பிடல்ன்னு தெ.. தெரியுது.. நீ.. நீங்க ஒரு டாக்டர்ன்னும் புரியுது. மற்றபடி எதுவும் தெரியலை..!”

“உங்களுக்கு எப்படி ஆக்ஸிடெண்ட் நடந்ததுங்கிறது ஞாபகம் இருக்கா..?”

“இல்லை.. கொஞ்சம் கூட ஞாபகம் இல்லை.”

“நீங்க இன்னிக்குக் காலையில் வாக்கிங் போயிட்டு இருந்தப்ப ஒரு கார் உங்க மேல மோதி விபத்து ஏற்பட்டது. வாக்கிங் போன இடம்.. யுனைடெட் காலனிக்குப் பின்புறம் இருக்கிற பார்க் ரோடு.”

“எ.. எ.. எனக்கு எதுவும் ஞாபகம் இ.. இல்லை டாக்டர்.”

“உங்க பேர் மணிமாறன்.. அதாவது ஞாபகம் இருக்கா..?”

“மணிமாறன்..?”

“ம்..”

“ஸா.. ஸா.. ஸாரி டாக்டர்.. ஞாபகம் வரலை.. நான் யார்ன்னு யோசிச்சுப் பார்த்து.. பார்த்து.. எ.. எ.. என்னோட தலையே ஒரு பாறாங்கல்லு மாதிரி.. கனக்குது டாக்டர்..” அவனுடைய கண்களில் நீர் நிரம்பி பக்கவாட்டில் வழிந்து காதுகளை நனைத்தது.

டாக்டர் பலராமன் யோசிப்பாய் சில விநாடிகள் இருந்து விட்டு திடும்மென்று அந்தக் கேள்வியைக் கேட்டார்.

“ரோகிணியை உங்களுக்கு ஞாபகம் இருக்கா..?”

மணிமாறனின் கண்களில் சின்னச் சின்னதாய் இரண்டு மின்னல்கள்.

6

"உங்களுக்கு ரோகிணியை ஞாபகம் இருக்கா?" என்று டாக்டர் பலராமன் கேட்டதும் மணிமாறனின் கண்களில் சின்னதாய் இரண்டு மின்னல்கள் அடித்து விட்டு அந்த விநாடியே மறைந்தும் போயிற்று. மணிமாறனின் காய்ந்து போன உதடுகள் மட்டும் லேசாய் அசைந்தது. குரல் ஈனஸ்வரமாய் வெளிப்பட்டது.

"ரோ.. ரோகிணி..?"

"ம்.. ரோகிணி..! இந்தப் பெயர் உங்க காதில் விழுந்ததும் எந்தப் பொண்ணோட முகமாவது உங்களுக்கு ஞாபகம் வருதா?"

'இல்லை!' என்பது போல் தலையசைத்தான் மணிமாறன். டாக்டர் பலராமன் அவனுடைய தோளைத் தொட்டார்.

"இதோ பாருங்க.. மணிமாறன்! உங்களுக்கு ஏற்பட்டு இருக்கிற இந்தப் பிரச்னை தற்காலிகமானது. தலையில் அடிபட்ட அதிர்ச்சி மூளையில் உள்ள நியூரான்களுக்கு லேசா பாதிச்சிருக்கு.. இந்த நிலையில் நீங்க பதட்டப்படாமல் இருக்கணும். 'நான் யார்?' என்கிற கேள்வி இப்ப உங்க மனசுக்குள்ளே ஒரு வண்டு மாதிரி குடைஞ்சுட்டே இருக்கும். இதன் காரணமாய் உங்களுக்குள்ளே பதட்டம் அதிகமாகும். அந்தப் பதட்டம் உங்க ஹெல்த்தைப் பாதிக்கும். ஸோ நீங்க உங்களை ஸ்ட்ரெய்ன் பண்ணிக்காமே இருக்கணும். இன்னும் கொஞ்ச நேரத்துல நியூரோ சர்ஜன் ராஜாராமன் உங்களை வந்து பார்ப்பார். அவர் இது மாதிரியான கேஸ்களை நிறையவே பார்த்து குணப்படுத்தியிருக்கார்..!" சொன்ன டாக்டர், தனக்குப் பக்கத்தில் நின்றிருந்த நர்ஸைப் பார்த்தார்.

"ஒரு வேலியம் போட்டுரு. ரெஸ்டால் டேப்ளட்டை கண்டினியூ பண்ணு..!"

"எஸ்.. டாக்டர்.."

"இஃப் யூ ஃபைண்ட் எனி அப்நார்மல்ஸி இன் ஹிஸ் ஹெல்த் கண்டிஷன்.. இன்ஃபார்ம் மீ இம்மீடியட்லி."

நர்ஸ் பவ்யமாய் தலையாட்டி சற்றே பின்வாங்கி நிற்க, டாக்டர் பலராமனும், கோதாவரியும் அந்த ஐ.ஸி. யூனிட்டை விட்டு வெளியே வந்தார்கள். கோதாவரி படபடத்தாள்.

"என்ன டாக்டர்..! மணிமாறனோட கண்டிஷன் இப்படி இருக்கு.. இட் ஸீம்ஸ் டு பி ஸீரியஸ்.."

"ஸீரியஸ்தான்..! பட் அதை பேஷண்டுகிட்டே சொல்ல முடியாதே..? ஒரு விபத்து நடக்கும்போது நம் உடம்பில் எந்த பாகத்தில் அடிபட்டாலும் பரவாயில்லை. தலையில் மட்டும் அடிபடவே கூடாது. காரணம் மூளையைத் தவிர உடம்பின் மற்ற பாகங்களில் அடிபட்டு அந்த இடத்தில் உள்ள செல்கள் சிதைந்து போனாலும் 'மெட்டபாலிஸம்' முறையில் அந்த இடத்தில் புதிய செல்கள் உற்பத்தியாகும். ஆனால் மூளையில் மட்டும் ஒரு தடவை உற்பத்தியான செல்கள் அழிய நேரிட்டால், மறுபடியும் அந்த இடத்தில் புதிய செல்கள் தோன்றுவதில்லை. இதன் காரணமாய்த்தான் தலையில் அடிபட்டவர்கள் நீண்ட காலம் கோமா நிலையில் இருந்து இறந்து போக நேரிடுகிறது. மணிமாறன் உயிருக்கு ஆபத்து இல்லாது போனாலும் தான் யார்ன்னு தெரியாமே வாழறது ஒரு கொடுமையான தண்டனை..!"

"டாக்டர்! மணிமாறன்கிட்டே பேசும்போது இது தற்காலிகமான பிரச்னை தான்னு சொன்னீங்களே..?"

"ஒரு பேஷண்டுகிட்டே வேறு எப்படிப் பேச முடியும்? நியூரோ சர்ஜன் ராஜாராமன் வந்து மணிமாறனை டயாக்னைஸ் பண்ணிப் பார்த்தாத்தான் உண்மை நிலவரம் தெரியும்..! அது வரைக்கும் நாம எந்த ஒரு முடிவுக்கும் வர முடியாது. லெட் அஸ் வெயிட் அண்ட் ஸீ."

டாக்டர் சொல்லிக் கொண்டிருக்கும்போதே கோதாவரியின் செல்போன் ரிங்டோனை வெளியிட்டது. எடுத்து காதுக்குப் பொருத்தி 'எஸ்' என்றாள்.

"மேடம் கோதாவரி ராமாமிர்தம்?" ஒரு பெண் குரல்.

"ஹோல்டிங்."

"மேடம்..! கொஞ்ச நேரத்துக்கு முந்தி மணிமாறனைக் கேட்டு எனக்கு போன் பண்ணினீங்களே?"

கோதாவரி மலர்ந்தாள்.

"ஓ.. நீங்களா..? அந்த ஹவுஸ் ஓனரோட செல்போன் நெம்பர் கிடைச்சுதா..?"

"இல்ல மேடம்.. அவரோட நெம்பர் கிடைக்கலை. பட் மணிமாறனோட புது வீட்டு அட்ரஸ் ரெண்டு நிமிஷத்துக்கு முன்னாடி கிடைச்சுட்டது.."

"ஈஸிட்.. எப்படி..?"

"கொஞ்ச நேரத்துக்கு முந்தி இந்த ஏரியா போஸ்ட்மேனை பால் பூத்ல பார்த்தேன். மணிமாறன் வீட்டை காலி பண்ணிட்டுப்

போகும்போது 'தனக்கு ஏதாவது தபால் வந்தால் அதை 'ரீ டைரக்ட்' பண்ணச் சொல்லி புது அட்ரஸை போஸ்ட்மேன் கிட்டே கொடுத்துட்டுப் போயிருக்கலாமே!' என்கிற நினைப்பில் அவர்கிட்டே பேசிப் பார்த்தேன். அவர் உடனே மணிமாறனோட புது அட்ரஸைச் சொன்னார்."

ஆர்வம் ஒரு தீ ஜுவாலை மாதிரி கோதாவரியைப் பற்றிக் கொண்டது.

"ப்ளீஸ்! அந்த அட்ரஸைச் சொல்றீங்களா?"

"ம்.. நோட் பண்ணிக்குங்க.. நெம்பர் 227, பாரதி பூங்கா ரோடு, அகிலா கார்டன்ஸ், சென்னை 26."

"இந்த அட்ரஸுக்கு லேண்ட் மார்க் எது?"

"கமலா தியேட்டருக்கு எதிரில் இருக்கிற ரோட்டில் ரெண்டு கிலோ மீட்டர் தூரம் போனா அகிலா கார்டன்ஸ் வரும். கொஞ்சம் பாஷ் ஏரியா."

"அந்த போஸ்ட்மேன் டெலிபோன் நெம்பர் ஏதாவது கொடுத்தாரா..?"

"கேட்டுப் பார்த்தேன். இல்லைன்னு சொல்லிட்டார்."

"ஓ. கே. தேங்க்யூ..! நீங்க பண்ணின இந்த உதவியை நான் என்னிக்கும் மறக்க மாட்டேன்."

"நான் எதுவுமே பெரிசா பண்ணிடலை, பை.. த.. பை... மணிமாறன் இப்போ எப்படியிருக்கார்?"

"நோ ப்ராப்ளம்! ஹி ஈஸ் அவுட் ஆஃப் டேஞ்சர். ஒரு ஆப்ரேஷனைப் பண்ணினாப் போதும் ஹி வில் பி ஆல்ரைட்."

"ஐ.. விஷ் ஹிம் டு ஏ ஸ்பீட் ரெக்வரி."

"தேங்க்யூ..! செல்போனை அணைத்த கோதாவரி, டாக்டர் பலராமனிடம் திரும்பினாள். மணிமாறனின் புது அட்ரஸ் கிடைத்த விவரத்தைச் சொன்னாள். பலராமன் புன்னகைத்தார்.

"ஒரு பிரச்சனை சால்வ்ட்..! அந்த அட்ரஸைக் கொடுங்க கோதாவரி..! ஹாஸ்பிடலில் இருக்கிற ஆர்டர்லிகளில் யாராவது ஒருத்தரை அந்த அட்ரஸுக்கு அனுப்பி தகவல் கொடுத்துட்டு வரச் சொல்லலாம்."

"வேண்டாம் டாக்டர்..! நானே போய்ட்டு வர்றேன்!"

"நீங்க எதுக்குத் தேவையில்லாம போறீங்க.. கோதாவரி?"

"ரோகிணி இந்த விஷயத்தில் சம்பந்தப்பட்டு இருக்கிறதால இதை நாம கொஞ்சம் கவனமா டீல் பண்ணனும். டாக்டர்..!

அதுவுமில்லாமே உயிருக்கு ஆபத்து இல்லாமே போனாலும் மணிமாறனோட நிலைமை ரொம்பவும் க்ரிட்டிகல். தான் யார்ன்னு அவர்க்கே தெரியாத நிலைமை. இதை அவரோட பேமிலி மெம்பர்ஸுக்கு பக்குவமா எடுத்துச் சொல்லணும்..!''

டாக்டர் சின்னதாய் புன்னகைத்தார். "ஓ.கே. மிஸஸ் கோதாவரி.. இனிமே நான் என்ன சொன்னாலும் நீங்க நிக்க மாட்டீங்க. புறப்படுங்க.. ஒரு மணி நேரத்துக்குள்ளே வந்துடுவீங்க..?''

"ம்.. வந்துடுவேன்..! ரோகிணிகிட்டே ஒரு வார்த்தை சொல்லிடுங்க டாக்டர்..'' சொன்ன கோதாவரி, இடது புறமாய் பிரிந்த வராந்தாவில் நடந்து ஹாஸ்பிடலுக்கு முன் பக்கம் இருந்த கார் பார்க்கிங்கைத் தொட்டு தன் மாருதி எஸ்டீமைப் பொறுக்கிக் கொண்டாள். காரை நகர்த்தி ஹாஸ்பிடலுக்கு வெளியே வந்து, போக்குவரத்து குறைந்த ரோட்டில் கிட்டத்தட்ட பறந்தாள்.

சரியாய் இருபது நிமிஷம்!

கமலா தியேட்டர் வந்தது. எதிர் ரோட்டில் இரண்டு நிமிஷ பயணம். 'அகிலா கார்டன்ஸ் குடியிருப்போர் சங்கம் உங்களை வரவேற்கிறது' என்று சொன்ன ஆர்ச்சுக்குள் காரை நுழைத்தாள் கோதாவரி. அங்கேயிருந்த ஒரு மளிகைக் கடைக்கு முன்பாய் காரை நிறுத்தி பாரதி பூங்கா சாலை எது என்று கேட்டுத் தெரிந்து கொண்டு அடுத்த நிமிடமே எந்த ஒரு குழப்பமும் இல்லாமல் சாலையைப் பிடித்தாள். வரிசையாய் வீடுகள். வாசலில் மார்கழி மாத கோலங்கள். கோலங்களின் நடுவே சாணிப் பிள்ளையாரும், பூசணிப் பூக்களும் தெரிந்தன.

கோதாவரி காரை மெதுவாய் நகர்த்திக் கொண்டே போய் 227 எண்ணிட்ட வீட்டுக்கு முன்பாய் நிறுத்தினாள். வாசல் கதவில் 'எம். மணிமாறன் ஸ்டாக் எக்ஸ்சேஞ்ச்' என்ற பெயர்ப் பலகை தெரிந்தது.

காரினின்றும் இறங்கிய கோதாவரி மெல்ல நடந்து வாசற்ப டியேறினாள். கதவின் ஓரத்தில் இருந்த அழைப்பு மணியின் பொத்தான் மேல் கையை வைத்தாள்.

உள்ளே..

கிளிக்கூட்டம் கத்திக் கொண்டு பறந்தது. கதவு திறக்கப்பட காத்திருந்தாள் கோதாவரி.

மஹாதேவன் அதிர்ந்து போனவராய் டெலிபோன் ரிஸீவரை காதோடு ஒட்ட வைத்துக் கொண்டு, அப்படியே நின்றார். மனைவி திரிபுரசுந்தரியும், மருமகள் சுவர்ணாவும் சமையற்கட்டுக்குள் இருந்த காரணத்தால் சற்றே தைரியத்தை வரவழைத்துக் கொண்டு,

மறுமுனையில் இருந்த சத்தியமூர்த்தியிடம் கோபமாய்க் கேட்டார்.

"என்னடா சொன்னே..?"

"என்னால பவ்யாவை மறக்க முடியாதுன்னு சொன்னேன்! இதை நேர்ல உங்க முன்னாடி நின்னு சொல்ல எனக்கு தைரியம் போதாதுப்பா. அதனால்தான் போன் பண்ணிச் சொல்லிட்டிருக்கேன். நான் இன்னிக்குச் சாயந்தரம் கோர்ட்டிலிருந்து வீடு திரும்பும்போது நீங்க பிரச்னை பண்ணாமே இருந்தாலே போதும்..!

"டேய்.. சத்தியமூர்த்தி..! நீயா இப்படியெல்லாம் பேசறே?"

"அப்பா..! நான் இன்னும் ஸ்கூல் பையன் கிடையாது. நான் ஒரு லாயர். முப்பத்தி மூணு வயசாகுது. வாழ்க்கையில் எது நல்லது எது கெட்டதுன்னு எனக்கு நல்லாவே தெரியும். ஒரு ஆண் ரெண்டு கல்யாணம் பண்ணிக்கலாம்ங்கிறதை புராண காலத்திலிருந்தே நம்ம பெரியவங்க நியாயப்படுத்தி வந்து இருக்காங்க. இந்த உண்மையை நீங்க புரிஞ்சுகிட்டா போதும். என் மேல உங்களுக்குக் கோபம் வராது."

"என்னடா.. தப்பைப் பண்ணிட்டு அதை நியாயப்படுத்தறியா?"

"அப்பா..! நான் எந்தத் தப்பும் பண்ணலை. அது தப்பே இல்லாதபோது அதை நியாயப்படுத்த வேண்டிய அவசியமே இல்லை."

"சுவர்ணாவுக்கு இந்த விஷயம் தெரிஞ்சா என்னாகும் தெரியுமா?"

"ஒண்ணும் ஆகாது..'எனக்கு துரோகம் பண்ணிட்டீங்களே'ன்னு ரெண்டு நாளைக்கு அழுவா. ஒரு வாரத்துக்குப் பேசாம இருப்பா. பத்து நாளைக்கு சரியா சாப்பிட மாட்டா பதினைஞ்சு நாளைக்கு சரியா தூங்க மாட்டா. அதுக்கப்புறம் தனியா உட்கார்ந்து யோசனை பண்ணிப் பார்ப்பா. என்னோட பிடிவாதம் அவளுக்கு நல்லாவே தெரியும். நான் எந்த மாதிரியான முடிவுக்குப் போவேன்னு அவளுக்குத் தெரியும். அதனால ரெண்டு ராத்திரி யோசனைப் பண்ணிப் பார்த்துட்டு நான் பவ்யாவை கல்யாணம் பண்ணிக்கறதுக்கு பச்சைக் கொடி காட்டுவா!"

"டேய்! ஒரு பொண்ணை ஏமாத்தறது பெரிய பாவம்!"

"நீங்க சுவர்ணாவை மனசுல வெச்சுட்டு பாவம்ன்னு சொல்றீங்க. நானும் பவ்யாவை மனசுல வெச்சுட்டு பாவம்ன்னு சொல்றேன்!"

"வேண்டாண்டா.. சத்தியமூர்த்தி..! இந்தக் குடும்பம் இப்போ ஒரு நந்தவனம் மாதிரி இருக்கு.. எல்லாரும் அவங்கவங்க வேலையைப் பார்த்துகிட்டு சந்தோஷமாய் இருக்காங்க. இந்தக்

காலனியிலேயே எந்த ஒரு பிரச்னையும் இல்லாத குடும்பம்னா அது நம்ம குடும்பம்தான்! எல்லாத்துக்கும் மேலாய் உன்னோட தங்கை பூர்ணிமாவுக்கு ஒரு நல்ல வரன் வாய்ச்சிருக்கு. என்னோட ப்ரண்ட் ஒருத்தர் தெய்வசிகாமணின்னு பேர். ஒரு தடவை நம்ம வீட்டுக்குக் கூட வந்து இருக்கார். உன் கூட பேசியும் இருக்கார்.

அவர் கொஞ்ச நேரத்துக்கு முன் எனக்கு போன் பண்ணிப் பேசினார். நல்ல வரன். மரியாதைப்பட்ட குடும்பம். பையனோட தாத்தா ஹைகோர்ட் ஜட்ஜாய் இருந்து ரிடையரானவர். பையனோட அப்பா ஒரு பெரிய பிசினஸ்மேன். நாராயண் க்ரூப்ஸ்ன்னு நீ கேள்விப்பட்டு இருக்கலாம். அந்த கம்பெனிக்கு எம்.டியோட பையன் ஷ்யாம்பிரகாஷ் எம்.எஸ். படிச்சுட்டு அமெரிக்காவின் மின்னி சோட்டாவில் ஸாஃப்ட்வேர் என்ஜினீயராய் வேலை பார்க்கிறான். ஜாதகம் பொருத்தம் பார்த்து நாம ஓ.கே. சொல்லிட்டா, அடுத்தது கல்யாண வேலைகளை ஆரம்பிக்க வேண்டியதுதான்..! இந்த நேரத்துல போய் நீ இப்படியொரு..!''

மஹாதேவன் பேசப் பேச மறுமுனையில் சத்தியமூர்த்தி கோபமாய் குறுக்கிட்டான்.

''அப்பா..! இந்த வரன் வேண்டாம்.''

''ஏண்டா..?''

''பூர்ணிமாவோட கல்யாணத்துக்கு இப்ப என்ன அவசரம்? அவதான் படிச்சிட்டிருக்காளே?''

''படிச்சிட்டிருந்தா என்னடா..? ஒரு நல்ல வரன் தகையும் போது முடிச்சுட வேண்டியது தான். படிப்பைப் பார்த்தா முடியுமா?''

''அப்பா! பூர்ணிமாவுக்கு எப்போ கல்யாணம் பண்ணணும்ன்னு எனக்குத் தெரியும்! நீங்க கோயிலுக்கும் குளத்துக்கும் போய்ட்டு வந்துட்டிருங்க, போதும்..! பூர்ணிமாவுக்கு கல்யாணத்தைப் பண்ண னும்ன்னா கையில் நாலைஞ்சு லகரமாவது வேணும். கல்யாணம்னா சும்மாவா?''

''என்னடா..! இப்படிப் பேசறே..? இந்த சிட்டியில் நீ இன்னிக்கு லீடிங் லாயர். உன்கிட்டே இல்லாத பணமா?''

''என்கிட்டே பணம் இருந்தது உண்மைதான். அந்தப் பணத்தை வெச்சுதான் மலுமிச்சம்பட்டிக்குப் பக்கத்துல ஒரு தென்னந் தோப்பை வாங்கிட்டேனே?''

''டேய்.. சத்தியமூர்த்தி..! போன வாரம் நீ பேசிக்கிட்டு இருந்த பேச்சுக்கும் இந்த வாரம் நீ பேசற பேச்சுக்கும் நிறைய வித்தியாசம் இருக்கு. நீ பூர்ணிமாவுக்குக் கல்யாணத்தைப் பண்ணி வெப்பேங்கிற

நம்பிக்கையில் தானே என்னோட பி.எஃப். பணத்தையெல்லாம் எடுத்து இந்த வீட்டைக் கட்டக் கொடுத்தேன்..!"

"அதை யாரு இல்லேன்னு சொன்னாங்கப்பா? நீங்க பேங்க்ல போட்டிருந்த பத்து லட்ச ரூபாயை எடுத்து வீட்டைக் கட்ட கொடுத்தீங்க.. நான் ஒண்ணும் மறக்கலையே..? நீங்க திடீர்ன்னு பூர்ணிமாவுக்குக் கல்யாண ஏற்பாடுகளைப் பண்ணினா பணத்துக்கு நான் எங்கே போவேன்..? பூர்ணிமா மொதல்ல படிப்பை முடிக்கட்டும். அதுக்கப்புறமாய் வரன் பார்த்து கல்யாணத்தைப் பண்ணுவோம்.."

மஹாதேவன் கோபத்தோடு ஏதோ சொல்ல முயன்ற விநாடி, திரிபுரசுந்தரி சமையலறையினின்றும் வெளிப்பட்டாள்.

"என்னங்க இது..! டெலிபோன் ரிஸீவரை காதோடு காதாய் வெச்சுக்கிட்டு 'கிசு கிசு'ன்னு யார்க்கிட்டயோ பேசிட்டிருக்கீங்க.. போன்ல யாரு?"

"தெரிஞ்ச ஒருத்தர்..! அவர்க்கு பலமாய்ப் பேசினா காது கேட்காது.. அதான் கொஞ்சம் அடங்கின குரலில் பேசிட்டிருந்தேன்." சொல்லிக் கொண்டே ரிஸீவரைவைத்தார் மஹாதேவன்.

திரிபுரசுந்தரி அவரையே உற்றுப் பார்த்தபடி அவருக்கு முன்பாய் வந்து நின்றாள். "அது சரி..! உங்க முகம் ஏன் இப்படி இருக்கு?"

"எப்படி..?"

"வேர்த்துப் போய்.. இருட்டடிச்ச மாதிரி..?"

"அது.. அது.. ஒண்ணுமில்லை.. பூர்ணிமாவுக்குக் கல்யாணம்ன்னதும் மனசுக்குள்ளே ஒரே டென்ஷன்.."

"இதுல உங்களுக்கு என்ன டென்ஷன்?"

"என்ன சுந்தரி..! கல்யாணம்ன்னா சும்மாவா..? எவ்வளவு வேலைகள் இருக்கு..?"

"உங்களுக்கும், எனக்கும் ஒரு வேலையும் கிடையாது. எல்லாத்தையும், சத்தியமூர்த்தியும், சுவர்ணாவும் பார்த்துக்குவாங்க.."

சுவர்ணாவும் சிரித்தபடி சமையலறையினின்றும் வெளிப்பட்டாள். "ஆமா.. மாமா..! இந்த வீட்டுக்கு மருமகள் நான். உங்க மகனும் நானும் இருக்கும்போது உங்களுக்கு எதுக்கு டென்ஷன்..? நீங்க அந்த ஈஸிச்சேரில் சாய்ந்து உட்கார்ந்துட்டு நாங்க என்ன பண்ணணும்ன்னு உத்தரவு போடுங்க. அதை நாங்க பண்ணிட்டே இருப்போம். பூர்ணிமாவுக்கு இப்படி ஒரு வரன் அமையறது ரொம்பவும் கஷ்டம். எப்படியும் இந்த சம்பந்தத்தைப் பேசி முடிச்சுருங்க மாமா..!"

சுவர்ணா பேசப் பேச மஹாதேவனின் கண்களில் நீர் அரும்பி பளபளத்தது.

“அடடா..! என்ன மாமா இது..?”

“ஒ.. ஒ.. ஒண்ணுமில்லேம்மா..!” வேஷ்டியின் நுனியால் கண்களை ஒற்றிக் கொண்டார்.

சுவர்ணா, திரிபுரசுந்தரியின் பக்கம் திரும்பினாள்.

“அத்தே..! மாமா.. இன்னிக்கு சரியில்லை.. கொஞ்சம் ஸ்பெஷலாய் கவனிங்க..!”

“அதானே! இவர்க்கு இன்னிக்கு என்னாச்சு?”

திரிபுரசுந்தரி தன் சதைப்பிடிப்பான தாடையில் இடது கையின் ஆட்காட்டி விரலை வைத்து ஆச்சர்யப்பட்டுக் கொண்டு இருக்கும் போதே...

வாசலில் அழைப்பு மணி சத்தம் கேட்டது.

“காய்கறிக்காரி வந்துட்டாள்ன்னு நினைக்கிறேன்..!”

சுவர்ணா சொல்லிக்கொண்டே போய் கதவை நெருங்கித் தாழ்ப்பாளை விலக்கினாள்.

வெளியே...

பவ்யா.

7

கோதாவரி பொறுமையாய் ஒரு நிமிடம் காத்திருந்த பின் கதவு மெல்லத் திறந்தது. நடுத்தர வயதில் ஒரு பெண் தெரிந்தாள். சமையற்கட்டில் வேலையாய் இருந்ததற்கு அடையாளமாய் வலது கையில் சட்டுவமும், இடது கையின் முழங்கைப் பகுதியில் இட்லி மாவுத் தீற்றலும் தெரிந்தது. நெற்றிப் பரப்பில் பொடி வியர்வை.

“யார் வேணும்?”

“இது மணிமாறன் வீடுதானே?”

“ம்.. அவர் மாடிப் போர்ஷனில் குடியிருக்கார். வீட்டுக்குப் பின்புறம் போனா மாடிப்படிகள் இருக்கும். ஆனா இப்ப அவர் வீட்ல இல்லைன்னு நினைக்கிறேன். காலையில் எந்திரிச்சி வாக்கிங் போனவர் இன்னமும் வரல.”

“அவரோட வீட்ல வேற யாராவது இருக்காங்களா?”

“யாரும் இல்லை.. மாடிப் போர்ஷன்ல அவர் மட்டும் தான் இருக்கார்.”

“நீங்க..?”

“இந்த வீட்டுக்கு ஹவுஸ் ஓனர்..!” சொன்ன அந்தப் பெண் கோதாவரியைப் பார்வையால் அளந்தபடி கேட்டாள்.

“நீங்க மணிமாறனுக்கு ரிலேட்டிவ்வா?”

“இல்லை..! என் பேர் கோதவரி. ப்ளட் டோனர் அஸோசியேஷனுக்கு பிரஸிடெண்ட்டாய் இருக்கேன். இன்னிக்குக் காலையில் மணிமாறன் வாக்கிங் போனபோது ஒரு ஆக்ஸிடெண்டில் சிக்கி இப்போ ஹாஸ்பிடலில் இருக்கிறார்..!”

“அய்யய்யோ..!” என்று அந்தப் பெண் முகம் மாறிப் பதற, கோதாவரி குறுக்கிட்டாள்.

“நத்திங் டூ சீரியஸ்.. உயிருக்கு எந்த ஆபத்தும் இல்லை. அவர் ஹாஸ்பிடல்ல இருக்கிற விஷயத்தை அவரோட வீட்டு மெம்பர்ஸுக்குத் தெரியப்படுத்தி கூட்டிட்டு போலாம்ன்னு வந்தேன்..! உடனடியாய் ஒரு ஆப்ரேஷன் பண்ண வேண்டியிருக்கு. பேமிலி மெம்பர்ஸ் யாராவது கையெழுத்துப் போட்டாத்தான் அந்த ஆப்ரேஷனைப் பண்ண முடியும்ன்னு டாக்டர் சொல்றார்..!”

அந்தப் பெண் இப்போது பதட்டம் சற்றுத் தணிந்தவளாய்

பேச ஆரம்பித்தாள். "மணிமாறன் இங்கே குடி வரும்போதே ஒண்டியாத்தான் வந்தார். தனக்கு அப்பா அம்மா இல்லைன்னும் இருந்த மனைவியும் விஷக்காய்ச்சலில் இறந்துவிட்டதாகவும் சொன்னார்.. நல்ல டைப்பா தெரிஞ்சதாலே வீடு கொடுத்தோம். மாடிப் போர்ஷனுக்கு அவர் குடிவந்து ரெண்டு மாசம் தான் ஆச்சு."

"மணிமாறனுக்கு ப்ரெண்ட்ஸ் யாராவது உண்டா?"

"பக்கத்து தெருவில் டோர் நெம்பர் இருபத்து மூணில் சம்பத்குமார்ன்னு ஒரு புரபசர் இருக்கார். அவர்தான் மணிமாறனுக்கு ப்ரெண்ட்."

"சரி.. நான்.. அவரைப் போய்ப் பார்க்கிறேன்.. பேர் என்ன சொன்னீங்க.. சம்பத்குமாரா..?"

"ஆமா..!" தலையாட்டிய அந்தப் பெண் மறுபடியும் கவலையாய்க் கேட்டாள்.

"மணிமாறனோட உயிருக்கு எந்த ஆபத்தும் இல்லையா?"

"இல்லை.. அவர் அபாயக் கட்டத்தைத் தாண்டிட்டார்."

"எந்த ஹாஸ்பிடல்?"

"ஜேஸ்மின் ஹாஸ்பிடல்."

"இப்ப ஹாஸ்பிடலுக்கு வந்தா அவரைப் பார்க்க முடியுமா..?"

"இப்ப வேண்டாம்.. சாயந்தரம் வாங்க.. ஐ.ஸி. யூனிட்டுக்குள்ளே யாரையும் அலவ் பண்ண மாட்டாங்க.."

கோதாவரி அந்தப் பெண்ணிடம் விடை பெற்றுக் கொண்டு பக்கத்துத் தெருவில் இருந்த சம்பத்குமார் வீட்டைக் கண்டு பிடித்து வாசலைத் தொட்டபோது கதவில் தொங்கிய பெரிய சைஸ் பித்தளை பூட்டு "ஹாய்!" என்றது.

திகைத்துப் போய் சுற்றும்முற்றும் பார்த்துக் கொண்டிருந்த கோதாவரியை அந்த மொபைல் இஸ்திரி வண்டிக்காரரின் குரல் ஈர்த்தது.

"புரபசர் அய்யாவைப் பார்க்க வந்தீங்களாம்மா?"

"ஆமா..!"

"அவர் குடும்பத்தோடு வெளியூர் போயிருக்காரம்மா. வர்றதுக்கு ஒரு வாரமாகும்..!"

கோதாவரிக்குச் 'சே!' என்று அலுத்துக் கொள்ளத் தோன்றியது. 'இந்த மணிமாறன் விஷயத்தில் காலையிலிருந்து எவ்வளவு டென்ஷன்..? உருப்படியாய் ஒரு தகவலும் கிடைக்கவில்லை..!'

காரில் ஏறி அதைக் கோபமாய் விரட்டிக் கொண்டு ஹாஸ்பிடலுக்கு

வந்து சேர்ந்து டாக்டர் பலராமனை அவருடைய அறையில் சந்தித்து விஷயத்தைச் சொன்ன போது, அவர் மெல்லச் சிரித்தார்.

“ப்ளட் டோனர்ஸ் அஸோசியேஷன் பிரசிடெண்ட் போஸ்ட்டை ரிசைன் பண்ணிட்டு யோகா க்ளாஸுக்குப் போயிடறது பெட்டர்ன்னு இப்ப உங்களுக்குத் தோணியிருக்குமே..?”

“தோணிச்சு டாக்டர்..! ஒரு ஆக்ஸிடெண்ட் கேஸுக்கு ப்ளட் கொடுத்தோமா.. போனோமான்னு இல்லாமே இது புதுவகை அவஸ்தையாய் இருக்கு டாக்டர்..! ரோகிணிக்காக இதையெல்லாம் நான் பண்ண வேண்டியிருக்கு. அந்தப் பெண் ஒரு ஜெம் டாக்டர். விலை மதிப்பில்லாத வைரக் கல். அந்த வைரக் கல்லை மணிமாறன் தூக்கி எறிஞ்சி இருக்கான்னா அவன் நிச்சயமாய் நல்லவனா இருக்க முடியாது டாக்டர். மனைவி விஷக்காய்ச்சலில் இறந்துவிட்டதாய் ஹவுஸ் ஓனர்கிட்டே பொய் சொல்லியிருக்கான். இப்படிப்பட்ட ஒருத்தனுக்கு ரோகிணி ப்ளட் தர்றதே பெரிய பாவம் டாக்டர்..!”

“யூ.. மே.. பி.. கரெக்ட் கோதாவரி..! இப்ப என்ன பண்ணலாம்..? இது ஆக்ஸிடெண்ட் கேஸ்ன்னு சொல்லி மணிமாறனை ஜி.ஹெச்சுக்கு அனுப்பிடலாமா..?”

“எதுக்கும் ரோகிணிகிட்டே ஒரு வார்த்தை கேட்டுக்கலாம்.”

“ரோகிணி இதுக்கு சரின்னு தான் சொல்லப் போறா!” இருந்தாலும் ஒரு வார்த்தைக் கேட்டுக்கறது நல்லது இல்லையா..? என்னதான் லீகலா டைவர்ஸ் கிடைச்சாலும் ஒரு சந்தர்ப்பத்தில் ரெண்டு பேரும் கணவன் மனைவியாய் இருந்தவங்கதானே..? தன்னை யார்ன்னே தெரியாத மனநிலையில் மணிமாறன் இருக்கும்போது எந்த மனைவிக்குத்தான் விரோதம் பாராட்டத் தோணும்..? ரோகிணியைக் கூப்பிடுங்க. கேட்டுடலாம்..!”

“நான் உள்ளே வரலாமா டாக்டர்..?”

அறைக்கதவருகே குரல் கேட்டு கோதாவரியும் டாக்டரும் திரும்பிப் பார்த்தார்கள்.

ரோகிணி நின்றிருந்தாள்.

கோதாவரி மலர்ந்தாள். “வாம்மா! உன்னைப் பத்தித் தான் பேசிட்டிருந்தோம். நீயே வந்துட்ட.... இப்பதானே ப்ளட் கொடுத்து இருக்கே.. கொஞ்ச நேரம் ரெஸ்ட் எடுத்துக்கக் கூடாதா..?”

“ரெஸ்ட் எடுத்தாச்சு மேடம்.. ஒரு டம்ளர் நிறைய ஆரஞ்சு ஜூஸும் சாப்பிட்டாச்சு..! ஐயாம் ஆல் ரைட்..!”

“சரி..! உட்கார் ரோகிணி.. உன்கிட்டே கொஞ்சம் பேசணும்!”

"நீங்களும் டாக்டரும் என்கிட்டே பேசப் போகிற விஷயம் என்னன்னு எனக்குத் தெரியும் மேடம்..! அந்த மணிமாறனைப் பத்திதானே..?"

"ஆமா..! அவரோட குடும்பத்துக்கு வேண்டியவங்க யாருமில்லை. மணிமாறன் தங்கியிருக்கிற புது வீட்டு அட்ரஸுக்கு போய்ப் பார்த்தேன். அவர் மட்டுந்தான் தனியாய் இருந்து இருக்கார். ஸோ எந்த உறவும் இல்லாத அவரை இந்த ஹாஸ்பிடலில் வெச்சு ட்ரீட்மெண்ட் குடுக்க முடியாதுன்னு டாக்டர் சொல்றார்."

ரோகிணி டாக்டரை ஏறிட்டாள்.

"அப்படியா டாக்டர்..?"

"ஆமாம்மா..! எந்த சொந்தமும் இல்லாத ஒரு பேஷண்ட்டை அதுவும் ஒரு ஆக்ஸிடெண்ட் கேஸை ஒரு தனியார் ஹாஸ்பிடலில் வைத்து ட்ரீட்மெண்ட் தர்றது சட்டப்படி சரியானது அல்ல. அது பின்னாடி பல பிரச்னைகளைக் கொடுக்கும். அதனால போலீஸுக்கு முறைப்படி இன்ஃபார்ம் பண்ணி, ஜி.ஹெச்ல அட்மிட் பண்ணிடலாம்ன்னு இருக்கேன். நீ என்னம்மா சொல்றே..?"

ரோகிணி தன் தோளில் மாட்டியிருந்த கைப்பையின் ஜிப்பை பிரித்து உள்ளேயிருந்த செக் புக்கை எடுத்தாள். செக்கின் ஒரு தாளில் கையெழுத்தை மட்டும் போட்டு தொகையைப் பூர்த்தி செய்யாமல் அந்த செக் தாளைக் கிழித்து டாக்டரிடம் நீட்டினாள்.

டாக்டர் திகைத்தார்.

"என்னம்மா.. இது..?"

"மணிமாறனுக்கு இதே ஹாஸ்பிடலில் வெச்சு நீங்க ட்ரீட்மெண்ட் தரணும். அதுக்கான ஃபீஸ் எவ்வளவுன்னு எனக்குத் தெரியாது. அது எவ்வளவு பெரிய தொகையா இருந்தாலும் பரவாயில்லை டாக்டர். மணிமாறன் குணமாகணும்..!"

கோதாவரி ரோகிணியை வியப்பாய் பார்த்தாள். "ரோகிணி! உன்னை என்னால புரிஞ்சுக்க முடியலை. கொஞ்ச நேரத்துக்கு முந்தி மணிமாறனுக்கு ஆப்ரேஷன் பண்றதுக்காக உன்கிட்டே ஒப்புதல் கையெழுத்துக் கேட்டபோது கையெழுத்துப் போட மாட்டேன்னு சொன்னே. இப்ப என்னடான்னா மணிமாறனைக் குணப்படுத்த பணம் தர்றே.. நீதான் மணிமாறனை டைவோர்ஸ் பண்ணிட்டியே அப்புறமும் எதுக்காக இந்த அன்பும் கரிசனமும்?"

ரோகிணியின் இதழ் கோடியில் ஒரு புன்னகை அவசரமாய் அரும்பி அதே அவசரத்தில் காணாமல் போயிற்று.

"இது அன்பு இல்லை மேடம்.. அம்பு..!"

“அம்பா..?”

“ம்.. அம்பேதான்..! சட்டப்படி டைவோர்ஸ் கிடைச்சு நானும் மணிமாறனும் பிரிஞ்சுட்டாலும் எனக்கும் அவர்க்கும் மத்தியில் தீர்க்கப்படாத கணக்கு ஒண்ணு இருக்கு.. அதுக்கான தீர்வு கிடைக்கணும்ன்னா மணிமாறன் உயிரோடும், தெளிவோடும் இருக்கணும், அவருக்கு இப்போ ஏற்பட்ட விபத்துக் காரணமாய், தான் யார்ன்னே அவருக்குத் தெரியலை. இப்படிப்பட்ட நிலைமையில் அவர் இருக்கக் கூடாது. தான் யார்ன்னு அவர்க்குத் தெரியணும். அவரோட கடந்த கால வாழ்க்கையின் ஒவ்வொரு நிமிஷமும் அவர்க்கு ஞாபகம் வரணும்!”

“அதனால உனக்கு என்ன லாபம் ரோகிணி?”

“அவருக்கு நஷ்டம்னா எனக்கு லாபம்தானே..?”

“எனக்குப் புரியலை..”

“போகப் போகப் புரியும் மேடம்..!” சொன்ன ரோகிணி டாக்டரிடம் திரும்பினாள். “டாக்டர்! மணிமாறனுக்கு என்ன ட்ரீட்மெண்ட் தரணுமோ, அதை இன்னியிலிருந்தே ஸ்டார்ட் பண்ணுங்க..!”

டாக்டர் புன்னகைத்தார். “மணிமாறனுக்கு ட்ரீட்மெண்ட் தர்றதைப் பற்றி எனக்கு எந்த ஆட்சேபணையும் இல்லேம்மா.. பட், அவர் பழைய நிலைமைக்குத் திரும்பி தான் யார்ங்கிறதைப் புரிஞ்சுக்கணும்னா உன்னோட ஒத்துழைப்பு பெரிய அளவில் வேண்டியிருக்கும்..!”

“என்னோட ஒத்துழைப்பா..?”

“ம்..!”

“எதுக்கு டாக்டர்..?”

“மணிமாறன் யாரு.. எப்படிப்பட்டவர், அவரோட குணாதிசயங்கள் என்னன்னு எனக்குத் தெரியாதே..? அதையெல்லாம் நீ எனக்கும் சொல்லணும். நீ சொல்லப் போகிற விஷயங்களை அடிப்படையாய் வெச்சுக்கிட்டுத்தான் நான் ட்ரீட்மெண்ட்டை ஸ்டார்ட் பண்ணனும். அது தவிர..!” டாக்டர் பேச்சை நிறுத்திவிட்டு ரோகிணியைப் பார்க்க, அவள் கேட்டாள்.

“சொல்லுங்க டாக்டர்..! அது தவிர..?”

“நீ தினசரி ஒரு மணி நேரமாவது இந்த ஹாஸ்பிடலுக்கு வந்து மணிமாறனோடு பேசணும், பழகணும் அதாவது மணிமாறனோட நினைவுகளைக் கிளறணும்..!”

ரோகிணி மௌனம் சாதித்தாள்.

“என்ன பேச்சையே காணோம்?”

“நான் அவசியம் வரணுமா டாக்டர்?”

“கண்டிப்பா வரணும்..! நீ தர்ற ஒத்துழைப்பைப் பொறுத்துத்தான் மணிமாறனோட ரெக்கவரியும் இருக்கும்..!”

“வர்றேன் டாக்டர்..!”

“ட்ரீட்மெண்ட் பீரியட் ரெண்டு மாசத்திலிருந்து மூணு மாசத்துக்குள்ளே இருக்கும். மணிமாறனுக்கு தான் யார்ங்கிற உண்மை புரியும் காலம் கொஞ்சம் ரிஸ்க்கானது. அதையும் நீ ஃபேஸ் பண்ணத் தயாராய் இருக்கணும்!”

ரோகிணி மௌனமாய் தலையாட்ட, டாக்டர் தன்கையில் இருந்த ப்ளாங்க் செக்கை அவளிடம் நீட்டினார்.

“ட்ரீட்மெண்ட் முடியாமே நான் செக்கை வாங்கிக்கறது இல்லை. மணிமாறன் குணமாகி டிஸ்சார்ஜாகிப் போகும் போது என்னோட ஃபீஸை நான் வாங்கிக்கறேன்! இந்தா.. உன்னோட செக்.”

தயங்கிக்கொண்டே ரோகிணி செக்கை வாங்கிக் கொண்ட விநாடி அவளுடைய கைப்பையில் இடம் பிடித்து இருந்த செல்போன் ரிங்டோனை வெளியிட்டது எடுத்து காதுக்குப் பொருத்தி “எஸ்..” என்றாள்.

“நான் வினோத்” என்றது மறுமுனை.

“சொல்லு!”

“நான் உனக்குக் கொடுத்த கெடு இன்னைக்கு சாயந்திரம் அஞ்சு மணியோடு முடியுது. நீ என்ன முடிவு எடுத்திருக்கே ரோகிணி?”

கதவைத் திறந்த சுவர்ணா, வாசற்படியில் பவ்யா நிற்பதைப் பார்த்ததும் யார் என்று திகைத்துப் பின் மலர்ந்தாள்.

“ஓ.. நீங்களா.. வாங்க.. வாங்க..! அவர் கோர்ட்டுக்குக் கிளம்பி போயிட்டாரே?”

“நான் அவரைப் பார்க்க வரலை..”

“பின்னே..?”

“என்னோட ஹேண்ட்பேக்கை இங்கேயே வெச்சுட்டுப் போயிட்டேன். ஆட்டோவில் பாதி தூரம் போன பிறகு தான் ஞாபகத்துக்கு வந்தது.”

“ஓ.. அப்படியா.. உள்ளே வாங்க..! அவர் கோர்ட்டுக்குக் கிளம்பிப் போன பின்னாடி நான் அவர் ரூம் பக்கமே போகலை.

போயிருந்தா பேக் இருந்தது தெரிஞ்சு இருக்கும்..” சொல்லிக் கொண்டே சுவர்ணா உள்ளே போக, பவ்யா அவளைப் பின் தொடர்ந்தாள். ஹாலில் மஹாதேவன், திரிபுரசுந்தரி நிற்பதைப் பார்த்ததும் கைகளைக் குவித்தாள்.

“மன்னிக்கணும்.. உங்களுக்குத் தொந்தரவு தர்றேன்!”

திரிபுரசுந்தரி புன்னகைத்தாள். “இதுல என்னம்மா தொந்தரவு.. போய் ஹேண்ட்பேக்கை எடுத்துக்கோம்மா..!”

மஹாதேவன் பவ்யாவைப் பொருட்படுத்தாமல் வேறு எங்கேயோ பார்த்துக் கொண்டு நிற்க, அவள் சுவர்ணாவைத் தொடர்ந்து சத்தியமூர்த்தியின் அறைக்குள் நுழைந்தாள்.

டேபிளுக்குப் பின்புறம் இருந்த நாற்காலியின் முதுகில் அந்தப் பாசிமணிகள் கோர்த்த ஹேண்ட் பேக் தொங்கிக் கொண்டிருந்தது.

சுவர்ணா அந்த பேக்கைக் கையில் எடுத்தாள். “பேக் ரொம்பவும் நல்லாயிருக்கே..! இதே மாதிரியான ஒரு பேக்கை நானும் வெச்சிருந்தேன். அது பேரட் க்ரீன் கலர். என்னோட கணவர் ஒரு கேஸ் விஷயமா ஹைதராபாத் போயிருந்தபோது வாங்கிட்டு வந்தார்.”

‘எனக்கும் அவர்தான் வாங்கி வந்தார்!’ என்று மனசுக்குள் சொல்லிக் கொண்டே ஒரு புன்னகையோடு சுவர்ணாவைப் பார்த்த பவ்யா “இது சென்னை ஸ்பென்ஸர் ப்ளாஸாவில் வாங்கினது..” என்றாள்.

“என்ன விலை..?”

“இருநூற்றி அம்பது..”

“அவரும் ஹைதராபாத்திலிருந்து இதே விலைக்குத் தான் வாங்கிட்டு வந்தார். வாங்கிட்டு வந்ததுன்னுதான் பேரு.. அதை நான் யூஸ் பண்ணக்கூட இல்லை. ஊரிலிருந்து வந்த என் சித்தியோட பொண்ணு அந்த பேக்கைப் பார்த்துட்டு ‘அக்கா இதை நான் எடுத்துக்கட்டுமா’ன்னு கேட்டதும் நானும் பைத்தியம் மாதிரி சரின்னு தலையை ஆட்டிட்டேன். அவ எடுத்துட்டுப் போயிட்டா. ராத்திரி அவர்கிட்டே நல்லா திட்டு விழுந்தது..!”

“அடடே..! இந்த ஹேண்ட் பேக்குக்குப் பின்னாடி இப்படி ஒரு குட்டிக்கதை இருக்கா..! மிஸஸ் சுவர்ணா..! நீங்க வேணும்னா இந்த ஹேண்ட்பேக்கை எடுத்துக்கோங்களேன்.. நான் வேற ஒண்ணு வாங்கிக்கறேன்..!”

“அய்யய்யோ.. அதெல்லாம் வேண்டாங்க.. அதுக்கப்புறம் அவர் எனக்கு வேற ஒரு லெதர் பேக்கை வாங்கிக் கொடுத்துட்டார்”

சுவர்ணா சொல்லிக் கொண்டிருக்கும் போதே சமையலைறயிலிருந்து குக்கர் விசில் கொடுக்கவே, "ஒரு நிமிஷம் உட்காருங்க.. இப்ப வந்துடறேன்..!"

சுவர்ணா சமையலறையை நோக்கிப் போனாள்.

பவ்யா அங்கிருந்த நாற்காலியில் சாய்ந்து உட்கார்ந்து ஹேண்ட் பேக் ஜிப்பைப் பிரித்து உள்ளேயிருந்த வட்டக் கண்ணாடியை எடுத்து முகம் பார்த்து, தலைமுடியையும், ஸ்டிக்கர் பொட்டையும் சரி செய்து கொள்ள ஆரம்பித்தாள்.

நிமிஷ நேரம் கூட இல்லை.

பின்னால் யாரோ வந்து நிற்பது போன்ற உணர்வு.

திரும்பிப் பார்த்தாள்.

மஹாதேவன்.

8

மஹாதேவனைப் பார்த்ததும் பவ்யா மரியாதை நிமித்தம் தயக்கமாய் எழுந்து நின்றாள். இரண்டு கைகளையும் அவசர அவசரமாய் குவித்து ஒரு 'வணக்கம்' சொன்னாள். அவளுடைய வணக்கத்தைப் பொருட்படுத்தாத மஹாதேவன் ஒரு நிஷ்டூரப் பார்வையோடு கேட்டார்.

"உனக்கு சொந்த ஊர் எது..?"

"தர்மபுரி ஸார்..!"

'தர்மபுரியில் பொறந்துட்டு இப்படியொரு அதர்மமான காரியத்தைப் பண்ணிட்டு இருக்கியே.. இது எந்த விதத்தில் நியாயம்?' என்று கேட்க நினைத்தவர், திரிபுரசுந்தரி மறுபடியும் அறைக்குள் நுழைவதைப் பார்த்ததும் சட்டென்று வாயை மூடிக் கொண்டார்.

திரிபுரசுந்தரி அவரை ஏறிட்டாள்.

"என்னங்க..?"

"ம்..!"

"உங்களைப் பார்க்க எதிர்த்த வீட்டு நந்தகோபால் வந்து இருக்கார்."

"எதுக்கு..?"

"எதுக்குன்னு நான் கேட்க முடியுமா..? மனுஷன் உங்களைப் பார்க்க வந்து இருக்கார்ன்னா ஏதாவது முக்கியமான விஷயமாய்த்தான் இருக்கும். போய் என்னன்னு கேளுங்க..!"

மஹாதேவன் ஒரு எரிச்சலான பார்வையை திரிபுரசுந்தரியின் மேல் வீசிவிட்டு அறையினின்றும் வெளியேறி ஹாலைக் கடந்து வீட்டின் முன்புறம் இருந்த வரவேற்பறைக்குள் நுழைந்தார். சோபாவுக்கு சாய்ந்து உட்கார்ந்திருந்த நந்தகோபால் எழுந்தார்.

"மன்னிக்கணும் மஹாதேவன்..! வீட்டுக்குள்ளே ஏதாவது முக்கியமான வேலையாய் இருந்தீங்களா..?"

"அதெல்லாம் ஒண்ணுமில்லை..! உட்காருங்க..!" மஹாதேவன் சோபாவைக் காட்டிவிட்டு எதிரேயிருந்த பிரம்பு நாற்காலிக்கு தன்னுடைய உடம்பைக் கொடுத்தார். என்ன என்பது போல்

பார்த்தார்.

“சொல்லுங்க நந்தகோபால்.. என்ன விஷயம்?”

“ஒரு பத்து நிமிஷம் பேசலாமா?”

“ம்..!”

“நம்ம காலனியில் இருக்கிற ஆபத்சகாய விநாயகர் கோயிலுக்கு ஒரு காம்பௌண்ட் சுவர் கட்ட வேண்டிய அவசியம் வந்தாச்சு.. அதைப்பத்தி உங்ககிட்ட பேசிட்டுப் போலாம்ன்னுதான் வந்தேன்.”

“கோயில் காம்பௌண்ட் சுவர்க்கு இப்ப என்ன அவசியம்?”

நந்தகோபால் புன்னகைத்தார். பிறகு குரலைத் தாழ்த்திக் கொண்டு மெல்லப் பேச்சை ஆரம்பித்தார். “மஹாதேவன்! கோயில் இப்போ காலனியோட கடைசில கொஞ்சம் ஒதுக்குப்புறமாக இருக்கிறதால ராத்திரி வேலைகள்ல சில பேர் வந்து அங்கேயே படுத்துக்கறாங்க. அப்படி வர்றவங்க நல்லவங்களாகவும் தெரியலை. பீடி, சிகரெட் குடிக்கிறாங்க, செருப்புக் காலோட நடக்கிறாங்க. அதனாலே அந்தக் கோயிலைச் சுத்தியும் காம்பௌண்ட் சுவர் கட்டிட்டோம்னா உள்ள யாரும் வரமாட்டாங்க!”

மஹாதேவனுக்கு அப்போது இருந்த மனநிலையில் லேசாய் கோபம் வந்தது. ‘கோயில் காம்பௌண்ட் சுவர் கட்டுவதைப் பத்திப் பேச இதுவா.. நேரம்..?’

உள்ளே பவ்யா திரிபுரசுந்தரியோடு ஏதோ சிரித்துப் பேசுவது காதில் விழுந்தது. உடம்பு முழுவதும் அமிலம் பட்ட தினுசில் எரிச்சல்.

“என்ன மஹாதேவன்! பேச்சையே காணோம்? நான் சொன்னது சரியா.. இல்லை..?”

“அ.. அ.. அது வந்து ஒண்ணுமில்லை.. கோயிலைச் சுத்தி காம்பௌண்ட் சுவர் கட்டறதுன்னா நிறைய செலவாகுமேன்னு யோசனை பண்ணிட்டிருந்தேன்..!”

“செலவுதான்..! வேற வழியில்லை.. கோயில் சுத்தமாய் இருக்கணும்ன்னா இந்தச் செலவைப் பண்ணித்தான் தீரணும்.. நான் எனக்குத் தெரிஞ்ச ஒரு என்ஜினீயர் கிட்டே கோயில் பிளானைக் குடுத்து காம்பௌண்ட் சுவர் கட்ட எவ்வளவு தொகை பிடிக்கும்ன்னு ஒரு எஸ்டிமேஷன் கேட்டுப் பார்த்தேன். ஐம்பதாயிரம் ரூபாய் ஆகும்ன்னு சொன்னார். நம்ம அஸோசியேஷன்ல ஃபண்ட்ஸ் இல்லை. காலனி பீப்பிள் கிட்டேதான் கலெக்ட் பண்ணனும்!”

“தருவாங்களா?”

“கோயில் காரியம். தராமலா போயிருவாங்க? இது சம்பந்தமாய்ப் பேச ஒரு மீட்டிங் போட்டா பரவாயில்லை. அஸோசியேஷன் பிரசிடென்ட்கிட்டே பேசிட்டேன். அவர் உங்களையும் ஒரு வார்த்தை கேட்டுக்கச் சொன்னார். என்ன மஹாதேவன்.. ஒரு மீட்டிங்குக்கு அரேஞ்ச் பண்ணிடலாமா..?”

“ம்..!”

“வர்ற சண்டே.. உங்களுக்கு சௌகரியப்படுமா?”

“ம்..!”

“மஹாதேவன்..! ஆர்.. யூ.. ஆல் ரைட்.. ஏன் என்னமோ மாதிரி இருக்கீங்க..? இந்த காம்பௌண்ட் சுவர் கட்டறதுல உங்களுக்கு ஏதாவது அப்ஜெக்ஷன் இருந்தா சொல்லிடுங்க..!”

“அதெல்லாம் ஒண்ணுமில்லை! கோவில் புனிதமான இடம். அங்கே யாராவது வந்து படுத்துத் தூங்கினாலோ, அசிங்கம் பண்ணினாலோ, பார்த்துட்டு இருக்க முடியுமா..? கண்டவங்க உள்ளே வர்றதுக்கா கோவிலைக் கட்டி வெச்சிருக்கோம்..?” மஹாதேவன் தன் பேச்சில் இந்தக் கடைசி வாக்கியத்தை சற்று குரலை உயர்த்தி சத்தமாகவே சொன்னார்.

“அப்ப.. வர்ற சண்டே கூட்டம் போட்டுடலாமா?”

“ம்.. போட்டுருங்க..! நாம குடியிருக்கிற வீடும் சுத்தமாய் இருக்கணும்.. கும்பிடப் போற கோவிலும் சுத்தமாய் இருக்கணும். மனசை அழுக்காய் வெச்சுட்டுவர்றவங்களுக்கு அங்கே இடமில்லை. மீறி வந்தா துரத்தி அடிக்கணும். காம்பௌண்ட் சுவரைக் கட்டினா மட்டும் போதாது.. நந்தகோபால். மறுபடியும் யாரும் உள்ளே போகாதபடிக்கு ஒரு வாட்ச்மேனையும் போடணும்..! அப்பத்தான் யாரும் உள்ளே வரமாட்டாங்க..!”

மஹாதேவன் சொல்லிக் கொண்டிருக்கும் போதே பவ்யா உள்ளறையிலிருந்து சுவர்ணாவோடும் திரிபுரசுந்தரியோடும் வெளிப்பட்டாள். முகம் பூராவும் சிரிப்பு. “கண்டிப்பா.. இன்னொரு நாளைக்கு வந்து சாப்பாடே சாப்பிடறேன். இன்னிக்கு ஒண்ணும் வேண்டாங்க..! ப்ளீஸ்..”

“கொஞ்சம் டீ சாப்பிடலாமே..?”

“நான் டீ, காபி சாப்பிடறதை விட்டு அஞ்சு வருஷமாச்சு..! நோ.. ஃபார்மாலிட்டீஸ். லாயர் ஸார் என்னோட கேஸை எடுத்துக்கறேன்னு சொன்ன நிமிஷத்திலிருந்தே நான் உங்க வீட்ல

ஒருத்தராயிட்டேன். இனிமேல் கேஸ் விஷயமாய் ஸாரை அடிக்கடி பார்க்க வேண்டியிருக்கும். அப்ப சாப்பிடறேனே..?"

"நீங்க இப்படி வெளிப்படையாய் பேசறது எனக்கு ரொம்பவும் பிடிச்சிருக்குங்க..!" சுவர்ணா சொல்ல பவ்யா புன்னகையோடு தலையாட்டினாள்!

"எனக்குப் பிடிக்கலையே."

"எ.. என்னது..!"

"ஆமா..! எனக்கு எதுக்காக மரியாதை கொடுத்து 'வாங்க போங்க'ன்னு ஏதோ ஒரு மாமிகிட்டே பேசற மாதிரி பேசிட்டு இருக்கீங்க..? என்னை வா.. போ..ன்னே பேசலாம்..!" பவ்யா சொல்லிக் கொண்டிருக்கும் போதே திரிபுரசுந்தரி அவளுடைய காதில் இருந்த தோட்டை தொட்டுப் பார்த்துவிட்டுக் கேட்டாள்.

"இது வைரமா.. இல்லை அமெரிக்கன் டைமண்டா?"

"வைரம்தான்.. போன மாசம்தான் வாங்கினேன்..! நல்லாயிருக்காம்மா..?"

"உன்னோட முகத்துக்கு எடுப்பாய் இருக்கம்மா! எங்க சுவர்ணாவுக்கும் இதே டிசைன்ல பண்ணணும்.. எம் பையன் கிட்டே சொல்லிச் சொல்லி சலிச்சுப் போயிட்டேன்..!"

மூன்று பேரும் பேசிக் கொண்டே ஹாலைக் கடந்து வரவேற்பறைக்கு வந்தார்கள். மஹாதேவன் பவ்யாவைப் பார்க்க, அவள் புன்னகைத்தாள். "நான் புறப்படறேன் ஸார்.."

"ம்..!"

அவள் வெளியேறி வாசற்படி இறங்கிப் போகும் வரை மௌனம் காத்த நந்தகோபால், மஹாதேவனிடம் குரலைத் தாழ்த்திக் கொண்டு கேட்டார்.

"யார் இந்தப் பொண்ணு..?"

"என் பையனோட க்ளையண்ட்."

"பேரு..?"

மஹாதேவன் நந்தகோபாலை சற்று எரிச்சலோடு பார்த்தபடி சொன்னார். "பேர் தெரியாது.. புது க்ளையண்ட்!"

நந்தகோபால் தன்னுடைய பரந்த நெற்றியை இடது கையின் ஆட்காட்டி விரலால் நிரடிக் கொண்டே யோசிக்க, மஹாதேவன் எரிச்சல் தணியாமல் கேட்டார். "என்ன யோசனை.. அந்தப்

பொண்ணை உங்களுக்குத் தெரியுமா..?''

''தெரியும்'' என்றார் நந்தகோபால்.

ரோகிணி செல்போனை தன் காதோடு ஒட்ட வைத்துக் கொண்டு குரலைத் தாழ்த்திக் கொண்டாள்.

''வினோத்! நான் அப்பறமா பேசறேன்..!''

மறுமுனையில் குரல் சிரித்தது.

''ஏன்.. இப்ப என்ன ராகு காலமா?''

''எனக்கு வேண்டிய ஒருத்தர் ஹாஸ்பிடல்ல இருக்கார். அவரைப் பார்க்கிறதுக்காக வந்து இருக்கேன்..!''

''வேண்டியவர்ன்னா யாரு?''

''நேர்ல பார்க்கும்போது சொல்றேன்!'' செல்போனில் பேசிக் கொண்டே அறையினின்றும் வெளிப்பட்டாள் ரோகிணி.

''ஏன் போன்ல சொல்லக் கூடாதா?''

''இதோ பார் வினோத்..! நீ நல்லவனாய் இருக்கிற ஒரே ஒரு காரணத்துக்காகத்தான் இவ்வளவு பொறுமையாய் பேசிட்டிருக்கேன். இல்லேன்னா நீ இப்படி பிஹேவ் பண்றதுக்கு நான் வேற விதமாய் பேசி இருப்பேன். எனக்கு கோபம் வர்றதை நானே விரும்பறதில்லை.''

''இன்னிக்கு சாயந்தரம் அஞ்சு மணியோடு நான் விதிச்ச கெடு முடியுதே.. அதுக்கு என்ன சொல்றே ரோகிணி?''

''ஸாரி..!''

''இந்த ஸாரி.. எதுக்கு?''

''செல்போனை ஆஃப் பண்ணப் போறேன்.''

''பூனை கண்ணை மூடிட்டா இந்த உலகம் இருண்டுடாது.''

''நீ என்ன சொல்றே?''

''நீ செல்போனை ஸ்விட்ச் ஆஃப் பண்ணி வெச்சுட்டா உன்னை காண்டாக்ட் பண்ண முடியாதுன்னு நீ நினைச்சிட்டிருந்தா அது தப்புன்னு சொல்ல வர்றேன்!''

''நான் எங்கே இருக்கேன்னு உனக்குத் தெரியுமா?''

''தெரியும்..''

''எங்கே..?''

“ஜேஸ்மின் ஹாஸ்பிடல்! சரியா..?”

ரோகிணி திகைக்க, அவன் தொடர்ந்தான். “எனக்கு எப்படித் தெரியும்ன்னு கேக்கறியா ரோகிணி? எல்லார்க்கும் ரெண்டு கண். எனக்கு எக்ஸ்ட்ராவா ஒரு கண் இருக்கு. என்னோட ரெண்டு புருவங்களுக்கு மத்தியில் அந்த கண் யாருடைய பார்வைக்கும் தட்டுப்படாமல் குண்டலினி யோக மகிமையால் மறைஞ்சிருக்கு. அந்தக் கண்களை உபயோகப்படுத்தித்தான் உன்னைப் பார்த்துட்டி ருக்கேன். நீ இப்போ என்ன புடவை கட்டிட்டு இருக்கே தெரியுமா? அரக்கு கலர்ல பட்டுப் புடவை சரியா?”

“போதும் வினோத்..! நான் இப்போ உன் கூட அரட்டை அடிக்கக் கூடிய நிலைமையில் இல்லை.”

“ஸாரி ரோகிணி..! இதே ஹாஸ்பிடலின் ரெண்டாவது மாடியிலிருந்து உன்னைப் பார்த்துக்கிட்டே பேசிட்டிருக்கேன். இங்கே அட்மிட்டாயிருக்கிற ஒரு ப்ரெண்டைப் பார்க்கிறதுக்காக வந்தேன். எதேச்சையாய் ஜன்னல் பக்கம் வந்து நின்னப்ப உன்னைப் பார்த்தேன். யார்க்கு என்ன உடம்பு..?”

“அப்புறமா சொல்றேன்!”

“சரி..! நான் உன்னை வற்புறுத்தலை. இப்போ நாம ரெண்டு பேரும் ஒரே ஹாஸ்பிடலில் இருக்கோம். மீட் பண்ணலாமா வேண்டாமா?”

“வேண்டாம்..! நான் இங்கே ஒருத்தர்க்கு ப்ளட் டொனேட் பண்ண வந்தேன். பண்ணியாச்சு. இப்போ நான் ஒரு கல்யாணத்துக்குக் கிளம்பிட்டிருக்கேன்.”

“ஓ.கே. ரோகிணி! நான் உனக்குக் கொடுத்த கெடு அஞ்சு மணியோடு முடியுது. அதைப் பத்தி ஏதாவது யோசனை பண்ணியா?”

“பண்ணலை!”

“ஏன்..?”

“அதுல எனக்கு விருப்பம் இல்லை..”

“ஏன் விருப்பம் இல்லை..? அந்த டி.வி. சேனல் ஒரு மல்டி நேஷனல் கம்பெனியோடது. மொத்தம் ஏழு மொழிகளில் டெலிகாஸ்ட் பண்ணப் போறாங்க. அதுல தமிழும் ஒண்ணு. ‘நானும் கொஞ்சம் கவிதையும்’ என்கிற தலைப்பில் ஒரு நிகழ்ச்சியைத் தயாரிக்க பொருத்தமான ஒரு பெண் காம்பியர் வேணும்ன்னு என்கிட்டே நிர்வாகம் கேட்டபோது, எனக்கு உன்னோட ஞாபகம்

தான் வந்தது. நீ எழுதின ஒரு கவிதைத் தொகுப்பையும் உன்னோட போட்டோவையும் சேனல் போர்டு டைரக்டர் பெருமாள் பார்த்ததுமே உன்னை சேனலுக்காக செலக்ட் பண்ணிட்டார். மாதச் சம்பளம் இருபத்தஞ்சாயிரம். அது தவிர..!''

“இதோ பார் வினோத்..! எனக்கு அந்த டி.வி. காம்பியர் வேலை பிடிக்கலைன்னு பல தடவை உனக்குச் சொல்லிட்டேன். நீதான் விடாமே என்னை கம்பெல் பண்ணிட்டு வர்றே..! இன்னிக்கு நீ எனக்கு போன் பண்ணினதே கடைசி தடவையாய் இருக்கட்டும்..!''

“ரோகிணி..! அந்த டி.வி. சேனல் டைரக்டர் யார்கிட்டேயும் காம்ப்ரமைஸ் பண்ணிக்க விரும்பாதவர். எந்தக் காரணத்தினாலேயோ உன்னை அவருக்கு ரொம்பவும் பிடிச்சிருக்கு..! இன்னிக்கு சாயந்தரம் அஞ்சு மணிக்கு அவர் என்னை எதிர்பார்த்துக் காத்திட்டிருப்பார். நான் அவர்க்கு நல்ல பதிலைச் சொல்லணும்.''

“ஸாரி வினோத்! ஒரு டி.வி. சேனலில் காம்பியராய்ச் சேர்ந்து என்னை வெளியுலகத்துக்கு வெளிச்சம் போட்டுக் காட்டிக்க நான் விரும்பலை. ஏன்னா என்னோட கடந்த கால வாழ்க்கை அப்படிப்பட்டது. என் மேல எந்த வெளிச்சமும் விழ வேண்டாம்.''

“ரோகிணி..!''

“நான் செல்லை ஆஃப் பண்றேன்..! மறுபடியும் நாம் சந்திக்கும் போது வேற விஷயம் பேசுவோம்!'' ரோகிணி செல்போனை ஆஃப் செய்து கைப்பைக்குள் போட்டுக் கொண்டாள். திரும்பினாள்.

கோதாவரி நின்றிருந்தாள்.

“என்ன ரோகிணி.. போன்ல ஏதாவது முக்கியமான விஷயமா?''

“அதெல்லாம் ஒண்ணுமில்லை மேடம்..!''

“சரி..! நியூரோ சர்ஜன் டாக்டர் ராஜாராமன் ஹாஸ்பிடலுக்கு வந்து மணிமாறனைப் பார்த்து டயாக்னைஸ் பண்ணிட்டார். டாக்டர் பலராமன் உன்னைப் பத்தி அவர் கிட்டே சொல்லவும் அவர் உன்னைப் பார்க்கணும்ன்னு சொல்லியிருக்கார். ஒரு பத்து நிமிஷம் அவரைப் பார்த்துட்டுப் போயிடறியா..?''

“அ.. அ.. அது வந்து மேடம்..!'' ரோகிணி குரலை இழுக்கவும் கோதாவரி கேட்டாள்.

“என்ன ரோகிணி..?''

“நான் ஒரு கல்யாணத்துக்குப் போகணும் மேம்.. போய்ட்டு வந்த பிறகு டாக்ரைப் பார்க்கலாமா..?''

“டாக்டர் ராஜாராமன் ஒரு பிஸியான நியூரோ சர்ஜன். அவரை மறுபடியும் காண்டாக்ட் பண்றது சிரமம். மணிமாறனுக்கு ட்ரீட்மெண்ட் தர்றது சம்பந்தமாய் அவர் உன்கிட்டே பேச விரும்பறார். பத்தே நிமிஷம்! பேசிட்டு போயிரு.. ப்ளீஸ்..!”

ரோகிணி பெருமூச்சொன்றை வெளியேற்றிவிட்டு “ஓ.கே. மேடம்..!” என்றாள். கோதாவரியைப் பின் தொடர்ந்தாள்.

இரண்டு பேரும் ஒரு நிமிஷ நேரம் ஹாஸ்பிடல் வராந்தாவில் நடந்து ஐ.ஸி.யூனிட்டுக்குப் பக்கத்தில் இருந்த டாக்டர் ராஜாராமனின் அறைக்குள் நுழைந்தார்கள்.

ராஜாராமன் பளீரென்று வழுக்கைத் தலையோடு நல்ல உயரத்தில் இருந்தார். ரிம்லஸ் ஸ்பெக்ஸ். கூர்மையான பார்வை.

“குட்மார்னிங் டாக்டர்..!”

“வாம்மா..! நீதான் ரோகிணியா?”

“எஸ் டாக்டர்..!”

“உட்கார்ம்மா..! டாக்டர் பலராமன் இப்பத்தான் எல்லாத்தையும் சொன்னார்.. ப்ளட் டொனேட் பண்ண வந்த உனக்கு இப்போ ஒரு இக்கட்டான நிலை. உன்னோட எக்ஸ் ஹஸ்பெண்ட் மணிமாறனுக்கு தலையில் அடிபட்டு அதன் காரணமாய் ஒரு வகையான ‘அம்னீஷயா’ பாதிப்பு ஏற்பட்டிருக்கு..! தன்னை யார்ன்னே அவர்க்குத் தெரியலை. இதை சைக்கோ தெரபி மூலமாய் குணப்படுத்த முடியும். அதாவது நீயும் மணிமாறனும் சில காலம் கணவன் மனைவியாய் வாழ்ந்து இருக்கீங்க. அந்தக் காலகட்டத்தில் நடந்த சம்பவங்களையெல்லாம் மணிமாறனை ‘சப்கான்ஷியஸ்’ நிலைக்கு உட்படுத்தி அவருடைய மூளைப் பகுதிக்குள்ளே பதிய வைக்கணும். அப்படியே பதிய வைக்கும்போது சில நியூரான் செல்கள் சோம்பல் முறிஞ்சு கண் விழிச்சுப் பார்க்கலாம். இது மாதிரியான சைக்கோதெரபியின் சக்சஸ் ரேட் தொண்ணூறு சதவீதம்..!”

ரோகிணி புன்னகைத்தாள்.

டாக்டர் அவளை வியப்பாய்ப் பார்த்தார்.

“என்னம்மா சிரிக்கிறே?”

“நானும் மணிமாறனும் எத்தனை வருஷம் மனைவியாய் வாழ்ந்து இருப்போம்ன்னு நினைக்கிறீங்க டாக்டர்?”

“ஒரு நாலு வருஷம் இருக்குமா?”

“இல்லை..”

“மூணு வருஷமா..?”

“இல்லை..”

“ரெண்டு...?”

“ஊஹூம்..”

“பின்னே ஒரு வருஷமா..?”

“இல்லை..!”

“என்னம்மா நீ! சரி.. நான் கேட்கலை.. நீயே சொல்லும்மா!”

ரோகிணி சொன்னாள்.

“ஒரு மணி நேரம்..! சரியாய் ஒரு மணி நேரம்!”

9

நியூரோசர்ஜன் ராஜாராமன் தன் பரந்த நெற்றியைச் சுருக்கி தன்னுடைய ஸ்பெக்ஸ் அணிந்த கண்களில் வியப்பைக் காட்டினார்.

"நீ என்னம்மா சொல்றே..? அவரோடு நீ வாழ்ந்தது ஒரே ஒரு மணி நேரம்தானா?"

"எஸ்.."

"ஏன்.. என்னாச்சு?"

"ஸாரி.. டாக்டர்! என்னோட தழும்புகளைக் கீறிப் பார்த்து மறுபடியும் அவைகளைப் புண்ணாக்கிக்க நான் விரும்பலை..!"

"இதோ பாரம்மா! உன்னோட பழைய சம்பவங்களை மறுபடியும் உனக்கு ஞாபகப்படுத்தினா.. அது எப்பேர்ப்பட்ட வலியை உண்டாக்கும்ன்னு எனக்கும் தெரியும். அந்த மணிமாறனை நீ உன்னோட கணவனாய்ப் பார்க்க வேண்டாம். ஒரு பேஷண்டாய் பாரு.. மணிமாறனை மருந்து மாத்திரைகளாலோ, ஒரு அறுவை சிகிச்சை செய்வதன் மூலமாகவோ பழைய நிலைமைக்குக் கொண்டு வர முடியாது. சைக்கோ தெரபி ஒண்ணு தான் வழி.. அவரோடு நீ ஒரு மணி நேரம் மட்டுமே வாழந்ததாய் சொன்னே! அந்த ஒரு மணி நேரத்துக்குள்ளே என்ன நடந்ததுன்னு சொன்னாலே போதும்."

"ஸாரி டாக்டர்! அந்த சகதியான நினைவுகளுக்குள் நான் நுழைய விரும்பலை. அப்படி நான் அந்தப் பழைய சம்பவங்களைச் சொல்லித்தான் அவர் குணமடைய வாய்ப்பு இருக்குன்னு நீங்க சொன்னா, அந்த வாய்ப்பை அவர்க்கு நான் தர விரும்பலை. அவர் அப்படியே இருந்துட்டுப் போகட்டும்.."

"ரோகிணி! நான் என்ன சொல்ல வர்றேன்னா?"

"வெரி வெரி ஸாரி டாக்டர்.. நீங்க என்னை கன்வின்ஸ் பண்ண எந்த ஒரு முயற்சியையும் எடுத்துக்க வேண்டாம். மருத்துவ ரீதியாய் அவர்க்கு என்ன ட்ரீட்மெண்ட் கொடுக்கணுமோ அந்த ட்ரீட்மெண்டைக் குடுங்க. ஹாஸ்பிடல் பில்லை நான் 'பே' பண்ணிடறேன்."

படபடவென்று பேசிவிட்டு அறையிலிருந்து வெளியே வந்தாள் ரோகிணி. கோதாவரி பின்னாலேயே ஓடி வந்தாள்.

"ரோகிணி! டாக்டரோட பேச்சைக் கொஞ்சம் கன்ஸிடர்

பண்ணக்கூடாதா?''

"சான்ஸே இல்லை மேடம்!''

"சரி.. வேண்டாம்.. உன்னோட பிடிவாதம் எனக்குத் தெரியும்.. நீ எது சொன்னாலும் அது சரியாய்த்தான் இருக்கும். இருந்தாலும் ஒரு சின்ன வேண்டுகோள்!''

"சொல்லுங்க மேடம்!''

"தினசரி ஒரு தடவையாவது நீ இந்த ஹாஸ்பிடலுக்கு வந்து உன்னோட கணவரை, ஸாரி அந்த மணிமாறனைப் பார்க்கணும். அவர்கிட்டே அனுசரணையாய் ரெண்டு வார்த்தை பேசணும். இதுல உனக்கு எந்த ஆட்சேபனையும் இல்லையே?''

"நோயாளியை யார் வேணும்னாலும் பார்க்க வரலாம். அதுக்கு எந்த ஆட்சேபணையும் கிடையாது. நான் வர்றேன்.''

"சாயந்தரம் வர முடியுமா?''

"இன்னிக்கு சாயந்தரம் என்னால வர முடியாது மேடம்!''

"ஏன்?''

"அது வந்து வந்து!''

"என்ன தயக்கம்.. எனி பர்சனல்?''

"ஒண்ணுமில்லை மேடம்.. இன்னிக்கு என்னோட பர்த்டே.''

"ஈஸிட்.. விஷ் யூ.. மெனி மெனி ஹேப்பி ரிடர்ன்ஸ் ஆஃப் த டே!''

"தேங்க்யூ மேடம்!''

"சாயந்தரம் ஏதாவது கோயிலுக்குப் போகணுமா?''

"ம்.''

"கோயிலுக்குப் போய்ட்டு அப்படியே ஹாஸ்பிடலுக்கு வாயேன்!''

"கோயிலிலிருந்து திரும்ப லேட்டாயிடும் மேடம்!''

"எந்தக் கோயிலுக்குப் போறே?''

"அரும்புகள் வாழ்வகம்..''

கோதாவரி திகைத்தாள்.

"அரும்புகள் வாழ்வகமா? அது அநாதை விடுதியாச்சே?''

"அது அநாதை விடுதியில்லை மேடம்.. என்னைப் பொறுத்த வரைக்கும் அது கோயில். இறைவனுக்கு எப்படி ஆதியும் அந்தமும் கிடையாதோ, அதே மாதிரி அந்த அரும்புகள் இல்லத்தில் இருக்கிற குழந்தைகளுக்கும் அப்பா அம்மா கிடையாது. ஒவ்வொரு வருஷமும்

என்னோட பிறந்த நாளன்னிக்கு சாயந்தரம் ஆபீஸ் முடிஞ்சதும் அங்கே போயிடுவேன். நான் பிறந்த இதே தேதியில் பிறந்த ரெண்டு குழந்தைகள் அந்த இல்லத்தில் இருக்காங்க. ரெண்டு பெரிய பெரிய கேக்குகளை வாங்கிட்டுப் போய் அந்தக் குழந்தைகளோட பிறந்தநாளைக் கொண்டாடுவேன். மொத்தம் அங்கே 159 குழந்தைகள் இருக்காங்க. அத்தனை குழந்தைகளையும் ஒரு பெரிய ஹோட்டலுக்குக் கூட்டிட்டுப்போய் தடபுடலாய் டின்னர் கொடுப்பேன்."

"வாவ்! இது எத்தனை வருஷமா?"

"கடந்த நாலு வருஷமாய்!"

"பணம் நிறைய செலவாகுமே!"

"என்ன மேடம் இது! நான் ஒரு பெரிய ஐ.டி. கம்பெனியில் ப்ரோக்ராம் எக்ஸிக்யூட்டிவாய் இருக்கேன். மூச்சடைக்கிற மாதிரி ஒரு சம்பளம் வாங்கறேன். வருஷத்துக்கு ஒரு தடவை குழந்தைகளுக்கு டின்னர் கொடுத்தா என்னாயிடும்?"

"க்ரேட்! க்ரேட்... ரோகிணி! உன்னை மாதிரியே ஒவ்வொருத் தருக்கும் மனசு இருந்தா எப்படி இருக்கும்?"

"இல்லையே மேடம்? பெத்த அம்மா அப்பாவுக்கு சோறு போடாத வங்களுக்கு அநாதை விடுதிகள் அந்தத் திசையில் இருக்குன்னே தெரியாதே? இந்த உலகத்துல எப்படியோ வந்து பொறந்துட்டோம். பொறந்த பொறப்புக்கு ஒரு அர்த்தம் வேண்டாமா? இந்தப் பூமியில் மிருகங்களும் இருக்கு.. அதுகளும் வாழ்ந்துட்டு இருக்கு..! அதிலிருந்து நாம வித்தியாசப்படணும்! அப்படி வித்தியாசப்படும்போதுதான். அவன் மனிதனாய் தெரியறான்."

கோதாவிரி ரோகிணியையே இமைக்காமல் பார்த்தாள் ரோகிணி புன்னகைத்தாள். "என்ன மேடம்.. அப்படி பார்க்கிறீங்க?"

"ரோகிணி! இவ்வளவு பேசற நீ மணிமாறன் விஷயத்தில் மட்டும் ஏன் பிடிவாதம் பிடிக்கறே?"

"மேடம் நான் கிளம்பறேன். நீங்க மறுபடியும் அதே வட்டத்துக்குள்ளே வந்துட்டீங்க."

"நாளைக்குக் காலையிலாவது வருவியா?"

"வர்றேன்!"

"வர்றதுக்கு முன்னாடி எனக்கு போன் பண்ணு.. ரோகிணி!"

"கண்டிப்பாய்."

ரோகிணி கோதாவரியிடம் விடைபெற்றுக் கொண்டு வேகநடை போட்டு ஹாஸ்பிடலினின்றும் வெளியே வந்தாள். ஹாஸ்பிடலுக்கு

எதிரேயிருந்த ஒரு நாவல்டி ஸ்டோரில் வார்டனின் பெண்ணுக்குத் திருமண பரிசாக கொடுப்பதற்காக டின்னர் செட் கிஃப்ட் பாக்கெட்டை வாங்கிக் கொண்டாள். தெருவோரத்தில் காலியாய் நின்றிருந்த ஒரு ஆட்டோவைப் பிடித்தாள்.

"சுமங்கலி கல்யாண மண்டபம்!"

"மைலாப்பூர்ல இருக்கே அதாம்மா?" ட்ரைவர் கேட்டார்.

"அதேதான்!"

"அறுபத்தஞ்சு ரூபாயாகும்மா!"

தூரத்தைக் கணக்கிட்டுப் பார்த்த ரோகிணி பேரம் பேசாமல் ஏறிக் கொண்டாள். ஆட்டோ புறப்பட்டது. மணிக்கட்டில் நேரம் பார்த்தாள்.

'மணி ஒன்பது. இந்நேரம் முகூர்த்தம் முடிந்து இருக்கும்! ரூம்மேட் ஹரிதாவும் டிபன் சாப்பிட்டு கிளம்பி போயிருப்பாள்.'

'மண்டபம் போய்ச் சேர்ந்ததும் பெண்ணைப் பார்த்து கையில் கிஃப்டைத் திணித்து விட்டு நாமும் கிளம்பிவிட வேண்டும்! அப்படிக் கிளம்பினால்தான் பத்து மணிக்குள் ஆபீஸுக்குள் இருக்க முடியும்!'

யோசிப்பில் நிமிஷங்கள் கரைந்து கொண்டிருக்க மண்டப வாசலில் போய் ஆட்டோ நின்றபோது நேரம் சரியாய் 9.15.

ஆட்டோவுக்கு பணத்தைக் கொடுத்து விட்டு மண்டபத்துக்குள் நுழைந்த ரோகிணியை வாசலிலேயே நின்றிருந்த வார்டன் கமலம் கட்டிப் பிடித்துக் கொண்டாள்.

"என்ன ரோகிணி.. இவ்வளவு சாவகாசமாய் வர்றே?"

"ஹரிதா ஒண்ணும் சொல்லலையா மேடம்?"

"சொல்லலையே!"

"வர்ற வழியில் ஒரு சின்ன வேலை. அதான் லேட்!"

"பரவாயில்லை முகூர்த்த நேரத்துக்காவது சரியா வந்து சேர்ந்தியே அது போதும்."

ரோகிணி திகைத்தாள்.

"மேடம்! இன்னும் முகூர்த்தம் முடியலையா?"

"இல்லையே! ஒன்பதரை டூ பத்து தானே முகூர்த்தம்?"

"ஹரிதா எட்டு மணின்னு சொன்னாளே?"

"அப்படியா சொன்னா! அதோ மணவறைக்கு முன்னாடி முதல் வரிசையில் ஹரிதா உட்கார்ந்துட்டு இருக்கா. போய் அவளோட தலையில் ஒரு தட்டு தட்டு."

வார்டன் கமலம் சிரித்துக் கொண்டே சொல்ல, ரோகிணி மண்டப கும்பலில் வழி ஏற்படுத்திக் கொண்டு நடந்து போய் முன் வரிசையில் உட்கார்ந்திருந்த ஹரிதாவின் தோளைத் தொட்டாள். திரும்பிப் பார்த்த ஹரிதா மலர்ந்தாள்.

"ஏய்.. ரோகிணி நீயா? என்ன சமூக சேவையெல்லாம் முடிஞ் சுதா?"

"வார்டன்கிட்டே நீ ஒண்ணும் சொல்லலையா? என்னைப் பார்த்ததும் ஏன் லேட்டுன்னு திட்டறாங்க.!"

"நான் காரணமாய்த்தான் சொல்லலை."

"என்ன காரணம்?"

"இது கல்யாண வீடு. இந்த இடத்துல போய் ரோகிணி ஒரு ஆக்ஸிடெண்ட் கேஸுக்கு ப்ளட் டொனேட் பண்ணப் போயிருக் கான்னு எப்படிச் சொல்றது? அதான் வாயைத் திறக்கலை! ஆமா நீ போன வேலை என்னாச்சு.. ப்ளட் டொனேட் பண்ணியா?"

"ம்.. பண்ணிட்டேன்!"

"டொனேட் பண்ணியும் இவ்வளவு ப்ரிஸ்க்கா இருக்கே?"

"எல்லாம் பழக்கம்தான்."

"சரி.. இப்படி வந்து உட்காரு!"

ரோகிணி ஹரிதாவுக்குப் பக்கத்தில் காலியாய் இருந்த ஒரு நாற்காலியில் சாய்ந்து கொண்டே கேட்டாள்.

"முகூர்த்தம் எட்டு மணிக்குன்னு ஏன் பொய் சொன்னே?"

"ஸாரி ரோகிணி! அது பொய்யில்லை. என்னோட கவனக் குறைவுதான். இந்த மாசத்துல ரெண்டு மூணு பத்திரிகை வந்ததுல குழம்பிப் போய்ட்டேன். அது சரி.. பொண்ணு கட்டியிருக்கிற பட்டுச் சேலையைப் பார்த்தியா? இப்படியொரு கலர்ல பட்டுப் புடவை எடுக்கணும்னு ரொம்ப நாளா ஆசை. அடுத்த தடவை தள்ளுபடி போடும்போது போயிட வேண்டியதுதான்!" பேசிக் கொண்டே போன ஹரிதா ரோகிணியிடமிருந்து எந்தப் பதிலும் வராமல் போகவே அவளை ஏறிட்டாள்.

ரோகிணியின் முகம் மாறியிருந்தது.

"என்னடி.. என்னவோ மாதிரி மாறிட்டே..?'

"ஹரிதா!"

"ம்.."

"இந்த கல்யாணம் நடக்கக் கூடாது."

ஹேப்பி மொமெண்ட்ஸ் ரெஸ்டாரெண்ட்.

ராத்திரி 7.40 மணி. சத்தியமூர்த்தி காரை ஃபோர் வீலர்ஸ் பார்க்கிங்கில் நிறுத்தி விட்டு அரையிருட்டாய் இருந்த ரெஸ்டாரண்ட்டுக்குள் நுழைந்தான். ஏர்ஃபோர்ஸ் குவார்ட்டஸைச் சேர்ந்தவர்கள் குடும்பம் குடும்பமாய் உட்கார்ந்து முள்கரண்டிகளால் எதை எதையோ குத்தி வாய்க்குள் திணித்துக் கொண்டிருந்தார்கள். சற்றுத் தொலைவில் கோவை ஏர்போர்ட் வெளிச்சப் புள்ளிகளோடு தெரிந்தது.

சத்தியமூர்த்தி அந்த அரையிருட்டில் பவ்யாவைத் தேட, அவள் ரெஸ்டாரெண்ட்டின் வலது பக்க மூலையில் இருந்து கை உயர்த்தினாள். மேஜைகளுக்கு நடுவில் சற்று சிரமமாய் நடந்து அவளை நோக்கிப் போனாள் சத்தியமூர்த்தி.

"ஸாரி பவ்யா.. கொஞ்சம் லேட்டாயிடுச்சு..!"

"நீங்க என்னிக்குத்தான் சரியான நேரத்துக்கு வந்து இருக்கீங்க.. இப்ப மட்டும் சரியான நேரத்துக்கு வர்றதுக்கு?"

"கோர்ட்டை விட்டு புறப்படற நேரத்துல ஒரு பழைய க்ளையண்ட் வந்துட்டான். அப்புறம் வர்ற வழியில் ட்ராபிக் வேற!" அவிநாசி ரோடு பூராவும் ஏகப்பட்ட சிக்னல்ஸ். ஒவ்வொரு சிக்னலிலேயும் பச்சை கிடைச்சுவர்றதுக்குள்ளே போதும் போதும்னு ஆயிடுச்சு."

"சரி.. மொதல்ல உட்கார்ங்க. இந்த டேபிளை நான் நாற்பது நிமிஷமாய் பிடிச்சு வெச்சிருக்கேன்."

உட்கார்ந்தார்கள். "இன்னிக்கு ரெஸ்டாரெண்ட்ல கூட்டம் அதிகம். போன தடவை வந்தப்பக்கூட இப்படியில்லை. இனிமே நாம வேற ரெஸ்டாரெண்ட்டைப் பார்க்க வேண்டியது தான்!"

"ம்.."

"என்ன டல்லடிக்கிறீங்க?"

சத்தியமூர்த்தி பெருமூச்சொன்றை வெளியேற்றி விட்டு சொன்னான். "உனக்கொரு ஷாக் நியூஸ்!"

"ஷாக் நியூஸா?"

"ம்.."

"என்ன?"

"என்னவாயிருக்கும்னு கொஞ்சம் யூகம் பண்ணு பார்க்கலாம்."

"நம்ம விஷயம் வெளியே யாருக்காவது தெரிஞ்சு போச்சா?"

"வெளியே இல்லை.. வீட்டுக்குள்ளே!"

"எ.. எ.. என்னது.. வீட்டுக்குள்ளேயேவா?" நெஞ்சில் தன்

இரண்டு கைகளையும் வைத்து அதிர்ச்சியை வெளிப்படுத்தினாள் பவ்யா.

"ஆமா!"

"யாருக்குத் தெரிஞ்சு போச்சு.. உங்க வொய்ப்புக்கா?"

"இல்லை.."

"உங்க சிஸ்டர்க்கு?"

"ஊஹும்..!"

"அம்மா?"

"இல்லை.. அப்பாவுக்கு!"

"எப்படி..?"

"நீ காலையில் வீட்டுக்கு வந்து பேசினதை அப்பா எப்படியோ கேட்டுட்டார். அவர்க்கு கேட்கிற சக்தி ரொம்பவும் ஷார்ப்."

"போச்சுடா.. அப்புறம் என்னாச்சு?"

"என்னாகும்? சத்தம் போட்டார். சத்தியமூர்த்தின்னு பேர் வெச்சுட்டு ஏண்டா இப்படி அநியாயம் பண்றேன்னு கேட்டார்."

"நீங்க என்ன சொன்னீங்க?"

"அவர்க்கு எல்லாம் தெரிஞ்சுட்டதால பொய் சொல்லி சமாளிக்க வேண்டாம்னு நினைச்சு இருக்கிற உண்மையைச் சொல்லிட்டேன். பவ்யாவை என்னால மறக்க முடியாதுன்னும் சொல்லிட்டேன். 'தாம் தூம்'ன்னு குதிச்சார். நான் கண்டுக்கவேயில்லை. ஸ்ட்ராங்கா பேசிட்டு ரிசீவரை வெச்சுட்டேன்!"

"காலையில் இவ்வளவு விஷயம் நடந்திருக்கா? காலையில் மறுபடியும் நான் உங்க வீட்டுக்குப் போயிருந்தபோது எந்த ஒரு வித்தியாசமும் எனக்குத் தெரியலையே?"

"என்னது! மறுபடியும் நீ வீட்டுக்குப் போயிருந்தியா?"

"ம்.."

"எதுக்கு?"

"என்னோட ஹேண்ட் பேக்கை உங்க வீட்டு ஆபீஸ் ரூமிலேயே மறந்து வெச்சுட்டு வந்துட்டேன். அதை எடுத்துட்டு வரத்தான் போனேன்!"

"என்ன பவ்யா.. நீ பிரச்னைக்கு மேல பிரச்னை பண்ணிட்டுப் போறே? அந்த ஹேண்ட்பேக்கைப் பத்தி எனக்கு போன் பண்ணி சொல்லியிருந்தா நான் வீட்டுக்கு போய் எடுத்து வெச்சிருப்பேனே?"

"உங்கப்பாவுக்கு விஷயம் தெரிஞ்சிருக்கும்னு எனக்கு எப்படித்

தெரியும்?"

"சரி.. சரி.. வீட்ல ரியாக்ஷன் எப்படியிருந்தது?"

"எந்த ரியாக்ஷனும் இல்லை. உங்க அம்மா, உங்க மனைவி எல்லாருமே பிரியமாய் பேசினாங்க. உங்க அப்பா அதிகமா பேசலை. நான் புறப்படும்போது என்கிட்டே ஏதோ பேச வந்தார். உனக்கு சொந்த ஊர் தர்மபுரியான்னு கேட்டுகிட்டு இருக்கும்போது யாரோ அவரைப் பார்க்க வந்துட்டாங்க."

"வேற எதும் பேசலையா?"

"பேசலை.. அதுக்குள்ள நான் புறப்பட்டு வந்துட்டேன்!"

"நல்லவேளை!" சொன்ன சத்தியமூர்த்தி இரண்டு கைகளாலும் தன் தலையைப் பிடித்துக் கொண்டான். பவ்யா புன்னகைத்தாள்.

"என்னிக்காவது ஒரு நாள் தெரிய வேண்டிய விஷயம் தானே?"

"இருந்தாலும் இவ்வளவு சீக்கிரத்துல நான் எதிர் பார்க்கலை. நீ என்னைப் பார்க்க வீட்டுக்கு வந்தது இமாலயத் தப்பு.."

"என்ன இமாலயத் தப்பு.. உங்க வாரிசு என்னோட வயித்துல வளரும்போது நான் தர்மபுரியில் கையைக் கட்டிக்கிட்டு உட்கார்ந்து இருக்கணுமோ? பேச வேண்டியதை காலா காலத்தில் பேசியாகணுமே?"

"என்ன பவ்யா! நான் உன்னை ஏமாத்திட்டு போயிடுவேன்னு நினைக்கிறியா?"

"உங்களால என்னை ஏமாத்த முடியாது. ஏன்னா நான் ஏமாந்து போற பெண் கிடையாது." பவ்யா தலையைச் சாய்த்துச் சொல்லிக் கொண்டிருக்கும்போதே பேரர் எதிரில் வந்து நின்றான்.

"ஆர்டர் ப்ளீஸ் மேடம்!"

"ரெண்டு பேபி கார்ன் சூப். தென்.. நான் வித் சென்னா மசாலா! நிதானமாய் கொண்டு வந்தா போதும்."

"எஸ்... மேடம்!" பேரர் நகர்ந்து போக தன் இரண்டு முழங்கைகளையும் மேஜையின் மேல் ஊன்றிக் கொண்டாள்.

"நான் சொன்ன மெனு உங்களுக்கு ஓ.கே. தானே?"

"ம்.."

"என்ன டல்லாயிட்டீங்க? அப்பாவுக்கு விஷயம் தெரிஞ்சுடுச்சேன்னு பயமா இருக்கா?"

"பயம் இருக்காதா?"

"அவரால என்ன பண்ண முடியும்னு நினைக்கிறீங்க?"

"பவ்யா! உனக்கு அப்பாவைப் பத்தி தெரியாது? இனிமேல்

அவரோட ரியாக்ஷன் எப்படியிருக்கும்னு என்னால கெஸ் பண்ண முடியலை."

"இதோ பாருங்க.. நம்ம விஷயத்துல அவர் வாய் மூடி ஊமையாய்த்தான் இருக்கப் போறார். உண்மையைச் சொன்னார்ன்னா குடும்பத்துக்குள்ளே பிரச்னை வரும்னு அவர்க்குத் தெரியாதா என்ன?"

"பவ்யா! நீ என்னோட வீட்டுக்கு வராம இருந்து இருக்கலாம். நீ வரப் போய்த்தான் பிரச்னை ஆரம்பமாயிருக்கு!"

"பிரச்னைன்னு வந்தாத்தான் ஒரு தீர்வும் கிடைக்கும். நீங்களும் நானும் வாழற இந்த திரைமறைவு வாழ்க்கை எனக்குப் பிடிக்கலை. நாம ரெண்டு பேரும் வெளிச்சத்துக்கு வரணும். தைரியமா ரோட்ல கைகோர்த்துகிட்டு நடக்கணும். இப்படி ஊருக்கு வெளியே இருக்கிற ரெஸ்ட்டாரெண்ட் அரையிருட்டுல திருட்டுத்தனமாய் உட்கார்ந்து பேசறதுல எனக்கு உடன்பாடு இல்லை..!"

பவ்யா குரலைத் தாழ்த்தி பேசிக் கொண்டிருக்கும்போதே சத்தியமூர்த்தியின் செல்போன் ரிங் டோனை வெளியிட்டது. எடுத்து அழைப்பது யார் என்று பார்த்தான். ஹோம் என்ற எழுத்துக்கள் மின்னியது.

பேசினான்.

"ஹலோ!"

மறுமுனையில் சுவர்ணா.

"என்னங்க!"

"சொல்லு.."

"இப்ப எங்கே இருக்கீங்க?"

"கோர்ட் சேம்பர்ல.."

"உடனே புறப்பட்டு வாங்க!"

10

சத்தியமூர்த்தி செல்போனில் எந்த ஒரு பதட்டமும் இன்றி பேசினான்.

“உடனே புறப்பட்டு வர்ற அளவுக்கு அப்படியென்ன முக்கியமான விஷயம்?”

மறுமுனையில் சுவர்ணா படபடத்தாள்.

“உங்க தங்கச்சி பூர்ணிமாவுக்கு ஒரு நல்ல வரன் தகைஞ் சிருக்கு. இன்னிக்குக் காலையில் நீங்க கோர்ட்டுக்குப் புறப்பட்டுப் போன கொஞ்ச நேரத்துல மாமாவோட ப்ரெண்ட் ஒருத்தர், தெய்வசிகாமணின்னு பேர். ஒரு தடவை நம்ம வீட்டுக்குக் கூட வந்து இருக்கார். அவர் மாமாவுக்குப் போன் பண்ணிப் பேசியிருக்கார். பூர்ணிமாவுக்கு ஒரு நல்ல வரன் பார்த்திருக்கிறதாகச் சொன்னார். மரியாதைப்பட்ட குடும்பமாம். பையன் பேரு ஷ்யாம்பிரகாஷ். எம்.எஸ். படிச்சுட்டு அமெரிக்காவில் மின்னிசோட்டா ஸாஃப்ட்வேர் கம்பெனியில் நல்ல வேலையாம். பையனோட அப்பா பேரு சிவ நாராயணன். ஒரு பெரிய பிசினஸ் மேக்னட். நாராயணன் க்ரூப்ஸ் கம்பெனிக்கு அவர்தான் மானேஜிங் டைரக்டராம். எல்லாத்துக்கும் மேலே பையனோட தாத்தா ஹைகோர்ட் ஜட்ஜாய் இருந்து ரிடையரானவர்.”

“உன்னோட கதாகாலட்சேபத்தை சீக்கிரம் முடிக்கறியா?”

“என்னங்க.. இப்படி பேசறீங்க..? பூர்ணிமாவுக்கு ஒரு நல்ல வரன் அமைஞ்சிருக்குன்னு சொல்றேன். அதைப் பற்றின சந்தோஷம் உங்க வார்த்தைகள்ல தெரியலையே..?”

“இதோ பார்.. சுவர்ணா..! நீ சொன்ன விஷயத்தையெல்லாம் காலையிலேயே அப்பா என்கிட்ட சொல்லிட்டார்..”

“ஓ..! சொல்லிட்டாரா?”

“உம்..”

“ஜாதகம் பார்க்கப் போறதாய் சொல்லியிருப்பார்.. அப்படித்தானே?”

“ஆமா..!”

“அதுக்கப்புறம் நடந்ததைச் சொன்னாரா?”

“சொல்லலை..!”

“காலையில மாமாவும், அவரோட ப்ரண்ட் தெய்வசிகாமணியும் பேரூர்ல இருக்கிற ஜோஸியர் கிட்டே போய் ஜாதகப் பொருத்தம் பார்த்து இருக்காங்க. ரெண்டு ஜாதகங்களையும் பார்த்த அந்த ஜோஸியர் அசந்து போயிட்டாராம்.”

“ஏன்.. அதுல ஏதாவது வெடிகுண்டு இருந்ததாமா..?”

“என்னங்க.. நீங்க மங்களகரமாய் ஒரு விஷயத்தைப் பத்திப் பேசிட்டு இருக்கும்போது அச்சாணியமாய் எதையாவது சொல்லிக் கிட்டு.. ஜோஸியர் அசந்து போனதுக்குக் காரணம் ரெண்டு பேர்க்கும் ஜாதகப் பொருத்தம் பத்துக்குப் பத்து இருந்ததாம், இந்த பொருத்த விஷயம் மாப்பிள்ளையோட அப்பாவுக்குத் தெரிய வந்ததும் அவங்களுக்கும் சந்தோஷம். நம்ம பூர்ணிமாவோட போட்டோவையும் பையனுக்கு இ மெயில்ல அனுப்பி பையனும் பார்த்து ஓ.கே. சொல்லிட்டானாம். ஒரு பத்து நிமிஷத்துக்கு முன்னாடிதான் பையனோட அப்பா அம்மாகிட்டேயிருந்து இன்னொரு தகவலும் வந்தது.”

“என்ன..?”

“இன்னிக்கு நாள் நல்லாயிருக்கிறதால பூர்ணிமாவை இன்னிக்கே முறைப்படி பெண் பார்த்து வெற்றிலைப் பாக்கு மாத்திக்கிட்டா பரவாயில்லைன்னு சொல்றாங்க..! மாமாவும் அதுக்கு சரின்னு சொல்லிட்டார். இன்னும் ஒரு மணி நேரத்துக்குள்ளே அவங்க வந்துடுவாங்க.. நீங்களும் அதுக்குள்ளே வந்துட்டா பரவாயில்லை..!”

சுவர்ணா பேசப் பேச சத்தியமூர்த்தியின் மூளைப் பகுதிக்குள் கோப ரத்தம் குபு குபுவென்று பாய்ந்தது.

“என்ன.. ஆளுக்கு ஆள் விளையாடறீங்களா? உன்னோட மாமனார் உன்கிட்டே ஒண்ணும் சொல்லலையா..?”

“எதைப் பத்தி?”

“பூர்ணிமாவோட கல்யாணத்தைப் பத்தி..!”

“ஒண்ணும் சொல்லலையே?”

“இதோ பார் சுவர்ணா! பூர்ணிமாவோட கல்யாணத்துக்கு இப்ப ஒண்ணும் அவசரம் கிடையாது. மொதல்ல அவ படிப்பை முடிக்கட்டும். காலையில் அப்பாகிட்டே பேசும் போதும் இதைத்தான் சொன்னேன். என்னோட பேச்சையும் மீறி எல்லா ஏற்பாடுகளையும் பண்ணிட்டிருக்கார் போலிருக்கு.. வயசாயிட்டாலே மண்டையில் இருக்கிற மூளை மரத்துப் போயிடும் போலிருக்கு.”

செல்போனின் மறுமுனையில் சுவர்ணா அதிர்ந்தாள்.

“என்னங்க..! மாமாவைப் பத்தி இப்படியெல்லாம் தரக் குறைவாய் பேசறீங்க? இப்படியெல்லாம் பேச மாட்டீங்களே? இன்னிக்கு உங்களுக்கு என்னாச்சு? பூர்ணிமாவுக்கு இப்படியொரு வரன் அமைஞ்சிருக்கேன்னு நினைச்சு நாங்களெல்லாம் பூரிச்சுப் போயிருக்கோம். நீங்க என்னடான்னா சந்தோஷமா ஒரு வார்த்தை கூட சொல்லாமே நெருப்பைக் கொட்டற மாதிரி இருக்கீங்க!”

“இதோ பார் சுவர்ணா.. உண்மையான நிலவரம் தெரியாமே நீ பாட்டுக்கு உன்னோட மாமனார் மாதிரியே பேசிட்டு போகாதே!”

“அது என்ன உண்மையான நிலவரம்..?”

“பூர்ணிமாவுக்குத் திடீர்னு கல்யாண ஏற்பாடுகளைப் பண்ணினா நான் பணத்துக்கு எங்கே போவேன்..?”

“ஏன், உங்ககிட்டே பணம் இல்லையா?”

“இல்லையே..!”

“என்னங்க இப்படி சொல்றீங்க..? பூர்ணிமாவோட கல்யாணத் துக்குன்னு சொல்லித்தானே பேங்க்ல ஏழு லட்ச ரூபாய் எஃப்டியில் போட்டு இருக்கோம்.”

“அந்தப் பணத்தை எடுத்துத்தான் ஷேர்ஸ்ல போட்டு இருக்கேன்..?”

“ஷேர்ஸ்ல போட்டுட்டீங்களா?”

“ம்..”

“எப்போ..?”

“போட்டு ரெண்டு மாசமாச்சு.”

“என்கிட்டே சொல்லிவேயில்லையே..?”

“உன்கிட்ட சொல்லிட்டுத்தான் எதையும் பண்ணனும்ன்னு ஏதாவது அக்ரிமெண்ட் இருக்கா..?”

“அய்யோ! ஏன் இன்னிக்கு இப்படியெல்லாம் பேசறீங்க..? இது மாதிரியெல்லாம் நீங்க பேச மாட்டீங்களே..?”

“பேச வெச்சுட்டீங்களே..? பூர்ணிமாவுக்கு இப்போதைக்கு கல்யாண ஏற்பாடுகள் வேண்டாம்ன்னு சொன்னேன். உன்னோட மாமனார் கேட்கலை. கல்யாணம்ன்னா சும்மாவா..? கையில கத்தை கத்தையா வெச்சிக்கிட்டாத்தான் பூர்ணிமாவோட கழுத்துல தாலி ஏறும்!”

“என்னங்க..! தயவு பண்ணி கோபப்படாமே நான் சொல்றதைக் கொஞ்சம் கேட்கறீங்களா?”

“என்ன சொல்லு..!”

“இப்போ பூர்ணிமாவுக்கு வந்து இருக்கிற வரன் நாம நினைச்சே பார்க்க முடியாத வரன். இதைத் தவற விடக் கூடாது. மாப்பிள்ளை போட்டோவில் பார்க்கும்போதே ஜம்ன்னு இருக்கார். பூர்ணிமாவுக்கும் ஓ.கே. அத்தைக்கும், மாமாவுக்கும் எனக்கும் பரிபூர்ண சம்மதம். முரண்டு பிடிக்கிறது இப்போ நீங்க மட்டும்தான்.”

“நான் முரண்டு பிடிக்கலை சுவர்ணா..! பூர்ணிமாவுக்கு கல்யாணம் பண்ண வேண்டியது ஒரு அண்ணனோட கடமை. அதையும் நான் ஒத்துக்கறேன். ஆனா இப்போ பணம் கையில் இல்லையே?”

“பணத்தை ஷேர்ஸ்ல போட்டு இருக்கிறதாய் சொன்னீங்க. அந்த ஷேர்ஸை எடுத்து வித்துட வேண்டியதுதானே..?”

“ஷேர்ஸோட ரேட் எல்லாம் இப்போ அதல பாதாளத்துக்குப் போயிட்டிருக்கு. இந்த நேரத்துல போய் எந்த மடையனாவது ஷேர்ஸை விப்பானா..?”

“என்னங்க.. நீங்க எல்லாத்துக்கும் ஒரு காரணத்தைச் சொல்லிக்கிட்டு..?”

“நான் இருக்கிற நிலவரத்தைச் சொன்னேன்!”

“சரி.. பணத்தைப் பற்றி அப்புறம் பேசிக்கலாம். மொதல்ல நீங்க வீட்டுக்கு வாங்க. மாப்பிள்ளையோட அம்மாவும், அப்பாவும் வர்றாங்க. அவங்க வரும்போது நீங்க இருக்கணும்..!”

“என்னால இப்போ வர முடியாது. லாயர்ஸ் சேம்பர்ல இன்னிக்கு ஒரு முக்கியமான மீட்டிங். மீட்டிங் முடிய எப்படியும் எட்டு மணியாயிடும்..!”

“என்னங்க இது..! நம்ம வீட்ல ஒரு விசேஷம் இருக்கும்போது சேம்பர் மீட்டிங்கா முக்கியம்..?”

“இந்த மீட்டிங்ல நான் இருந்தாகணும்.”

“ஒரு நிமிஷம்.. இருங்க! மாமாவைப் பேசச் சொல்றேன்..!”

“வேண்டாம்.. நான் அவர் கூட பேச விரும்பவில்லை.”

செல்போனை அணைத்தான் சத்தியமூர்த்தி. எதிரே உட்கார்ந்திருந்த பவ்யா புன்னகைத்தாள்.

“என்ன பூர்ணிமாவுக்கு வரன் வந்தாச்சு போலிருக்கே?”

"ம்.. இன்னும் ஒரு மணி நேரத்துக்குள்ளே மாப்பிள்ளையோட அம்மாவும் அப்பாவும் பூர்ணிமாவை பெண் பார்க்க வரப் போறாங்களாம்."

"வீட்டுக்கு நீங்க போகலையா?"

"எதுக்காகப் போகணும். நான் இல்லாத நேரத்துல எல்லாத்தையும் முடிவு பண்ணியிருக்காங்க. அவங்களே கல்யாணத்தையும் பண்ணட்டும்."

பவ்யா தன்னுடைய புன்னகையைப் பெரிதாக்கிக் கொண்டே சொன்னாள். "நீங்க ஒரு உண்மையை மறந்துட்டீங்க..?"

"உண்மையா.. என்ன உண்மை..?"

"பூர்ணிமாவோட கல்யாணத்தையே நாம ஒரு 'ட்ரம்ப் கார்டாய்' யூஸ் பண்ணி சட்டபூர்வமாய் நாம ரெண்டு பேரும் வாழக்கையில் இணையலாம்."

"அது எப்படி சாத்தியம்.. பவ்யா?"

"கொஞ்சம் யோசனை பண்ணி செயல்பட்டா எல்லாமே சாத்தியம்தான்!"

"பவ்யா..! நீ புரியாமே பேசிட்டிருக்கே.. எனக்கும் உனக்கும் இருக்கற தொடர்பு எங்கப்பாவுக்கு தெரியப்போய் வீடு அமைதியாய் இருக்கு. இதுவே என்னோட அம்மாவுக்கோ, என் ஒய்ஃப் சுவர்ணாவுக்கோ தெரிஞ்சு இருந்தா ஈராக்ல குண்டு விழுந்த மாதிரி வீடு மாறியிருக்கும்."

"எனக்கு அது தெரியாதா என்ன..? நான் சொல்றபடி காய்களை நகர்த்துங்க. பூர்ணிமா கல்யாணம் முடிஞ்சதும் நம்ம கல்யாணம் நடக்கும். உங்க மனைவியே எனக்கு ஆரத்தி எடுத்து பொட்டு வெச்சு வீட்டுக்குள்ளே கூட்டிட்டுப் போவாங்க."

"அதுக்கு சான்ஸே இல்லை பவ்யா.. நீ சொன்னது நடக்கப் போறதில்லை."

"நடக்கும்! நான் சொல்றபடி நீங்க நடந்தா?"

"சொல்லு..! நான் என்ன செய்யணும்?"

"நீங்க மொதல்ல இப்ப வீட்டுக்குக் கிளம்பிப் போகணும். பூர்ணிமாவோட கல்யாண ஏற்பாடுகளில் உற்சாகமா பங்கு எடுத்துக்கணும்.."

"பவ்யா.. நான் என்ன சொல்ல வர்றேன்னா?"

“நீங்க ஒண்ணையும் சொல்ல வேண்டாம். நான் நகர்த்தியிருக்கிற முதல் காய் இது..!”

“பவ்யா.. நீ என்ன பண்ணப் போறே.. எனக்குப் புரியலை..”

சிரித்தாள் பவ்யா.

“போகப் போகத் தெரியும். இந்தப் பூவின் வாசம் புரியும்.”

ரோகிணி சொன்னதைக் கேட்டு ஹரிதா திடுக்கிட்டாள்.

“ஏய்.. ரோகிணி! நீ என்ன சொல்றே.. இந்தக் கல்யாணம் நடக்கக் கூடாதா..?”

“ஆமா..!”

“ஏன்..”

“காரணத்தை நான் உன்கிட்டே சொல்றதுக்கு முந்தி வார்டன் அம்மாவைப் பார்த்து பேசணும்..” சொல்லிக் கொண்டு எழுந்த ரோகிணி மண்டப இரைச்சலில் நடந்து, வாசலில் நின்று வருபவர்களை வரவேற்றுக் கொண்டிருந்த வார்டன் கமலத்தை நெருங்கினாள். மெல்ல குரல் கொடுத்தாள்.

“மேடம்!”

கமலா திரும்பினாள்.

“என்ன ரோகிணி..”

“உங்ககிட்ட ஒரு நிமிஷம் தனியாய் பேசணும்.”

கமலம் தயங்கினாள்.

“இப்பவே பேசணுமா.. முகூர்த்தம் முடியட்டுமே..?”

“இல்ல மேடம்.. முகூர்த்த நேரம் வர்றதுக்குள்ளே பேசணும்..!”

கமலம் லேசாய் கலவரமானாள். இருந்தாலும் அந்தக் கலவரத்தைக் காட்டிக் கொள்ளாமல் “வா!” என்று சொல்லி மண்டபத்தின் ஒதுக்குப்புறமாய் இருந்த ஓய்வறைக்குக் கூட்டிப் போனாள். அந்த அறைக்குள் விளையாடிக் கொண்டிருந்த சிறுவர்களை வெளியே அனுப்பி விட்டு ரோகிணியை பதட்டத்தோடு ஏறிட்டாள். “சொல்லு ரோகிணி.. என்ன விஷயம்..?”

ரோகிணி சில விநாடிகள் தயங்கிவிட்டு மெல்லப் பேச்சை ஆரம்பித்தாள். “மேடம்..! உங்க பொண்ணுக்குத் தாலி கட்டப் போற இந்த மாப்பிள்ளையைப் பற்றி நல்லா விசாரிச்சீங்களா..?”

“ம்.. விசாரிச்சோம்..! ஏன் என்ன பிரச்னை?”

“அது.. வந்து..!”

“எதுவாய் இருந்தாலும் பரவாயில்லை.. சொல்லு..”

“மாப்பிள்ளையோட உடம்புக்குள்ளே இயங்கிகிட்டு இருக்கிறது இரவல் கிட்னி என்கிற விஷயம் உங்களுக்குத் தெரியுமா..?”

கமலம் அதிர்ந்து நிமிர்ந்தாள்.

“எ.. எ.. என்னது.. இரவல் கிட்னியா..?”

“எஸ்.. மேடம்..!”

“உனக்கு எப்படி தெரியும்..?”

“நான் ப்ளட் டொனேட் பண்ண அடிக்கடி ஹாஸ்பிடல்களுக்குப் போகிற விஷயம் உங்களுக்குத் தெரியும். நான் போன வருஷம் கிண்டியில் இருக்கிற மானசரோவர் ஹாஸ்பிடலில் பேஷண்ட் ஒருவருக்கு ப்ளட் கொடுக்கப் போன போது இப்போ மணவறையில் உட்கார்ந்து இருக்கிற இந்த மாப்பிள்ளையை ஸ்கேன் யூனிட்டுக்குள்ளே பார்த்தேன். ஒரு மாற்றுச் சிறுநீரகம் பொருத்தப்பட்டிருந்தார். ரெண்டு வாரம் கழிச்சு மறுபடியும் அந்த ஹாஸ்பிடலுக்குப் போனபோது அவர் டிஸ்சார்ஜாகி வீட்டுக்குக் கிளம்பிட்டிருந்தார். டாக்டர் அவருக்கு அட்வைஸ் பண்ணிட்டிருந்தார். ‘இப்போ உங்களுக்குள்ளே இருக்கிறது இன்னொருத்தரோட கிட்னி. நீங்க ஒழுங்கா பிரிஸ்கிப்ஷன்படி மாத்திரை மருந்து சாப்பிடாத பட்சத்தில் அந்த கிட்னியோட செயல்பாடுகளில் பாதிப்பு உண்டாகலாம். ஸோ, உடம்பை பத்திரமாய்ப் பார்த்துக்கணும்’ன்னு சொல்லிட்டிருந்தார்.”

வார்டன் கமலத்தின் பதட்டம் அதிகரித்தது.

“ரோகிணி.. நீ சொல்றதெல்லாம் உண்மையா?”

“மேடம்..! ஒரு பொய்யைச் சொல்லி கல்யாணத்தை நிறுத்தற அளவுக்கு நான் ஒண்ணும் மோசமானவள் கிடையாது.. பையனோட அப்பாவையும், அம்மாவையும் இந்த அறைக்குக் கூப்பிட்டு விசாரிங்க, உண்மை வெளியே வரும். நான் வேணும்ன்னா ரூமுக்கு வெளியே மறைவாய் நின்னுக்கறேன். பையனோட பேரண்ட்ஸ் என்ன சொல்றாங்கன்னு பார்க்கலாம்.”

கமலம் வியர்த்து வழியும் முகத்தோடு “சரி ரோகிணி நீ அப்படி மறைவாய் நில்லு..! நான் போய் பையனோட அப்பாவை மட்டும் கூட்டிட்டு வர்றேன்..!”

சொல்லிவிட்டு வெளியேறினாள்.

ரோகிணி அறைக்கு வெளியே போய் ஒதுங்கி நின்று கொள்ள, அடுத்த ஐந்தாவது நிமிடம் கமலம் மாப்பிள்ளையின் அப்பா தியாகராஜனோடு உள்ளே வந்தாள்.

"என்ன சம்மந்தியம்மா..! தாலி கட்ட இன்னும் இருபது நிமிஷம்தான் இருக்கு..! பிரச்னை எதுவாய் இருந்தாலும் முகூர்த்தம் முடிஞ்சதும் பேசிக்கலாமே..?"

கமலம் தளர்ந்து போனவளாய் தியாகராஜனை ஏறிட்டாள். "தாலி கட்டறதுக்கு முந்தி பேச வேண்டிய விஷயம் இது..!"

"சரி.. சொல்லுங்க.. என்ன விஷயம்?"

"கொஞ்ச நேரத்துக்கு முன்னாடி உங்க பையனைப் பத்தி ஒரு விஷயம் கேள்விப்பட்டேன். அது உண்மையா.. இல்லை.. பொய்யான்னு நீங்கதான் சொல்லணும்..!"

"என்ன கேள்விப்பட்டீங்க..?"

"அது.. வந்து.. வந்து..!"

"உங்க பையனுக்கு கிட்னி பெயிலியராகி, மாற்று சிறுநீரக ஆப்ரேஷன் நடந்ததா..?"

"அப்படீன்னு யார் சொன்னது..?"

"யார் சொல்லியிருந்தா உங்களுக்கு என்ன? அந்த விஷயம் உண்மையா.. பொய்யா..?"

"பொய்..!"

"அதாவது உங்க பையனுக்கு மாற்று சிறுநீரக ஆப்ரேஷன் நடக்கலைன்னு சொல்றீங்க..?"

"ஆமா..!"

"பொய் சொல்லாதீங்க.. உங்க பையனை ஒரு டாக்டர்கிட்டே கூட்டிட்டுப் போனா உண்மை வெளியே வந்துடும்."

"அப்படீன்னா நான் சொல்றதுல உங்களுக்கு நம்பிக்கையில்லை..?"

"ஒரு சந்தேகம்ன்னு வந்த பிறகு அது உண்மையா.. பொய்யான்னு தெரிஞ்சுக்க விரும்பறது என்ன தப்பு..?"

"இதோ பாருங்கம்மா.. யாரையாவது ஏமாத்தித்தான் என் பையனுக்கு கல்யாணம் பண்ணி வைக்க வேண்டிய அவசியம் எனக்கு இல்லை. நானும் ஒரு பெண்ணைப் பெத்தவன்தான்..!"

கமலம் குழப்பமாய் பார்க்க தியாகராஜன் தொடர்ந்தார். "நான்

சொல்ற வார்த்தையில் உங்களுக்கு நம்பிக்கை இருந்தால் இந்தக் கல்யாணம் நடக்கட்டும். உங்களுக்கு அப்படி நம்பிக்கை இல்லாத பட்சத்தில் தாலி கட்டறதுக்கு முன்னாடியே என்னோட பையனைக் கூட்டிகிட்டு இந்த மண்டபத்தை விட்டு வெளியே போயிடறேன்..''

''எ.. எ.. எதுக்கும் ஒரு டாக்டரை வரவழைச்சு..!''

''இல்லீங்கம்மா.. அது சரிப்பட்டு வராது. நீங்க இங்கே ஒரு டாக்டரை வரவழைச்சீங்கன்னா அது எங்களை அவமானப்படுத்தற செயல். நீங்க என்னோட பேச்சை நம்பறதாய் இருந்தால் இந்தக் கல்யாணம் நடக்கட்டும். இல்லேன்னா வேண்டாம். உங்க பொண்ணுக்கு நீங்க வேற மாப்பிள்ளை பாருங்க. நான் என் பையனுக்கு வேற ஒரு பொண்ணைப் பார்த்துக்கறேன்..!''

கமலம் வியர்த்து வழிந்து பேசத் திணற, மறைவிடத்திலிருந்து வெளிப்பட்ட ரோகிணி அறைக்குள் நுழைந்தாள்.

11

ரோகிணி மறைவிடத்திலிருந்து வெளிப்பட்டு தியாகராஜனுக்கு முன்பு வந்து நின்றாள். அவர் சலனமில்லாமல் 'யார்' என்பது போல் பார்க்க ரோகிணி கேட்டாள்.

"என்னைத் தெரியுதா ஸார்?"

"தெரியலையே.."

"உங்களுக்கு என்னைத் தெரியாது போனாலும், உங்களை எனக்குத் தெரியும். இப்ப மணக்கோலத்தில உட்கார்ந்து இருக்கிற உங்க பையனையும் எனக்குத் தெரியும்.."

தியாகராஜன் இறுகிப் போன முகத்தோடு அவளுக்குப் பக்கத்தில் வந்தார். "ஓ! இந்தக் குழப்பத்துக்குக் காரணம் நீதானா..? ஏம்மா! இப்படி இல்லாததும் பொல்லாததுமாய்ச் சொல்லி ஒரு கல்யாணத்தை நிறுத்தப் பார்க்கிறே..? அதனாலே உனக்கு என்ன லாபம்?"

"லாபமா..! நிறைய இருக்கு ஸார்.. ஒரு பெண்ணோட வாழ்க்கையை ஒரு நோயாளி மாப்பிள்ளைகிட்டேயிருந்து காப்பாத்தி இருக்கேனே.. அது.. லாபம் இல்லையா?"

"யார் நோயாளி?"

ரோகிணி புன்னகைத்தாள். "இதோ பாருங்க ஸார். ஒரு எலுமிச்சம்பழத்தை வேணும்ன்னா உள்ளங்கைக்குள் வெச்சு மறைச்சுக்கலாம். ஆனா ஒரு பூசணிக்காயை மறைக்க முடியாது. உங்க சன்னுக்கு ரெண்டு சிறுநீரகமும் பழுதுபட்டு செயல் இழந்ததால போன மே மாசம் 'மானசரோவர்' ஹாஸ்பிடலில் மாற்று சிறுநீரக ஆப்ரேஷன் நடந்ததா இல்லையா..?"

"இல்லை.."

"எப்படி உங்களால இவ்வளவு பிடிவாதமாய் பொய் பேச முடியுது..?"

"பிடிவாதமாய் பொய் பேசறது நீதான்.. பொய்யைச் சொல்லி ஒரு கல்யாணத்தைப் பண்ண வேண்டிய அவசியம் எங்களுக்கு இல்லை."

"ஒரு டாக்டரை இந்த மண்டபத்துக்கு வரவழைச்சு, உங்க பையனை சோதனைப் பண்ணிப் பார்த்துட்டா யார் சொல்றது 'பொய்'ன்னு தெரிடுஞ்சுடுமே! ஒரு டாக்டரை வரவழைக்கலாமா..?"

"ஸாரி..! நான் இதுக்கு ஒத்துக்க மாட்டேன்..!"

"ஏன் ஒத்துக்க மாட்டீங்க..?"

"ஒரு டாக்டரைக் கூட்டிட்டு வந்து மாப்பிள்ளையை டெஸ்ட் பண்றது எங்களோட தன்மானத்தைப் பாதிக்கிற விஷயம். என்னோட சன் ஆரோக்கியமாய் இருக்கான்னு எனக்குத் தெரியும். நான் சொல்றதுல நம்பிக்கையிருந்தா இந்தக் கல்யாணம் நடக்கட்டும். இல்லேன்னா.. இந்தக் கல்யாணத்தை இப்பவே நிறுத்திடலாம்."

"என்ன ஸார் இது..! நீங்க பேசறது கொஞ்சமும் சரியில்லையே! பொண்ணு வீட்டுக்காரங்களுக்கு ஒரு சந்தேகம்ன்னா அதைத் தீர்த்து வைக்க வேண்டாமா?"

"இது சந்தேகம் இல்லேம்மா.. அபாண்டம்!" மாப்பிள்ளையின் அப்பா முகம் சிவந்து போய்க் கத்த, வார்டன் கமலம் தவிப்போடு ரோகிணியை ஏறிட்டாள்.

"ரோகிணி..! அவர்தான் தன்னோட சன்னுக்கு 'கிட்னி ட்ரான்ஸ் ப்ளாண்டேஷன்' நடக்கலைன்னு சொல்றாரே? பிரச்னையைப் பெரிசுபண்ண வேண்டாம். இந்தக் கல்யாணம் நடக்கட்டும்..!"

"அவசரப்படாதீங்க மேடம்..! இது உங்க பொண்ணோட வாழ்க்கை சம்பந்தப்பட்ட விஷயம்..! இவரோட சன்னுக்கு 'கிட்னி ட்ரான்ஸ்ப்ளாண்டேஷன்' ஆப்ரேஷன் நடந்த விஷயம் இவருக்கே தெரியாமல் கூட இருக்கலாம். மாப்பிள்ளையைக் கூப்பிடுங்க. அவர்கிட்டயே கேட்டுடலாம்..!"

"எனக்குத் தெரியாமே என் பையனுக்கு எப்படி ஆப்ரேஷன் நடக்கும்..? என் பையனைக் கூப்பிட்டு விசாரிக்கிறதும் என்னை அவமானப்படுத்தற செயல்தான்..!"

"ஏன் ஸார் எதுக்குமே ஒத்துக்க மாட்டேங்கறீங்க..? இது பிஸினஸ் கிடையாது. வாழ்க்கை. சந்தேகங்கள் வரும்போது அதை நிவர்த்தி பண்ணிக்க வேண்டியது ஒரு முக்கியமான கடமை. போன மே மாசம் இருபத்தேழாம் தேதி 'மானசரோவர்' ஹாஸ்பிடலில் நான் ஒரு பேஷண்ட்டுக்காக ப்ளட் டொனேட் பண்ணப் போனேன். அந்த ஹாஸ்பிடலின் சீஃப் டாக்டர் மதுசூதனனிடம் பேசிகிட்டு இருந்தபோது உங்க பையனை ஸ்ட்ரெச்சர்ல வெச்சு கொண்டு போய்ட்டு இருந்தாங்க. டாக்டர் பார்த்துட்டு கவலையான தொனியில 'வயது இருபத்தியாறுதான் ஆகுது. இந்த வயசுலேயே கிட்னி ட்ரான்ஸ்ப்ளாண்டேஷன். எண்பது வயசிலேயும் சிலர்க்கு கிட்னி ரெண்டும் ஆரோக்கியமாய் இருக்கு. கடவுளோட விளையாட்டைப் புரிஞ்சுக்கவே முடியலை'ன்னு சொன்னார்."

“நீ என்னோட பையனை குட் ரெகவரி ஹாஸ்பிடலில் ஸ்ட்ரெச்சர்ல வெச்சு பார்த்தே..?”

“ஆமா..!”

“நிஜமாப் பார்த்தே?”

“ஆமா.. ஆமா..?”

“டாக்டரும் என் பையனைக் காட்டி வயசு இருபத்தியாறுதான் ஆகுது.. இந்த வயசிலேயே கிட்னி ட்ரான்ஸ்ப்ளாண்டேஷன்னு சொன்னார்?”

“சொன்னார்..!”

“ஸ்ட்ரெச்சர்க்குப் பக்கத்தில் நான் இருந்தேனா?”

“யாரும் இல்லை..”

“பையனுக்கு மேஜர் ஆப்ரேஷன் நடந்து இருக்கு. பக்கத்துல நான் எப்படி இல்லாமே போனேன்!”

“அதான் ஏற்கனவே சொன்னேனே ஸார்.. உங்களுக்கே தெரியாமே கூட உங்க சன் அந்த ஆப்ரேஷனை பண்ணியிருந்து இருக்கலாம்?”

“பையனுக்கு அம்மா கிடையாது. கூடப் பொறந்த பொறப்புகளும் கிடையாது. அவனுக்கு எல்லாமே நான்தான். அப்படி இருக்கும்போது எனக்குத் தெரியாமே எப்படி ஒரு ஆப்ரேஷன் நடந்து இருக்கும்..?”

“ஸார்.. இவ்வளவு பேசறீங்களே.. உங்க பையனைக் கூப்பிட்டுக் கேட்டா என்னாயிடும்..? கூப்பிட்டுக் கேளுங்களேன்!”

“சரி..! கூப்பிட்டுக் கேட்கிறேன்.. பட் ஒரு நிபந்தனை.”

“என்ன..?”

“என்னோட சன்னுக்கு மாற்று சிறுநீரக அறுவை சிகிச்சை உண்மையிலேயே நடந்து இருந்தா, இந்தக் கல்யாணத்தை நீங்க நிறுத்துவீங்க.. இல்லையா?”

“ஆமா.. அதுதானே நியாயம்?”

“சரி.. என்னோட நியாயத்தைக் கேளுங்க.. என்னோட சன்னுக்கு அது மாதிரியான எந்த ஒரு அறுவை சிகிச்சையும் நடக்கலைங்கிறது உண்மையாயிருந்தா, நான் இந்தக் கல்யாணத்தை நிறுத்திடுவேன்.”

“இது என்ன நியாயம் ஸார்? உங்க சன்னுக்கு ஆப்ரேஷன் நடந்திருக்காத பட்சத்தில் எதுக்காக கல்யாணத்தை நிறுத்தணும்..?”

“என் பேச்சுல உங்களுக்கு நம்பிக்கை வராத போது எதுக்காக இந்தக் கல்யாணம் நடக்கணும்.. தேவையில்லையே..? நான்

இப்போ என் சன்னைக் கூப்பிடறேன்.. அவன்கிட்டே நீங்க என்ன கேட்க விரும்பறீங்களோ.. அதைக் கேட்டுக்கலாம்."

"இது சரியில்லை ஸார்."

"என்ன சரியில்லை?"

"உங்க சன்னுக்கு மாற்று சிறுநீரக ஆப்ரேஷன் நடக்காமல் இருந்திருந்தால், உங்களைக் காட்டிலும் அதிகமாய் சந்தோஷப் படறது நாங்கதான். கல்யாணத்தையும் மனநிறைவோடு பண்ணலாம். ஆனா நீங்க பேசறது விதண்டாவாதமாய் இருக்கு.. ஒரு விஷயம் உண்மையா? இல்லையான்னு கேட்டுத் தெரிஞ்சுக்கிறதுல எந்த அவமானமும் இல்லை."

தியாகராஜன் ரோகிணியை ஒரு அனல் பார்வை பார்த்தார். "ஏம்மா..! நான் உன்னை ஒரு கேள்வி கேட்கலாமா?"

"தாராளமாய்க் கேளுங்க..!"

"பொண்ணைப் பெத்த இந்த அம்மாவே எந்த ஒரு பதட்டமும் இல்லாமே மௌனமாய் இருக்கும்போது நீ எதுக்காக மெனக்கெட்டு என்கிட்டே வாக்குவாதம் பண்ணிட்டிருக்கே..? நீ இந்த அம்மாவுக்கு ஏதாவது உறவா?"

"இல்லை..! மேடம் கமலம் வார்டனாய் இருக்கிற ஹாஸ்டலில் நான் 'ஸ்டே' பண்ணியிருக்கேன்."

"அவ்வளவுதானே..? கல்யாணத்துக்கு வந்து தலைகாட்டிட்டு, ஒரு நூத்தியொரு ரூபாய்க்கு மொய் எழுதிட்டு, விருந்து சாப்பிட்டுப் போற கூட்டத்துல நீயும் ஒருத்தி! உன்னோட எல்லை அதுவாய் இருக்கும்போது எதுக்காக தேவையில்லாமே இந்த நாட்டாமை..?"

"ஸாரி.. ஸார்..! நீங்க நினைக்கிற மாதிரி இந்த கல்யாணத்தை அட்டெண்ட் பண்ணி, மொய் எழுதி விருந்து சாப்பிட்டுப் போற கும்பலில் ஒருத்தி இல்லை நான்..!"

"பின்னே..?"

"அதையும் மீறின ஒரு நெருங்கிய ரத்த சம்பந்தம் இருக்கு..!"

"ரத்த சம்பந்தமா.. என்ன உளர்றே..?"

"இது உளறல் இல்லை ஸார்.. உண்மை! ரத்த சம்பந்தம் இருக்கப் போய்த்தான் இவ்வளவு நேரமும் பேசிட்டிருக்கேன். என்னோட ப்ளட் க்ரூப் ஏபி நெகட்டீவ். உங்க சன்னோட ப்ளட் க்ரூப் என்னான்னு தெரியுமா?"

"தெரியும்..! அவனோடதும் ஏபி நெகட்டீவ்தான்! ரெண்டு பேருக்கும் ஒரே ப்ளட் க்ரூப் இருக்கிறதால ரத்த சம்பந்தம்

வந்துடுமா என்ன..?"

"ஸார்.. உங்களுக்கு ஒரு உண்மை தெரியுமா?"

"என்ன?"

"ரெண்டு பேர்க்கும் ஒரே ப்ளட் க்ரூப் இருந்தாத்தான் கிட்னி டோனர் கிட்னியைக் கொடுக்க முடியும்."

தியாகராஜன் திகைத்துப் போனவராய் ரோகிணியைப் பார்த்தார்.

"நீ.. நீ.. என்ன சொல்றே..?"

"உங்க சன்னுக்கு கிட்னி கொடுத்த டோனர் நான்தான்..!"

சத்தியமூர்த்தி தன்னுடைய ஸ்கூட்டரை விரட்டிக் கொண்டு வீடு போய்ச் சேர்ந்தபோது வாசலில் வண்ண மயமாய் ஒரு ரங்கோலி பூத்திருந்தது. சமையலறையிலிருந்து நெய்யில் வறுபடும் முந்திரியின் வாசனை வாசல் வரைக்கும் வந்து எட்டிப் பார்த்தது. அப்பா மகாதேவன் பளிச்சென்ற வேஷ்டி சட்டையில் இருந்தார். அம்மா திரிபுரசுந்தரியும் மனைவி சுவர்ணாவும் பட்டுப் புடவைகளில் சரசரத்தார்கள். பூர்ணிமா ட்ரஸ்ஸிங் டேபிளுக்கு முன்பாய் உட்கார்ந்திருக்க, ப்யூட்டி பார்லரிலிருந்து வரவழைக்கப்பட்ட ஒரு பெண் எது மாதிரியான கொண்டை போட்டால் எடுப்பாய் இருக்கும் என்று சில போட்டோக்களை கையில் வைத்துக் கொண்டு விவரித்துக் கொண்டிருந்தார்.

சத்தியமூர்த்தி யாரிடமும் எதுவும் பேசிக் கொள்ளாமல் தன்னுடைய அறையை நோக்கிப் போனான். பின்னாலேயே சுவர்ணாவும் போனாள்..

"என்னங்க..!"

"ம்..!"

"உங்களுக்கு இன்னிக்கு என்னாச்சு..? ஏன் இப்படி நடந்துக்கறீங்க..?"

"எப்படி நடந்துக்கறேன்..?"

"இது உங்க தங்கச்சியோட கல்யாண விஷயம்..? மாப்பிள்ளை வீட்டுக்காரங்க இன்னும் கொஞ்ச நேரத்துல இங்கே வரப் போறாங்க. நீங்க என்னடான்னா ஏதோ பக்கத்து வீட்ல கல்யாணம் நடக்கிற மாதிரி பட்டும் படாமே இருக்கீங்க..?"

சத்தியமூர்த்தி குரலைத் தாழ்த்தினான்.

"இதோ பார்.. பூர்ணிமாவுக்குக் கல்யாணம் பண்ணனும்ன்னு இந்த வீட்ல இருக்கிற எல்லாருமா சேர்ந்து முடிவு பண்ணிட்டீங்க.

அதுக்கப்பறம் அதைப் பற்றிப் பேச எனக்கு என்ன உரிமையிருக்கு?”

“சரி.. சரி..! இப்ப உங்ககிட்டே ஆர்க்யூ பண்ணிட்டு இருக்க நேரமில்ல.. மொதல்ல போய் ஃபேஸ் வாஷ் பண்ணி பளிச்ன்னு வேற ட்ரஸ் மாத்திகிட்டு வாசல்ல போய் நில்லுங்க.. உங்க கோப தாபத்தையெல்லாம் அப்பறம் பார்த்துக்கலாம்..!”

“போதும்.. போதும்.. இந்த ட்ரஸ்ஸே போதும்..!” சத்தியமூர்த்தி கடுகடுப்பாய் சொல்லிக் கொண்டு இருக்கும் போதே திரிபுரசுந்தரி பட்டுப் புடவை சரசரக்க வந்தாள். மல்லிகைச் சரம் காற்றில் மணந்தது.

“டேய் சத்யம்..! இன்னிக்கு பக்கத்து ஆடிட்டர் வீட்டில் சுமங்கலிப் பூஜைக்குப் போய்ட்டு வந்ததோட பலன் உன்னோட தங்கச்சி பூர்ணிமாவுக்கு நல்ல வரன் கூடி வந்து இருக்கு.. நல்ல அம்சமான, அந்தஸ்தான குடும்பம். மாப்பிள்ளை பையனோட அப்பா இருக்காரே.. அவர்.. வந்து..”

“அம்மா.. கொஞ்ச நேரம் சும்மாயிருக்கியா..? அப்பாவே எல்லாத்தையும் சொல்லிவிட்டார். நீ வேற மறுபடியும் சொல்லி அறுக்காதே..!”

“உனக்கேண்டா.. இப்படி கோபம் வருது..?”

“அத்தே.. அவர் கோர்ட் சேம்பரிலிருந்து வரும் போதே தலைவலியோடு வந்து இருக்கார். மாத்திரை போட்டும் வலி குறையலையாம். அதான் கொஞ்சம் டென்ஷனாய் இருக்கார்.”

“மொதல்ல அவனுக்கு ஒரு காபி போட்டுக் குடு. உர்ராங் குட்டான் மாதிரி இருக்கான்..!” திரிபுரசுந்தரி சொல்லிவிட்டு பக்கத்து அறையை நோக்கிப் போய்விட, சுவர்ணா கணவனை ஏறிட்டுக் குரலைத் தாழ்த்தினாள். “தயவுபண்ணி மாப்பிள்ளை வீட்டுக்காரங்க வந்துட்டுப் போகிறவரைக்குமாவது சிரிச்ச முகமாய் இருங்க..!”

“ம்.. ம்..!”

“காபி போட்டு எடுத்துட்டு வரட்டுமா..?”

“எனக்கு நிஜமாவே தலைவலிதான். காபியோடு ஒரு மாத்திரையும் சேர்த்து கொண்டுட்டு வா..” சொன்ன சத்தியமூர்த்தி தலையை இரண்டு கைகளாலும் பற்றிக் கொண்டு அங்கிருந்த சோபாவில் சாய்ந்து உட்கார்ந்தான். சுவர்ணா சமையலறையை நோக்கிப் போனாள்.

சத்தியமூர்த்தி மெல்ல பார்வையைச் சுழற்றி ‘வீட்டில் அப்பா எங்கேயிருக்கிறார்?’ என்று பார்த்தான்.

அவர் தலை தென்படவில்லை. சிட் அவுட்டில் இருப்பாரோ என்று நினைத்து, ஜன்னல் பக்கமாய் போய்ப் பார்த்தான்.

காணோம்.

"அண்ணா..!"

தங்கை பூர்ணிமாவின் குரல் பக்கவாட்டிலிருந்து திடும்மென்று எழுந்து அவனைத் திகைக்க வைத்தது. திரும்பினான்.

பூர்ணிமா வயலட் நிறப் பட்டுப் புடவையில் ஒரு பெரிய ஊதாப் பூவாய் தெரிந்தாள். முகம் முழுவதும் சிரிப்பு.

"அண்ணா!"

"ம்..!"

"என்னை இந்த வீட்டிலிருந்து துரத்த பிள்ளையார் சுழி போட்டுட்டாங்க..!"

"ம்.. ம்.."

"என்னண்ணா.. இவ்வளவு டல்லாயிருக்கே.. கோர்ட்ல உன்னோட கேஸ் ஏதாவது தோத்துப் போச்சா..?" பூர்ணிமா அனுசரணையாய் கேட்க, பின்னால் குரல் ஒலித்தது.

"ஆமாம்மா.. அவன் ரொம்ப நாளா நடத்திட்டு வந்த ஒரு கேஸ்ல ஜட்ஜ்மெண்ட் வந்துடுச்சு.. தீர்ப்பு உன்னோட அண்ணனுக்கு சாதகமாய் இல்லை. அதனால்தான் இந்த அசோகவனத்துப் போஸ்..!" மஹாதேவன் உள்ளே வந்தார்.

"அட.. விடுண்ணா.. செஷன்ஸ்ல கேஸ் தோத்துப் போனா என்ன? ஹைகோர்ட்ல நீதான் ஜெயிக்கப் போறே..?"

மஹாதேவன் ஒரு கசப்பான புன்னகையை உதடு பூராவும் பரப்பிக் கொண்டு, சத்தியமூர்த்தியைப் பார்த்தபடி சொன்னார்.

"இல்லேம்மா.. பூர்ணிமா..! அந்த கேஸ் சுப்ரீம் கோர்ட்டுக்குப் போனாலும் ஜெயிக்காது ஏன்னா.. அதுல நியாயமோ தர்மமோ இல்லை.."

"அப்படியாண்ணா..? அப்பா சொல்றது நிஜமா?"

சத்தியமூர்த்தி பதில் சொல்லாமல் தலையைத் தாழ்த்திக் கொண்டு மௌனம் சாதிக்க, பூர்ணிமா அண்ணனின் மோவாயைத் தன் இடது கையின் சுண்டு விரலால் உயர்த்தினாள்.

"அண்ணா! என்னைப் பெண் பார்க்க வர்ற இந்த நேரத்துல நீ இப்படி இருக்கக் கூடாது. ஒரு கடி ஜோக் சொல்லட்டுமா? சாஃப்ட்வேர்க்கும், ஹார்ட்வேர்க்கும் என்ன வித்தியாசம்?"

"......"

“சொல்லுண்ணா..!”

சத்தியமூர்த்தி எரிச்சலை அடக்கிக் கொண்டு தெரியாது என்பது போல் தலையசைத்தான்.

“அப்பா! உங்களுக்குத் தெரியுமா?”

“தெரியாதம்மா..!”

“நான் சொல்லட்டுமா?”

“சொல்லு..!”

“செடியைப் பிடுங்கிப் பார்த்தா சாஃப்ட்வேர் தெரியும். மரத்தைப் பிடுங்கிப் பார்த்தா ஹார்ட்வேர் தெரியும்..!”

“......!”

“என்னண்ணா..! எவ்வளவு நல்ல கடி ஜோக்கைச் சொல்லி யிருக்கேன். வாய்விட்டுச் சிரிக்க வேண்டாம். அட்லீஸ்ட் ஒரு புன்னகை?”

“ஏய்..!” சுட்டு விரலை உயர்த்திக் கொண்டு கோபாவேசமாய்த் திரும்பினான் சத்தியமூர்த்தி.

12

‘ஏய்!’ என்று கத்தியபடி கோபாவேசத்தோடு சுட்டு விரலை உயர்த்திய அண்ணன் சத்தியமூர்த்தியை பயமாய்ப் பார்த்தாள் பூர்ணிமா. சத்தியமூர்த்தி உஷ்ணம் குறையாமல் பேச்சைத் தொடர்ந்தான்.

“இதோ பார்..! இந்த கேலி, கிண்டல் எல்லாம் என்கிட்டே வேண்டாம். நான் இப்போ சந்தோஷமாய் இல்லை. கெட் லாஸ்ட் எவ்ரிபடி..!”

பூர்ணிமா அண்ணனின் முகத்தையே பயமாய்ப் பார்த்தபடி பின் வாங்க, சுவர்ணா கோபமாய் ஏறிட்டாள்.

“உங்களுக்கு இன்னிக்கு என்னாச்சு..? கேஸ் தோத்துப் போயிட்டா என்னாயிடும்..? உங்க கோபத்தை எல்லாம் காட்றதுக்கு பூர்ணிமாதான் கிடைச்சாளா? அவளை இன்னிக்கு பெண் பார்க்க வரப்போறாங்க. நீங்க எவ்வளவு சந்தோஷப்படணும்..? சரி.. சந்தோஷப்பட வேண்டாம்..? இப்படி.. சுள்ளுன்னு எரிஞ்சு விழாமலாவது இருக்கலாமே..? வீட்ல ஒரு நல்ல காரியம் நடக்கும்போது வீட்டுக்கு மூத்த பிள்ளையா நீங்க.. இப்படி..!”

சுவர்ணா மேற்கொண்டு பேசும் முன்பாக மஹாதேவன் குறுக்கிட்டார்.

“அம்மா சுவர்ணா..! நீ போய் வேற வேலை ஏதாவது இருந்தா பாரம்மா.. நான் சத்தியமூர்த்திகிட்டே பேசிக்கறேன். உன்னோட புருஷனுக்கு கோர்ட்ல கேஸ் தோத்துப் போன கோபம். மத்தபடி வேற ஒண்ணும் கிடையாது. ஒரு பத்து நிமிஷம் விடு. எல்லாம் சரியாயிடும்..!”

“என்னமோ மாமா.. காலையிலிருந்தே உங்க மகன் சரியில்லை. கோபமே வராத மனுஷனுக்குக் கோபம் வருதுன்னா அவர்க்கு வேற ஏதோ பிரச்னை இருக்கணும். கேஸ் தோத்துப் போனதுக்கெல்லாம் மூஞ்சியைத் தூக்கி வைச்சுக்கிற டைப் கிடையாது அவர்..! எனக்குத் தெரியாதா அவரைப் பத்தி..!”

“சரி.. சரி.. நீ போம்மா.. நான் பார்த்துக்கறேன்.. வெளியே போயிட்டு வர்ற ஆம்பிளைகளுக்கு எவ்வளவோ பிரச்னைகள்.”

“நீங்களாச்சு.. உங்க புள்ளையாச்சு..! மாப்பிள்ளை வீட்டுக் காரங்க வரும்போது அவர் சிரிச்சுட்டிருந்தா போதும் எனக்கு”

சொன்ன சுவர்ணா சமையலறையைப் பார்த்து,"அத்தே..! கேசரிக்கு இன்னும் கொஞ்சம் நெய்யை விட்டுட்டு முந்திரியைப் போடணும்" என்று சொல்லிக் கொண்டே போனாள். பூர்ணிமாவும் இறுகிய முகத்தோடு தொடர்ந்தாள்.

சுவர்ணா போனதும், மஹாதேவன் சத்தியமூர்த்தியிடம் திரும்பினார். குரலைத் தாழ்த்தினார்.

"டேய்! தப்பு பூராவையும் உன் மேல வைச்சுகிட்டு மத்தவங்க மேல கோபப்டறதுல எந்த அர்த்தமும் இல்லை. மாப்பிள்ளை வீட்டுக்காரங்க இன்னும் கொஞ்ச நேரத்துல வந்துடுவாங்க. அவங்க வந்துட்டுப் போகிற வரைக்குமாவது சந்தோஷமாய் இருக்கிற மாதிரி நடி, போதும். அதுக்கப்புறம் சாவகாசமாய் உன்னோட திருவிளையாடல்களைப் பத்தி பேசிக்கலாம்."

"அப்பா..!" சத்தியமூர்த்தி குரலை உயர்த்த, மஹாதேவன் கையமர்த்தினார். "வேண்டாம்.. டோன்ட் பி எமோஷனல்! அது உன்னோட உடம்புக்கும் நல்லது இல்லை. வீட்டுக்கும் நல்லது இல்லை. கொஞ்சம் அடக்கி வாசி. பூர்ணிமாவோட கல்யாணம் முடிகிற வரைக்குமாவது நீ சத்தியமூர்த்தியாவே இரு. அதுக்கப்புறம் நீ வெறும் மூர்த்திதான்னு வெளியுலகத்துக்குத் தெரியட்டும்." மஹாதேவன் யார்க்கும் கேட்காத தொனியில் சொல்லிக் கொண்டு இருக்கும் போதே டெலிபோன் ஒலித்தது. சுவர்ணா, திரிபுரசுந்தரி, பூர்ணிமா மூன்று பேரும் சமையலறையில் வேலையாய் இருக்கவே மஹாதேவன் வேகமாய்ப் போய் ரிஸீவரை எடுத்தார்.

"ஹலோ!"

மறுமுனையில் அவருடைய நண்பர் தெய்வசிகாமணி பேசினார். "என்ன மஹாதேவன் உங்க சன் கோர்ட் சேம்பரிலிருந்து வீட்டுக்கு வந்துட்டாரா..?"

"ம்.. வந்துட்டார்..!"

"அப்படீன்னா.. நான் மாப்பிள்ளை வீட்டுக்காரங்களோடு புறப்பட்டு வரட்டுமா..? கௌரி பஞ்சாங்கப்படி இப்ப நேரம் நல்லாயிருக்கு."

"தாராளமாய் புறப்பட்டு வரலாம். இங்கே அவங்களை ரிஸீவ் பண்ண நாங்களும் எல்லா ஏற்பாடுகளையும் பண்ணிட்டோம்."

"ஒரு அரை மணி நேரத்துக்குள்ளே நாங்க அங்கே இருப்போம்..!"

"வாங்க..!" மஹாதேவன் சொல்லி ரிசீவரை வைத்துவிட்டுத் திரும்பினார். சத்தியமூர்த்தி நின்றிருந்த இடம் காலியாய் இருந்தது. சுற்றும் முற்றும் பார்த்தார். சுவர்ணா கையில் டம்ளரோடு வந்தாள்.

“யாரை மாமா தேடறீங்க..?”

“சத்தியமூர்த்தி..?”

“அவர் குளியலறைக்குப் போய் ஃபேஸ் வாஷ் பண்ணிட்டிருக்கார். இந்தாங்க. மாமா! அரை டம்ளர் காபி ஃபில்டர்ல போட்டது. சாப்பிட்டுப் பார்த்து எப்படியிருக்குன்னு சொல்லுங்க.”

மஹாதேவன் காபி டம்ளரை வாங்கிக் கொண்டே சுவர்ணாவை ஏறிட்டார். வட்டமான அந்த பொன்னிற முகமும், நெற்றியின் மையத்தில் அதிகாலை ஒளியைப் போல் தெரிந்த குங்குமப் பொட்டும், மூக்கில் மின்னலடித்த அந்த ஒற்றைக்கல் வைரமூக்குத்தியும் தழைய தழைய பின்னியிருந்த கூந்தலில் ஒரு பக்கமாய் சரிந்து இருந்த மல்லிகைச் சரமும்..

‘இப்படிப்பட்ட அழகான லட்சணமான பொண்ணை ஏமாற்ற உனக்கு எப்படிடா மனசு வந்தது..?’

“மாமா..!”

“ம்..”

“என்ன யோசனை..?”

“ஒண்ணுமில்லேம்மா..! நீ அந்தக் காபியைக் குடு.”

“எனக்குத் தெரியும் மாமா.. உங்க புள்ளையோட பேச்சும் நடத்தையும் உங்களைக் காயப்படுத்தியிருக்கு அதுதானே..?”

“அதெல்லாம் ஒண்ணுமில்லேம்மா.”

“ஏன் மாமா பொய் சொல்றீங்க..? எனக்கும் இன்னிக்கு உங்க புள்ளையோட நடவடிக்கைகள் அதிர்ச்சியாய்த்தான் இருக்கு. காலையில் கோர்ட்டுக்குப் போகிறவரை நல்லாயிருந்தவர், அதுக்கப்புறம்தான் இப்படி மாறியிருக்கார். நடுவில் என்னமோ நடந்து இருக்கு. கோர்ட்ல கேஸ் தோற்றுப் போயிருக்க வாய்ப்பு இல்லை. அப்படியே தோற்றுப் போயிருந்தாலும் அதுக்காக வருத்தப்படக் கூடியவர் இல்லை உங்க பிள்ளை. பூர்ணிமாவுக்கு ஒரு நல்ல வரன் அமையணும். அவளோட கல்யாணத்தை ஒரு பெரிய மண்டபத்துல வெச்சு கிரேண்டா பண்ணனும்னு என்கிட்டே அடிக்கடி சொல்லிட்டிருப்பார். ஆனா இன்னிக்கு இப்படி ஒரு வரன் அமைஞ்சும் அவர் சந்தோஷப்படலை. அண்ணனா இப்படின்னு பூர்ணிமா திரும்பத் திரும்ப என்கிட்டே கேள்வி கேட்டுகிட்டு இருக்கா.”

மஹாதேவன் மனசுக்குள் புயல் அடித்துக் கொண்டு இருந்தாலும் அதை வெளிக்காட்டிக் கொள்ளாமல் புன்முறுவல் பூத்தார்.

“சத்தியமூர்த்தியோட நடவடிக்கை ஏன் இப்படியிருக்குன்னு எனக்கு தெரியும்மா..!”

“தெரியுமா..! ஏன் மாமா..?”

“பணம்தாம்மா..! நான் காலையில் அவனுக்கு போன் பண்ணி பூர்ணிமாவோட கல்யாண விஷயத்தைப் பத்தி சொன்னதும், திடீர்னு கல்யாண ஏற்பாடுகளைப் பண்ணினா பணத்துக்கு எங்கே போறதுன்னு கேட்டான். பேங்க்ல இருந்த பணத்தையெல்லாம் எடுத்து ஷேர்ஸ்ல போட்டு இருக்கிறதாய் சொன்னான். நான் கொஞ்சம் கோபமாய் திட்டிட்டேன். அதை மனசுல வெச்சுகிட்டு தான் இப்படி சிடுசிடுன்னு பேசறான்.”

“மாப்பிள்ளை வீட்டுக்காரங்க வர்ற நேரத்துல இவர் இப்படியிருக்கிறது சரியில்லையே மாமா?”

“நீ ஒண்ணும் கவலைப்படாதேம்மா.. மாப்பிள்ளை வீட்டுக்காரங்க வர்றதுக்குள்ளே நான் அவனை சரி பண்ணிடறேன்” மஹாதேவன் சொல்லிக் கொண்டிருக்கும்போதே..

“படட்ட்ட்’டென்னு ஒரு சத்தம்.

அதைத் தொடர்ந்து...

எரிந்து கொண்டிருந்த எல்லா விளக்குகளும் அணைந்து வீடு இருளில் மூழ்க, குளியலறையிலிருந்து சத்தியமூர்த்தியின் அலறலும், பக்கெட் ஒன்று உருளும் சத்தமும் கேட்டது.

சுவர்ணா வீரிட்டாள்.

“அய்யோ.. மாமா.. அவர்க்கு என்னமோ ஆயிடுச்சு. ஹீட்டர் ஸ்விட்ச்சை காலையில் தொட்டபோதே லேசாய் ஷாக் அடிச்ச மாதிரி இருந்தது. அந்த ஸ்விட்சைத்தான் இப்போ போட்டிருக்கார் போலிருக்கு!”

மஹாதேவன் பதட்டமாய் ஓடி மெயின் சுவிட்ச்சை அணைத்து விட்டு, சுவர் ஆணியில் மாட்டியிருந்த டார்ச்சை எடுத்துக் கொண்டு குளியலறையை நோக்கி ஓடினார்.

ரோகிணி சொன்னதைக் கேட்டு தியாகராஜனும், வார்டன் கமலமும் ஆணியடித்த மாதிரியான பார்வையோடு அவளையே பார்த்தார்கள்.

“நீ என்னம்மா.. சொல்றே..? அந்த கிட்னி டோனர் நீயா..?”

“நானேதான்..!”

“ப்ளட் டொனேட் பண்ணப் போயிருந்ததாய் சொன்னே?”

“அது உங்களுக்காக சொல்லப்பட்ட பொய். என்னோட கிட்னியில் ஒண்ணுதான் இப்ப உங்க மகனோட உடம்புக்குள்ளே இயங்கிட்டிருக்கு. நான் ஒரு கிட்னி டோனர் என்கிற விஷயத்தை வெளியுலகத்துக்கு தெரியப்படுத்தக்கூடாதுன்னு நினைச்சுக் கிட்டிருந்தேன். இதை இப்ப என் வாயால சொல்ல வெச்சுட்டீங்க. இனிமேலாவது நான் சொன்னதெல்லாம் உண்மைன்னு நம்பறீங்களா இல்லையா..?”

தியாகராஜன் சின்னதாய் புன்னகைத்தார். “இதோ பாரம்மா.. நீ ஒரு கிட்னி டோனராய் இருக்கலாம். ஆனா ஒரு கிட்னியைப் பொருத்திக் கொள்கிற அளவுக்கு என்னோட மகன் ஆனந்த் நோயாளி கிடையாது. நீ இவ்வளவு தூரம் போன பிறகு நானும் பிடிவாதம் பிடிக்கிறது சரியில்லை. என்னோட மகனை இந்த ரூமுக்குக் கூட்டிட்டு வர்றேன். அவனுக்கு மாற்று சிறுநீரக ஆப்ரேஷன் நடந்து இருந்தால் அவனுடைய இடுப்புப் பகுதியில் ஆப்ரேஷன் பண்ணின தழும்பு கண்டிப்பாய் இருக்கும். அது இருக்கா இல்லையான்னு நீ பார்த்துடு..!”

ரோகிணி புன்னகைத்தாள்.

“இப்பவாவது ஒத்துக்கிட்டீங்களே.. மொதல்ல போய் உங்க மகனைக் கூட்டிட்டு வாங்க.. பொய் சொல்றது யார்ன்னு தெரிஞ்சுடும்.”

தியாகராஜன் ரோகிணியை ஒரு கோபப் பார்வை பார்த்துவிட்டு, விருட்டென்று அறையிலிருந்து வெளியேறினார். அடுத்த இரண்டாவது நிமிடம் மாலையும் கழுத்துமாய் இருந்த தன் மகன் மாப்பிள்ளை ஆனந்த்தோடு உள்ளே நுழைந்தார். ரோகிணிக்கு முன்பாய் நிறுத்தினார். குரலை உயர்த்திக் கேட்டார்.

“நல்லாப் பார்த்துச் சொல்லும்மா.. நீ கிட்னி கொடுத்தது இவனுக்குத் தானே..?”

“ஆமா..! இது மறக்கக்கூடிய முகமா.. என்ன?” ரோகிணி சொல்ல தியாகராஜன், ஆனந்திடம் திரும்பினார். “ஆனந்த்! நீ மாற்று சிறுநீரம் பொருத்திக்கிட்டதா இந்தப் பொண்ணு சொல்றா. கிட்னி கொடுத்ததும் இந்தப் பொண்ணுதானாம். நீயே இவ கிட்டே பேசு.”

ஆனந்தின் முகம் கோபச் சிவப்புக்கு உட்பட்டது.

“என்னது! எனக்கு மாற்று சிறுநீரகமா? ரிடிகுலஸ்! அப்படியொரு நிலைமை எனக்கு வந்து இருந்தா நான் எதுக்காக கல்யாணம் பண்ணிக்கிறேன்.”

ரோகிணி கையமர்த்தினாள்.

“இதோ.. பாருங்க ஆனந்த்..! உங்க ஃபாதரோடு சேர்ந்துகிட்டு நீங்களும் நாடகம் போடாதீங்க. உங்களோட சட்டையையும், பனியனையும் கழட்டுங்க. ஆப்ரேஷன் பண்ணின தழும்பு உங்களைக் காட்டிக் கொடுக்கத் தயாராய் இருக்கு. தழும்பைப் பார்த்த பிறகு அது சின்ன வயசிலே ஏற்பட்ட காயத்தோட தழும்புன்னும் சொல்லி சமாளிக்கப் போறீங்க..!”

ஆனந்த் சிரித்தான்.

“அதுக்கெல்லாம் சான்ஸே இல்லை” சொன்னவன் தன் கழுத்தில் இருந்த மாலையைக் கழற்றி பக்கத்தில் இருந்த நாற்காலியின் மேல் போட்டுவிட்டு தான் அணிந்திருந்த பட்டுச் சட்டையையும் பனியனையும் கழற்றினான். பளீரென்ற வெளுப்பில் முதுகும், மார்பும், உடுத்தியிருந்த வேஷ்டிக்கு மேல் இடுப்பும் பார்வைக்குக் கிடைத்தது.

தியாகராஜன் இரைந்தார்.

“பார்த்துக்கோம்மா.. நல்லாப் பார்த்துக்கோ.. வேணும்ன்னா ஒரு லென்ஸ் வாங்கித் தர்றேன்... பார்க்கிறியா?”

ரோகிணி தியாகராஜனின் கத்தலைப் பொருட்படுத்தாமல் ஆனந்தின் மார்பு, இடுப்புப் பகுதியை உற்றுப் பார்த்தாள்.

தியாகராஜன் ஒரு நக்கல் சிரிப்போடு ரோகிணிக்குப் பக்கத்தில் வந்தார். “என்னம்மா..! பார்த்துட்டியா..? கிட்னி ட்ரான்ஸ்ப்ளாண்டேஷன்கிறது ஒரு மேஜர் ஆப்ரேஷன். அந்த ஆப்ரேஷனை பண்ணும்போது உண்டாகிற தழும்பை மறைக்க முடியாது. இன்னும் உனக்கு சந்தேகம் தீரலைன்னா, என்னோட மகனை பக்கத்தில் இருக்கிற ஏதாவது ஒரு ஹாஸ்பிடலுக்குக் கூட்டிப் போய் ஸ்கேன் பண்ணிப் பார்த்துடலாம்.. என்ன, வர்றியா?”

ரோகிணி கர்ச்சீப்பால் தன் நெற்றி வியர்வையை ஒற்றியபடி மௌனமாய் விழித்தாள்.

“என்னம்மா.. பேச்சையே காணோம்?”

“ஸ.. ஸார்.. எனக்குக் குழப்பமாயிருக்கு?”

“நீ குழப்பமாய் இருக்கேன்னு உனக்கு இப்பத்தான் தெரியுதா?”

ரோகிணி, ஆனந்தை ஏறிட்டாள்.

“மிஸ்டர் ஆனந்த்! நீங்க மானசரோவர் ஹாஸ்பிடலுக்குப் போய் இருக்கீங்களா?”

“கிண்டியில் இருக்கே.. அந்த ஹாஸ்பிடல் தானே?”

“அதேதான்.!”

“போயிருக்கேன்..!”

“எப்போ போனீங்க..?”

“போன வருஷம் எனக்கு ஒரு ஐ.டி. கம்பெனியில் வேலை கிடைச்சது. வேலையில் ஜாய்ன் பண்ணினதும் மெடிக்கல் ஃபிட்னஸ் சர்ட்டிஃபிகேட் கேட்டாங்க. அதுக்காக அந்த ஹாஸ்பிடலுக்குப் போனேன். ஒரு அரை நாள் அங்கே இருக்க வேண்டியிருந்தது. நிறைய ஸ்கேன் பண்ணினாங்க.”

“அது எந்தத் தேதின்னு உங்களால சரியாய் சொல்ல முடியுமா?”

“தேதி ஞாபகம் இல்லை.. பட் ஒன் இயர் இருக்கும்..!”

“அந்த ஹாஸ்பிடலோடு சீஃப் டாக்டர் மதுசூதனனை உங்களுக்கு தெரியுமா?”

“தெரியாது..! அவரோட பேரைக்கூட நான் இப்பத்தான் கேள்விப்படறேன்..”

“மிஸ்டர் ஆனந்த்! நான் கேட்கறேன்னு தப்பா நினைக்காதீங்க. அந்த ஹாஸ்பிடல்ல ஹாஃப் டே இருந்ததாய் சொல்றீங்க. அங்கே உங்களுக்கு எது மாதிரியான டெஸ்டுகள் எடுக்கப்பட்டதுன்னு தெரியுமா?

“ப்ளட சுகர், பி.பி. பார்த்தாங்க. எனக்கு அடிக்கடி வர்ற தலை வலியைப் பற்றிச் சொன்னதால் கம்ப்யூட்டர் ஸ்கேன் பார்த்தாங்க. அப்புறம் அரை மணி நேரத்துக்கு எனக்கு அனஸ்தீஷியா கொடுத்து கோலினோஸ்கோப் பார்த்தாங்க.. தட்ஸ் ஆல்..! காலையில் ஆறு மணிக்குப் போனேன். மத்தியானம் ஒரு மணிக்கெல்லாம் திரும்பிட்டேன்.”

ரோகிணி ஆனந்தை ஏறிட்டாள்.

“உங்க மெடிக்கல் ரிப்போர்ட் நார்மலா?”

“நார்மல்தான்..!”

“அந்த ஹாஸ்பிடலோட சீஃப் டாக்டர் மதுசூதனன் ரொம்பவும் நல்லவர். அவர் உங்களைக் காட்டி ‘இவருக்குத்தான் கிட்னி ட்ரான்ஸ்பளாண்டேஷன் நடந்தது’ என்று சொன்னார். ரெண்டு வாரம் கழிச்சு மறுபடியும் நான் ஹாஸ்பிடலுக்குப் போனபோது நீங்க அன்னிக்கு இருந்த அறையை எட்டிப் பார்த்தேன். உங்க முகம் எனக்குத் தெரியலை. பட் டாக்டர் ஒருத்தர் அட்வைஸ் பண்ணிட்டிருந்தார். ‘இப்போ உங்களுக்குன்னே இருக்கிறது இன்னொருத்தரோட கிட்னி. நீங்க ஒழுங்காய் பிரிஸ்கிரிப்ஷன்படி

மாத்திரை மருந்து சாப்பிடாத பட்சத்தில் அந்த கிட்னியோட செயல்பாடுகளில் பாதிப்பு உண்டாகலாம். ஸோ உடம்பைப் பத்திரமாய் பார்த்துக்கணும்'ன்னு சொல்லிட்டிருந்தார்."

"ஒரு டாக்டர் எதுக்காக பொய் சொல்லணும்?" ஆனந்த் கோபத்தில் படபடத்தான்.

"அதுதான் எனக்கும் குழப்பமாய் இருக்கு. ஒரு ஹாஸ்பிடலோட சீஃப் டாக்டருக்கு ஏன் இப்படியொரு எண்ணம்?" சொன்ன ரோகிணி தன் கைப்பையினின்றும் செல்போனை எடுத்தாள். டாக்டர் மதுசூதனன் எண்களை நினைவுக்குக் கொண்டு வந்து வலது கையில் ஆட்காட்டி விரலால் ஒற்றி எடுத்தாள்.

மறுமுனையில் ரிங் போயிற்று. பிறகு குரல் கேட்டது.

"ஹலோ..!"

"டாக்டர் மதுசூதனன்?"

"ஹோல்டிங்.."

"டாக்டர்.. நான் ரோகிணி.."

"ஓ.. நீயா.. சொல்லம்மா.. எங்கே ஹாஸ்பிடல் பக்கம் ரொம்ப நாளா காணலே.."

"ஐ.டி. வொர்க்ல கொஞ்சம் பிஸி டாக்டர்.."

"ஓ.கே.. ஓ.கே.. என்ன விஷயம்.. சொல்லும்மா? ரொம்ப நாள் கழிச்சு போன் பண்ணியிருக்கே. எனிதிங்க் இம்பார்ட்டன்ட்?"

"வெரி வெரி இம்பார்ட்டண்ட் டாக்டர்."

"ஈஸிட்! வாட் அபௌட்...?"

"நீங்க சொன்ன ஒரு பொய்யைப் பற்றி..!"

13

டாக்டர் மதுசூதனன் செல்போனில் மறுமுனையில் திகைத்தார்.

“ரோகிணி! நீ என்னம்மா சொல்றே.. நான் பொய் சொன்னேனா?”

“ஆமா டாக்டர்..! போன வருஷம் நீங்க என்கிட்டே சொன்ன ஒரு பொய் இன்னிக்கு என்னை எல்லார் முன்னாடியும் தலைகுனிய வெச்சிருச்சு!” ரோகிணி செல்போனில் படபடத்தாள்.

“இதோ பாரம்மா ரோகிணி! நான் யார்கிட்டேயும் எந்த ஒரு பொய்யையும் சொல்ல வேண்டிய அவசியம் இல்லை. அதுவும் உன்கிட்டே நான் பொய் சொல்ல வேண்டிய அவசியமே இருந்திருக்காது.”

“டாக்டர்.. நீங்க என்ன பொய் சொன்னீங்கன்னு சொல்லவா?”

“ம்.. சொல்லு! தாராளமா சொல்லு!”

“நான் ஒரு ‘கிட்னி டோனர்’ன்னு உங்களுக்குத் தெரியுமா? தெரியாதா என்ன?”

“என்னம்மா கேள்வி இது.. நீ கிட்னி டோனர்னு எனக்குத் தெரியாதா என்ன?”

“நல்லவேளை.. இதையாவது ஒப்புக்கிட்டீங்களே?”

“ரோகிணி! வாட் ஈஸ் ராங் வித் யூ? இன்னிக்கு உன் பேச்செல்லாம் ஏதோ ஒரு மாதிரி இருக்கே?”

“டாக்டர்! நான் நேரிடையாகவே விஷயத்துக்கு வர்றேன். போன வருஷம் உங்க ஹாஸ்பிட்டல்ல நான் ஒரு பேஷண்டுக்கு கிட்னி டொனேட் பண்ணினேன். அந்த பேஷண்ட் யார்ன்னு உங்ககிட்டே கேட்டபோது நீங்க ஐ.ஸி. யூனிட்டில் இருந்த ஒரு பேஷண்ட்டைக் காட்டி அவர்தான்னு சொன்னீங்க. நான் அவர்கிட்டே பேச விரும்பினபோது நீங்க வேண்டாம்ன்னு தடுத்துட்டீங்க. நான் காரணம் கேட்டபோது நீங்க என்ன சொன்னீங்கன்னு உங்களுக்கு ஞாபகம் இருக்கா டாக்டர்?”

“......”

“என்ன டாக்டர்.. பேச்சையே காணோம்?”

“அது.. வந்து.. வந்தும்மா..”

“என்ன ஞாபகம் வரலையா? நான் ஞாபகப்படுத்தட்டுமா டாக்டர்? எனக்கு கிட்னி கொடுத்த டோனர் யார்ன்னு தெரிஞ்சுக்க

அந்த பேஷண்ட்டும்டோட குடும்பம் விரும்பலைன்னு சொன்னீங்க சரியா?''

“இப்ப.. அதெல்லாம் எதுக்கம்மா?''

“அவசியம் வந்திருக்கு டாக்டர்! நீங்க சொன்ன ஒரு பொய்யாலே இன்னிக்கு ஒரு பிரச்சனை விஸ்வரூபம் எடுத்து நிக்குது டாக்டர். என்னோட கிட்னி பொருத்தப்பட்ட பேஷண்ட் யார்னு நான் கேட்ட போது நீங்க ஒருத்தரைக் காட்டினீங்க. அந்த பேஷண்டோட பேர் ஆனந்த். அந்த ஆனந்த் இப்போ கல்யாண மாப்பிள்ளை. எனக்கு வேண்டிய ஒருத்தரோட பொண்ணு கழுத்துல தாலி கட்டப் போறார். இதை என்னால எப்படி அனுமதிக்க முடியும்? மாப்பிள்ளை ஆனந்த்தை நான் விசாரிச்சேன். அவர் தனக்கு மாற்று சிறுநீரகம் பொருத்தப்படலைன்னு சொல்லி தன்னோட இடுப்புப் பகுதியைக் காட்டினார். அந்த இடத்துல ஆப்ரேஷன் செய்யப்பட்டதுக்கான தழும்பு இல்லை. இதுக்கு நீங்க என்ன சொல்லப் போறீங்க டாக்டர்.''

“ஸாரி.. ரோகிணி..''

“இந்த ஸாரி எதுக்காக டாக்டர்?''

“நான் சொன்ன அந்தப் பொய்க்காக?''

“பொய் சொல்ல வேண்டிய அளவுக்கு ஆனந்த் மேலே உங்களுக்கு அப்படியென்ன கோபம் டாக்டர்?''

“எனக்கு ஆனந்த் மேல் எந்தக் கோபமும் இல்லை.''

“அப்புறம் எதுக்காக அந்தப் பொய்?''

“ரோகிணி! நீ இப்போ எங்கே இருக்கே?''

“மையிலாப்பூரில் இருக்கிற சுமங்கலி கல்யாண மண்டபம்.''

“நீ நேர்ல வா! நான் எல்லா விவரமும் சொல்றேன்!''

“டாக்டர்! மாப்பிள்ளை ஆனந்த் வீட்ல எல்லாரும் கொந்தளிப்போடு இருக்காங்க.''

“ரோகிணி! நான் அவங்ககிட்டே மன்னிப்பு கேட்டுக்கறேன். நீ கல்யாணத்தை அட்டெண்ட் பண்ணிட்டு ஹாஸ்பிடலுக்கு வா. நான் ஏன் அப்படி ஒரு பொய்யைச் சொன்னேங்கிறதுக்கான காரணத்தைச் சொல்றேன்.''

“ஒரு நிமிஷம் டாக்டர்!'' சொன்ன ரோகிணி, தன்னிடமிருந்து செல்போனை ஆனந்தின் அப்பா தியாகராஜனிடம் நீட்டினாள்.

“என்னம்மா?''

“டாக்டர் உங்ககிட்டே மன்னிப்பு கேட்க விரும்பறார். அன்னிக்கு

அவர்க்கு ஏதோ பிரச்சனை. அதனால பொய் சொல்ல வேண்டி வந்ததுன்னு சொல்றார்.''

''பரவாயில்லேம்மா! டாக்டர் தன்னோட தப்பை உணர்ந்தா போதும். என்கிட்டே மன்னிப்பு கேட்க வேண்டிய அவசியம் இல்லை. இன்னிக்கு இப்படி ஒரு பிரச்சனை நடக்கணும்னு இருக்கு! அதுக்கு யார் என்ன பண்ண முடியும்? முகூர்த்த நேரம் முடிய இன்னும் பத்து நிமிஷம்தான் இருக்கு! எல்லாரும் மணவறைக்குப் போலாமா?''

''எதுக்கும் டாக்டர்கிட்டே ஒரு வார்த்தை?''

''வேண்டாம்மா.. உன்கிட்டே அவர் மன்னிப்பு கேட்டதே போதும்.''

ரோகிணி மறுபடியும் செல்போனை தன் காதுக்கு ஒற்றினாள். ''டாக்டர்! மாப்பிள்ளையோட அப்பா நீங்க என்கிட்ட பேசி வருத்தம் தெரிவிச்சதே போதும்னு சொல்லிட்டார். முகூர்த்த நேரம் முடிய இன்னும் பத்து நிமிஷம்தான் இருக்கு. அதனாலே பேசிட்டிருக்க நேரமில்லை.''

''ஓ.கே! நீ கல்யாணத்தை முடிச்சுகிட்டு என்னோட ஹாஸ்பிடலுக்கு வாம்மா..''

''வர்றேன் டாக்டர்..''

''நீ வர எப்படியும் ஒரு மணி நேரமாகுமா?''

''ஆகும் டாக்டர்..''

''நான் வெயிட் பண்றேன்.'' டாக்டர் சொல்லி செல்போனை அணைத்துவிட, ரோகிணியும் செல்லை மௌனமாக்கிவிட்டு தியாகராஜனிடம் நிமிர்ந்தாள். ''சார்'' என்றாள்.

''என்னம்மா?''

''நீங்க என் மேலே ரொம்பவும் கோபமாய் இருப்பீங்கன்னு நினைச்சேன். பொய் சொன்ன டாக்டர் மேல சட்டரீதியாய் நடவடிக்கை எடுப்பீங்கன்னும் நினைச்சேன். ஆனா உங்க பேச்சுல ஒரு நிதானமும் அன்பும் தெரியுது.''

தியாகராஜன் புன்னகைத்தார். குரலைத் தாழ்த்திக் கொண்டு கேட்டார்.

''அதுக்கு என்ன காரணம்னு உனக்குத் தெரியலை?''

''ஆமா ஸார்!''

''உன் மேல எனக்கு கோபம் வராததற்குக் காரணம் நீ ஒரு கிட்னி டோனர் என்கிற விஷயம் தானம்மா! பெத்தவங்களுக்கே

ஒரு வாய்ச்சோறு போடாத கலிகாலம் இது. இந்தக் காலத்துல ஒரு வயசுப் பொண்ணான நீ யாரோ முகம் தெரியாத ஒருத்தருக்கு கிட்னியைத் தானம் பண்ணியிருக்கே! உன்னை மாதிரியான நல்லவங்க இருக்கப் போய்த்தான் பூமியில் போட்ட தானியம் முளைக்குது. டாக்டர் உனக்கு தவறான தகவல் கொடுக்கப் போய்த்தான் நீ இந்தக் கல்யாணத்தை நிறுத்தப் பார்த்து இருக்கே! உன்னோட நிலைமையில் யார் இருந்தாலும் இதைத் தான் பண்ணியிருப்பாங்க. நானும் பண்ணியிருப்பேன். வாம்மா! நல்ல நேரம் போயிடறதுக்குள்ளே கல்யாணத்தை முடிப்போம்..'' சொல்லிவிட்டு தியாகராஜன் மண்டபத்தை நோக்கி நடக்க ஆரம்பித்துவிட, ரோகிணி பின் தொடர்ந்தாள்.

டாக்டர் மதுசூதனன் மனசுக்குள் வந்து நின்றார். அவர் செல்போனில் பேசியபோது சொன்ன வார்த்தைகள் காதுக்குள் எதிரொலித்தது.

"ரோகிணி! நீ கல்யாணத்தை அட்டெண்ட் பண்ணிட்டு ஹாஸ்பிடலுக்கு வா! நான் ஏன் அப்படி ஒரு பொய்யைச் சொன்னேங்கிறதுக்கான காரணத்தைச் சொல்றேன்.''

ரோகிணியின் மனசுக்குள் ஒரு மெல்லிய இரைச்சல் கிளம்பியது. 'அவர் சொல்லப்போகும் காரணம் எதுவாக இருக்கும்?'

மொத்த வீடும் அமளிதுமளிப் பட்டது.

மஹாதேவன் மெயின் ஸ்விட்சை அணைத்துவிட்டு கையில் டார்ச்சோடு குளியலறையை நோக்கிப் பாய்ந்தார். பின்னாலேயே சுவர்ணா, பூர்ணிமா, திரிபுரசுந்தரி பதைபதைத்துப் போய் பின்தொடர்ந்தார்கள்.

இருட்டில் மஹாதேவன் டார்ச் வெளிச்சத்தோடு குளியலறைக்குள் நுழைய, சத்தியமூர்த்தி கெய்ஸர்க்கு கீழே ஷவர்க்கு சாய்ந்தபடி தெரிந்தான்.

டார்ச்சின் வெளிச்ச வட்டம் அவனை நனைத்தது. மஹாதேவன் பதட்டமாய் நெருங்கி அவனைத் தொட்டார்.

"சத்தியமூர்த்தி! உனக்கு என்னாச்சு?''

"ஒ.. ஒ.. ஒண்ணுமில்லேப்பா! கெய்ஸரோட ஸ்விட்சை ஈரக்கையால போட்டேன். ஷாக் அடிச்சுது.. விழுந்துட்டேன்.''

திரிபுரசுந்தரி ஒரு அழுகைக்குத் தயாரான குரலில் "டேய் சத்தி.. உனக்கு அடிகிடி படலையே?'' என்று சொல்லியபடி மகனின் தலையையும் உடம்பையும் தடவினாள். சுவர்ணா அருகே போய்

பட்டுப்புடவை கட்டியிருக்கிறோம் என்ற உணர்வே இல்லாமல் குளியலறையின் ஈரத்தரையில் மண்டியிட்டு உட்கார்ந்தாள்.

“என்னங்க! தலையில் ஏதோ அடிபட்டிருக்கு போலிருக்கு. ரத்தம் தெரியுது.. வாங்க.. டாக்டர்கிட்டே போயிடலாம்.”

“அதெல்லாம் வேண்டாம் சுவர்ணா.. கொஞ்சம் பஞ்சை எடுத்து நனைச்சுட்டு வா, போதும். எனக்கு லேசான அடிதான். ஒண்ணும் பயமில்லை.”

சத்தியமூர்த்தி சொல்லிக்கொண்டே சுவர்ணாவின் தோளைப் பிடித்துக்கொண்டு எழுந்து நின்றான். ஒருபுறம் மஹாதேவனும், இன்னொருபுறம் திரிபுரசுந்தரியும் பிடித்துக்கொள்ள சத்தியமூர்த்தி மெல்ல நடைபோட்டு குளியலறையினின்றும் வெளிப்பட்டான்.

பூர்ணிமா ஒரு நாற்காலியை இழுத்துப்போட, உட்கார்ந்தான். சுவர்ணா டிஞ்சரில் பஞ்சை நனைத்துக்கொண்டு வந்து காயத்தின் மேல் வைத்தாள். திரிபுரசுந்தரி டம்ளர் தண்ணீரோடு ஓடிவந்தாள்.

“ஏம்மா.. இப்படி ஆர்ப்பாட்டம் பண்றே? எனக்கு ஒண்ணும் இல்லேம்மா!”

“சரி.. சரி.. மொதல்ல தண்ணியைக் குடி. உடம்பெல்லாம் எப்படி வேர்த்திருக்கு பாரு?” திரிபுரசுந்தரி தன்னுடைய புடவைத்தலைப்பால் சத்தியமூர்த்தியின் முகத்தை ஒற்றிக்கொண்டிருக்கும் போதே வாசலில் அந்தச் சத்தம் கேட்டது.

சுவர்ணா எட்டிப் பார்த்தாள்.

பளபளப்பான சில்வர் க்ரே உடம்போடு அந்த ஹோண்டாசிட்டி கார் நின்றிருந்தது. காரில் நான்கு பக்கக் கதவுகளும் திறந்து கொள்ள, இரண்டு ஆண்களும் இரண்டு பெண்களும் இறங்கிக் கொண்டிருந்தார்கள். ஒரு பெண்ணின் கையில் பழத்தட்டு. சுவர்ணா பதற்றமானாள்.

“மாமா! மாப்பிள்ளை வீட்டுக்காரங்க.. வந்துட்டிருக்காங்க.”

“அய்யய்யோ.. லைட் வேற இல்லையே?”

“அந்த எமர்ஜென்சி லைட்டை எடுத்துட்டு வரட்டுமா?”

“அது சரியா ஒர்க் ஆறது இல்லையே?”

“இப்படிப் பேசிட்டிருந்தா எப்படிங்க? போய் வர்றவங்களை முதல்ல ரிஸீவ் பண்ணுங்க.”

மஹாதேவன் கையில் டார்ச்லைட்டோடு வாசலுக்கு ஓடினார். மாப்பிள்ளையின் அப்பா சிவநாராயணும், அவருடைய மனைவியும் இணையாக நடந்து வர, பின்னால் ஜரிகை வேஷ்டியோடு ஒரு

நபரும், ஒரு பெண்ணும் தெரிந்தார்கள். கூடவே தெய்வசிகாமணி.

மஹாதேவன் கையில் டார்ச்லைட்டோடு கும்பிட்டார்.

"வணக்கம்.. வாங்க.. வாங்க!"

தெய்வசிகாமணி கேட்டார். "என்ன மஹாதேவன்! வீடு இருளோன்னு இருக்கு! பவர் ஃபெயிலியர் மாதிரி தெரியலை.. பக்கத்து வீடு, எதிர்வீட்டுல கரண்ட் இருக்கே?"

"திடீர்னு ஷார்ட்அவுட் ஆயிடுச்சு! உள்ளே வாங்க.. மெயின் போர்டுலதான் ஃப்யூஸ் போயிருக்கும். பார்த்துப் போட்டுடலாம்." மஹாதேவன் கையில் டார்ச்சை வைத்துக்கொண்டு வழிகாட்ட, எல்லோரும் நிழல் வைத்துக்கொண்டு வழிகாட்ட, எல்லோரும் நிழல் உருவங்களாய் உள்ளே வந்தார்கள். திரிபுர சுந்தரியும் சுவர்ணாவும் வந்தவர்களுக்கு வணக்கம் சொல்லி நாற்காலிகளை எடுத்துப் போட்டார்கள். உட்கார்ந்தார்கள்.

"மன்னிக்கணும்! நீங்க வர்ற நேரத்துல இப்படி ஆயிடுச்சு. என்னோட சன் குளியலறைக்குள் போய் கெய்சர் ஸ்விட்சைப் போட்டிருக்கான். எப்படியோ ஷாக் ஆயிடுச்சு." மஹாதேவன் சொல்ல, சிவநாராயணன் கேட்டார்.

"பையனுக்கு ஒண்ணும் ஆகலையே?"

"ஷாக் அடிச்சு கீழே விழுந்ததில் லேசாய் தலையில் காயம். மற்றபடி ஒண்ணும் இல்லை. இவன்தான் என் சன். சத்தியமூர்த்தி. லாயராய் இருக்கான்."

சத்தியமூர்த்தி வேண்டாவெறுப்பாய் எழுந்து நின்று உதட்டில் ஒட்டவைத்துக் கொண்ட செயற்கைச் சிரிப்போடு எல்லோரையும் பார்த்து 'வணக்கம்' சொல்லி விட்டு ஒரு இயந்திரம் போல் உட்கார்ந்தான்.

சிவநாராயணன் கேட்டார்.

"தம்பி.. சிவிலா.. க்ரிமினலா?"

"சிவில்."

"எப்படி.. ப்ராக்டீஸ் எல்லாம் பரவாயில்லையா?"

"ம்.. ஏதோ இருக்கு..!"

"ஏதாவது ஒரு நல்ல கம்பெனிக்கு லீகல் அட்வைஸராய் போயிட்டா எந்தப் பிரச்சனையும் இருக்காது. நீங்க ட்ரை பண்ணலையா தம்பி?"

"எனக்கு ஒருத்தர்கிட்டே கைகட்டி நின்னு வேலை பார்த்து சம்பளம் வாங்கற வேலை பிடிக்காது..!"

"ஓ.. உங்களுக்குள்ளே இப்படி ஒரு பாலிஸியா?" சிவநாராயணன்

சிரித்து சொல்லிக்கொண்டிருக்கும் போதே மஹாதேவன் எழுந்தார்.

“ஒரு நிமிஷம்.. நான் ஃப்யூஸ் போட்டுடறேன்.”

“அதெல்லாம் வேண்டாங்க.. வீட்ல கேண்டில் இருக்கா?”

“இருக்கு..”

“அதை ரெண்டோ மூணோ ஏத்தி வையுங்க போதும்.”

“இருந்தாலும் பொண்ணை நல்ல வெளிச்சத்துல பார்க்க வேண்டாமா?”

“பொண்ணைப் போட்டோவில் பார்த்ததே போதும். இன்னிக்கு நாள் நல்லாயிருக்கு. அதான் சம்பிரதாயப்படி பார்க்க வந்தோம்.”

சுவர்ணாவும் திரிபுரசுந்தரியும் பரபரவென்று நான்கைந்து மெழுகுவர்த்திகளைப் பற்ற வைக்க, அறைக்குள் வெளிச்சம் நிரம்பியது.

தெய்வசிகாமணி சிரித்தார்.

“இந்த வெளிச்சம் போதுமே.. ஒரு கல்யாணத்தையே பண்ணிடலாமே.”

சிவநாராயணன், மஹாதேவனை ஏறிட்டார். ஒரு புன்னகையோடு கேட்டார்.

“என்ன சம்பந்தி! மொதல்ல டிபன் தர்றீங்களா.. இல்லை பொண்ணைக் காட்றீங்களா?”

“நீங்க எப்படிச் சொன்னாலும் சரி..”

“சரி! மொதல்ல பொண்ணைப் பார்த்துடலாம்..”

“இதோ!” என்று சொல்லி திரிபுரசுந்தரியிடம் திரும்ப முயன்ற மஹாதேவனை, சிவநாராயணின் மனைவி வத்சலா,“ஒரு நிமிஷம்!” என்று கூறி கையமர்த்தினாள்.

‘என்ன?’ என்பதுபோல் எல்லோரும் பார்க்க, வைரத்துணுக்குகள் காதுகளிலும் மூக்கிலும் தகதகக்க வத்சலா பேச்சைத் தொடர்ந்தாள்.

“நாள் இன்னிக்கு நல்லாயிருக்கேன்னுதான் பொண்ணை முதல் முதலாய் பார்க்க வந்தோம். ஆனா இங்கே வந்த பிறகுதான் தெரிஞ்சுது, நாள் அவ்வளவு நல்லாயில்லைன்னு..”

சிவநாராயணன் லேசாய் முகம் மாறி மனைவியைப் பார்த்தார். “வத்சலா! நீ என்ன சொல்றே?”

“என்னோட மனசுக்கு சமாதானம் இல்லீங்க.”

“விளக்கு அணைஞ்சது பத்தி சொல்றியா?”

“அது மட்டும் இல்லீங்க.. நாம வர்ற நேரத்துல பொண்ணோட

அண்ணனுக்கு ஷாக் அடிச்சு தலையில் ரத்தக்காயம் ஏற்பட்டிருக்கு. இதெல்லாம் நல்ல சகுனங்களாய் எனக்குத் தெரியலை. நாம பொண்ணை இன்னொரு நாளைக்கு வந்து பார்த்துக்கலாம்."

"என்ன வத்சலா இது? யார்க்கு எந்த நேரத்துல என்ன நடக்கும்னு யார்க்கும் தெரியாது. கரண்ட் போறதும் வர்றதும் இன்னிக்கு இருக்கிற காலகட்டத்தில் இயல்பாய் நடக்கிற ஒண்ணு. அதேமாதிரி ஒருத்தருக்கு ஷாக் அடிக்கிறதும் சகஜமான ஒண்ணு. இதைப்போய் ஏன் கல்யாணத்தோடு முடிச்சுப் போடறே?"

"நீங்க என்ன சொன்னாலும் சரிங்க.. பொண்ணை இன்னிக்குப் பார்க்கிறதுல எனக்கு இஷ்டமில்லை."

"பின்னே என்னிக்குப் பார்க்கிறது?"

"அதை வீட்ல போய்ப் பேசி முடிவு பண்ணுவோம்."

"வத்சலா! இது சரியில்லை.."

"இது எனக்கு சரின்னு படுது. உங்களுக்கு விருப்பம் இருந்தா பொண்ணைப் பார்த்துட்டு வாங்க. நான் கிளம்பறேன்." சொன்ன வத்சலா விருட்டென்று எழுந்து கொண்டாள்.

தெய்வசிகாமணி படபடத்தார். "என்னம்மா இதெல்லாம்.. ஒரு பெண்ணை முதல் முதலாய் பார்க்க வந்துட்டு இப்படி கிளம்பிப் போறது நல்லாயிருக்கா? நாட்களில் நல்ல நாள் கெட்ட நாள்ன்னு எதுவும் இல்லை. எல்லா நாட்களும் நல்ல நாட்களே.. நாம நல்லவங்களாய் இருந்தால்.."

"இதோ பாருங்க.. உங்க உபதேசம் எனக்குத் தேவையில்லை. முதல்முதலாய் ஒரு பெண்ணைப் பார்க்க வரும்போது சகுனம் நல்லாயிருக்கணும். அப்பத்தான் அந்தப் பெண் வாழப் போகிற வீடு விருத்தியாகும். இங்கே வந்ததிலிருந்து எதுவும் சரியில்லை. நான் கிளம்பறேன்!"

வத்சலா சொல்லிவிட்டு வாசலை நோக்கி நடந்தாள். எல்லோருடைய முகங்களும் இருண்டு போயிருக்க, சத்தியமூர்த்தியின் முகத்தில் மட்டும் சந்தோஷம் பரவி அவனுடைய இதழ்க்கோடியில் ஒரு புன்னகையை உற்பத்தி செய்தது.

14

மாப்பிள்ளை வீட்டார் மொத்தமும் காரில் கிளம்பிப் போய்விட, தெய்வசிகாமணி மட்டும் கவலை படிந்த முகத்தோடு உள்ளே வந்தார். இடிந்துபோய் நாற்காலிக்கு சாய்ந்து உட்கார்ந்திருந்த மஹாதேவனுக்கு முன்பாய் உட்கார்ந்தார்.

“மஹாதேவன்.”

“என்ன தெய்வசிகாமணி! இப்படி பண்ணிட்டாங்க?”

“நீங்க ஒண்ணும் வொர்ரி பண்ணிக்க வேண்டாம். அவங்க பொண்ணைப் பிடிக்கலைன்னு சொல்லிட்டுப் போகலையே? இன்னிக்கு உங்க வீட்ல விரும்பத்தகாத நிகழ்ச்சி ஒண்ணு நடந்தது. பொதுவாவே அந்த அம்மா சகுனம் பார்க்கிறவங்க. பொண்ணைப் பார்க்க வர்ற இடத்துல கரண்ட் இல்லை என்கிற காரணமும், பொண்ணோட அண்ணனுக்கு எலக்ட்ரிக் ஷாக் அடிச்சு காயம் பட்டதும் ஒரு அபசகுனமாய் நினைச்சுட்டாங்க. மற்றபடி இது ஒரு சாதாரணப் பிரச்சனை மகாதேவன். தைரியமாய் இருங்க, நான் போய் மறுபடியும் அவங்ககிட்டே பேசி வர்ற வாரத்திலேயே ஒரு நாள் பொண்ணைப் பார்க்க கூட்டிட்டு வர்றேன்.”

மஹாதேவன் ஒரு பெருமூச்சை அனல்காற்றாய் வெளியேற்றி விட்டு தெய்வசிகாமணியை ஏறிட்டார்.

“மறுபடியும் வருவாங்களா?”

“இதோ பாருங்க மஹாதேவன்.. மாப்பிள்ளை பையனோட அப்பா சிவநாராயணன் இருக்காரே.. அவர் ரொம்பவும் நல்ல டைப். அவர் தன்னோட மனைவியைச் சமாதானப்படுத்திடுவார். நானும் நாளைக்குக் காலையில் போய் அவரையும், அந்த அம்மாவையும் பார்த்து..”

தெய்வசிகாமணி பேச்சை முடிக்கவில்லை. அது வரைக்கும் மௌனமாய் இருந்த சத்தியமூர்த்தி விருட்டென்று கோபமாய் தலையை உயர்த்தினான். “அவரையும், அந்த அம்மாவையும் பார்த்து மறுபடியும் பொண்ணு பார்க்க வாங்கன்னு கெஞ்சப் போறீங்களா?”

“கெஞ்சப் போறது இல்லை தம்பி.. ஒரு வேண்டுகோள்தான்!”

“அந்த வேண்டுகோள் எல்லாம் வேண்டாம்.. வீட்ல கரண்ட் போறது சகஜமான ஒண்ணு. அதைப்போய் பெரிசா எடுத்துகிட்டு

இந்தப் பெண் பார்க்கிற நிகழ்ச்சியே வேண்டாம்னு சொல்லிட்டுப் போறது எவ்வளவு பெரிய முட்டாள்தனம்!"

தெய்வசிகாமணி கையமர்த்தினார்.

"இதோ பாருங்க தம்பி! இது வியாபாரம் இல்லை. கல்யாணம். அதிலும் பொண்ணைப் பெத்தவங்க நாம. கொஞ்சம் அனுசரிச்சுத்தான் போகணும். ஒவ்வொருத்தருக்கும் ஒவ்வொரு நம்பிக்கை. அந்த நம்பிக்கைகளுக்கு நாம மதிப்புத்தரணும். அதனால நாம ஒண்ணும் குறைஞ்சு போயிடமாட்டோம்."

"இனிமே குறைஞ்சு போறதுக்கு என்ன இருக்கு..? அதுதான் ஒட்டுமொத்தக் குடும்பத்தையும் குனிய வெச்சு தலையில் குட்டிட்டுப் போயிட்டாங்களே?"

"என்ன மஹாதேவன்! உங்க பையன் பேச்சு ஒரு மாதிரியாய் இருக்கு."

"தெய்வசிகாமணி! என் பையனோட பேச்சை ஒரு பொருட்டாய் எடுத்துக்கவேண்டாம். நீங்க கிளம்பிப் போய் மாப்பிள்ளை வீட்டுக்காரங்களைச் சமாதானப்படுத்தி மறுபடியும் பெண் பார்க்க வரப்போற நாளை ஃபிக்ஸ் பண்ணுங்க."

"அப்பா..!" சத்தியமூர்த்தி கத்த, மஹாதேவன் அதைப் பொருட்படுத்தாமல் தெய்வசிகாமணியை ஏறிட்டார்.

"நீங்க கிளம்புங்க.. யார் எதைச் சொன்னாலும் காதுல போட்டுக்க வேண்டாம். இது என் பையன் சத்தியமூர்த்தி தன்னோட தங்கச்சிக்கு பண்ற கல்யாணமில்லை. இந்த மஹாதேவன் தன்னோட பொண்ணுக்குப் பண்ற கல்யாணம்."

தெய்வசிகாமணி விழித்தார்.

"எனக்குப் புரியலையே?"

"யோசனை பண்ணிகிட்டே போங்க தெய்வசிகாமணி! புரியும்!"

தெய்வசிகாமணி தலையை ஆட்டிவிட்டு கால்களுக்கு செருப்பை மாட்டிக்கொண்டு தெருவில் இறங்கி நடந்தார். அவருடைய தலை மறையும் வரை மௌனமாய் இருந்த சத்தியமூர்த்தி கோபம் குறையாமல் மஹாதேவனுக்கு முன்பாய் வந்து நின்றான்.

"அ.. ப்.. பா!"

"ம்.."

"நீங்க என்னை இன்சல்ட் பண்றீங்க?"

"அப்படியா?"

"என்ன அப்படியா? நான் பூர்ணிமாவுக்கு கல்யாணம்

பண்ணி வைக்கமாட்டேன்னு சொன்னேனா! இப்போதைக்கு வேண்டாம்னுதானே சொன்னேன்.”

“இதோ பார்ரா! பூர்ணிமாவோட கல்யாணத்தைப்பத்தி இனிமே நீ கவலைப்படாதே! உனக்கு ஆயிரத்தெட்டு வேலைகள். இப்போ உனக்கு புதுப்புது கேஸ்கள் வேற நிறைய வர ஆரம்பிச்சிடுச்சு. தினசரி நிறையப் பேரை மீட் பண்ண வேண்டியிருக்கும். உனக்கு ஏன்டா சிரமம்?”

திரிபுரசுந்தரி குறுக்கே வந்தாள்.

“என்னங்க.. ஏன் இப்படி விட்டேத்தியா பேசறீங்க? அவனே கரண்ட் ஷாக் வாங்கி நெத்தியில் காயத்தோடு இருக்கான். அவனுக்கு ஆறுதல் சொல்லாமே இப்படி அனல் துண்டங்களாக வீசறீங்களே? இது நியாயமா?”

“அப்பாவுக்கு நல்லா எடுத்துச் சொல்லேம்மா..”

“நான் சொல்றேன்.. நீ பக்கத்துத் தெருவில் இருக்கிற டாக்டர் ராமலிங்கத்துக்கிட்டே போய் நெத்திக் காயத்தைக் காட்டி ஒரு பிளாஸ்திரி போட்டுகிட்டு வந்துடு. வேணும்னா உதவிக்கு சுவர்ணாவையும் கூப்பிட்டுக்க.”

“அதெல்லாம் யாரும் வேண்டாம்மா.. நானே போய்க்கறேன். உன்னோட வீட்டுக்காரர்க்கு நல்லா மனசில் படற மாதிரி சொல்லு!” சத்தியமூர்த்தி சொல்லிவிட்டு வெளியேற மஹாதேவன் அவனுடைய முதுகையே வெறித்தார்.

சத்தியமூர்த்தி தெருவில் இறங்கி பக்கத்து வீதியில் இருக்கும் டாக்டர் ராமலிங்கத்தின் க்ளினிக்கை நோக்கி நடந்தான். வெளிக் காற்று பட்டதும் நெற்றிக்காயம் விண்விண்னென்று வலித்தது. அந்த வலியையும் மீறி மனசுக்குள் ஒரு சந்தோஷம் கும்மியாட்டம் போட்டது.

‘இனி மாப்பிள்ளை வீட்டுக்காரங்க இந்த தெருப்பக்கம் வரக்கூட யோசனை செய்வார்கள். முதல் கோணல் முற்றிலும் கோணல்தான்.’

பாதித்தெருவைக் கடந்து இருந்தபோது அவனுடைய செல்போன் ரிங்டோனை வெளியிட்டது. எடுத்து அழைப்பது யார் என்று பார்த்தான்.

பவ்யா.

செல்போனை காதுக்கு ஒற்றினான்.

“பவ்யா! நானே உனக்கு போன் பண்ணலாம்னு இருந்தேன்.”

"நீங்க இவ்வளவு தைரியமாய் பேசறதைப் பார்த்தா வீட்ல இல்லைன்னு நினைக்கிறேன்."

"சரியா கெஸ் பண்ணியிருக்க பவ்யா.. நான் இப்போ வீட்டுக்கு வெளியே ரோட்ல நடந்துட்டிருக்கேன்."

"என்னது! ரோட்ல நடந்துட்டு இருக்கீங்களா? அப்படீன்னா நீங்க வீட்டுக்கே போகலையா?"

"போனேன்!"

"மாப்பிள்ளை வீட்டுக்காரங்க வந்துட்டுப் போயிட்டாங்களா.. பூர்ணிமாவை அவங்களுக்குப் பிடிச்சி இருந்ததா?"

"பொண்ணைப் பார்த்து இருந்தாத்தானே பிடிக்கிறதுக்கு?"

"என்ன சொல்லறீங்க?"

"நடந்த கூத்தைச் சொல்லிட்டிருக்கேன்!"

"கூத்தா?"

"ம்.." என்றவன் குரலைத் தாழ்த்திக் கொண்டு, வீட்டில் நடந்த சம்பவத்தைச் சொல்லி முடிக்க, பவ்யா மறுமுனையில் லேசாய் பதட்டப்பட்டாள்.

"மாப்பிள்ளை வீட்டுக்காரங்க கோபிச்சுட்டுப் போயிட்டாங்களா?"

"பின்னே! போகாம என்ன பண்ணுவாங்க? பொண்ணு பார்க்க வர்றப்ப வீடு வெளிச்சமாய் இருக்க வேண்டமா? வீடு இருளோன்னு இருந்ததைப் பார்த்ததும் மாப்பிள்ளையோட அம்மாவுக்கு அது அபசகுனமாய்ப் பட்டது. கிளம்பிப் போய்ட்டாங்க."

"என்னங்க! மாப்பிள்ளை வீட்டுக்காரங்க வர்றப்ப இந்த எலக்ட்ரிக்கல் ப்ராப்ளம் இல்லாமே பார்த்துக்கக் கூடாதா? அட்லீஸ்ட் வீட்ல ஒரு யூ.பி.எஸ், இல்லேன்னா சின்னதா ஒரு ஜெனரேட்டர் வெச்சுக்கலாமே? அப்படி ஏற்பாட்டை பண்ணியிருந்தா, மாப்பிள் ளையோட அம்மாவுக்கு அந்த வருத்தம் ஏற்பட்டு இருக்காதே!"

சத்தியமூர்த்தி சிரித்தான்.

"என்ன சிரிக்கறீங்க?"

"அந்த எலக்ட்ரிக்கல் பிராப்ளத்தை உண்டாக்கி வீட்டை இருட்டில் தள்ளினதே நான்தானே? கெய்சர் ஸ்விட்ச் போர்டில் சின்னதா ஒரு சில்மிஷம் பண்ணினேன். அது ஷார்ட்டாகி மெயின் ஸ்விட்ச் போர்டில் ஃப்யூஸ் போயிடுச்சு. அதே சமயத்துல எனக்கு ஷாக் அடிச்ச மாதிரி கத்தி கீழே விழுந்தேன். அப்படி விழுந்தப்ப இருட்டுல பாத்ரூம் சுவர்மேல இடிச்சிக்கிட்டேன். அதனால நெத்தில காயம். அந்தக் காயத்துக்கு ட்ரீட்மெண்ட் எடுத்துக்கத்தான்

இப்போ பக்கத்துத் தெருவில் இருக்கிற டாக்டர் க்ளினிக்கிற்குப் போயிட்டிருக்கேன்.''

''என்னங்க! இப்படிப் பண்ணிட்டீங்க?''

''எப்படிப் பண்ணிட்டேன்? இந்தக் கல்யாணம் நடக்கக்கூடாதுன்னு நினைச்சேன். அதுக்கேற்ற மாதிரி காயை நகர்த்தினேன்.''

''இது சரியில்லைங்க.''

''எப்படி சரியில்லைன்னு சொல்றே?''

''நான் இந்தக் கல்யாணத்தை ட்ரம்ப் கார்டாய் வெச்சு நம்ம உறவைப் பலப்படுத்திக்கலாமேன்னு பார்த்தேன். அதுக்காக சின்னதாய் ஒரு திட்டம் போட்டு வெச்சிருந்தேன்.''

''இதோ பார் பவ்யா! நம்ம உறவை எப்படி பலப்படுத்தறதுன்னு எனக்குத் தெரியும். அதைப்பற்றி நீ கவலைப்படாதே.. அது தவிர பூர்ணிமாவுக்கு நான் மாப்பிள்ளை பார்த்து வெச்சிருக்கேன். சமயம் வரும்போது உன்கிட்டே சொல்றேன்!'' சத்தியமூர்த்தி செல்போனில் பேசிக்கொண்டு இருக்கும்போதே பின்பக்கம் பதட்டம் தடவின அந்தக் குரல் கேட்டது.

''என்னங்க!''

சத்தியமூர்த்தி திரும்பிப் பார்த்தான்.

சுவர்ணா ஓட்டமும் நடையுமாய் வேக வேகமாய் வந்து கொண்டு இருந்தாள்.

ரோகிணி ஒரு ஆட்டோ பிடித்து டாக்டர் மதுசூதனன் ஹாஸ்பிடலுக்குப் போய்ச் சேர்ந்தபோது, முற்பகல் பதினொரு மணி. தலையில் அமிலத்துளிகள் பட்டாற்போல் வெயில் தகித்தது. ஹாஸ்பிடலில் அவ்வளவாகக் கூட்டம் இல்லை. ஓ.பி. வார்டில் மட்டும் சின்னதாய் ஒரு க்யூ தெரிந்தது. ரிசப்ஷனில் இருந்த பெண்ணை விசாரித்துக்கொண்டு டாக்டர் மதுசூதனன் இருந்த அறையை நோக்கி அந்த நீளமான மார்பிள் வராந்தாவில் நடைபோட்டாள் ரோகிணி.

இரண்டு நிமிட நடையில் டாக்டரின் அறை வந்தது. கதவைத் தட்டிவிட்டு உள்ளே நுழைந்தாள்.

''குட்மார்னிங் டாக்டர்!''

''வாம்மா ரோகிணி!'' எக்ஸிக்யூடிவ் நாற்காலிக்கு சாய்ந்து இருந்த டாக்டர் மதுசூதனன் ஒரு புன்னகையோடு வரவேற்றார். தனக்கு எதிரேயிருந்த நாற்காலியைக் காட்டினார். அவள் உட்கார்ந்ததும் கேட்டார்.

“என்னம்மா.. என் மேல ரொம்பவும் கோபம் போலிருக்கே?”

“நோ நோ டாக்டர்.. மகா குழப்பம். நீங்க என்கிட்டே பொய் சொல்லியிருக்கமாட்டீங்க என்கிற நம்பிக்கையில் அந்த கல்யாண மண்டபத்தில் ஒரு பெரிய பிரச்சனையை உண்டு பண்ணிட்டேன்.”

“டாக்டர் தொழிலுக்கும், வக்கீல் தொழிலுக்கும் சில நேரங்களில் பொய்கள் வேண்டியிருக்கு ரோகிணி. அந்தப் பொய்கள் சொல்லப்படாத பட்சத்தில் உண்மைகள் ஊனமாகிவிடும்.”

“ஓ.கே. டாக்டர்.. எதுக்காக அந்தப் பொய்? என்னோட கிட்னி பொருத்தப்பட்டது ஆனந்துக்குத்தான்னு ஏன் சொன்னீங்க?”

“இதோ பாரம்மா ரோகிணி.. நீ சொல்ற அந்த ஆனந்த் ஒரு ப்ளட் டோனர். ஆறு மாசத்துக்கு ஒரு தடவை ஹாஸ்பிடலுக்கு வந்து ப்ளட் டொனேட் பண்ணிட்டுப் போவான். இந்த தடவை அவன் செக்கப்புக்கு வந்திருந்தான். போன வருஷம் நீ கிட்னி டொனேட் பண்ண ஹாஸ்பிடலுக்கு வந்து என்னைப் பார்த்தே. அன்னிக்கு உன்னோட பிறந்த நாள்ன்னும் சொன்னே. பொதுவா பொறந்த நாள் அன்னிக்கு சில பேர் ப்ளட் டொனேட் பண்ண வருவாங்க. ஆனா நீயோ கிட்னி டொனேட் பண்ண வந்தே. அத்தோடு ஒரு கோரிக்கையும் வெச்சே! அது என்ன கோரிக்கைன்னு உனக்கு ஞாபகம் இருக்காம்மா?”

“இருக்கு ஸார்.”

“அது என்ன கோரிக்கைன்னு நீயே சொல்லம்மா?”

“நான் டொனேட் பண்ற கிட்னியை சிறுநீரகம் செயல் இழந்து போன ஒரு ஏழைக்குப் பொருத்தணும்னு சொன்னேன். இதுதான் என்னோட கோரிக்கை. அந்த கோரிக்கையை நீங்க ஒத்துக்கிட்டீங்க!”

“ஆமா! ஒத்துக்கிட்டேன்.. பட் என்னால அதைச் செயல்படுத்த முடியலை. நீ தானம் பண்ணின கிட்னியை ஒரு பெரிய பணக்கார புள்ளியின் மகளுக்குப் பொருத்த வேண்டியதாயிடுச்சு. இதை உன்கிட்டே சொன்னா உன்னோட மனசு வருத்தப்படும்னுதான் அப்படி ஒரு பொய்யை சொல்ல வேண்டியதாயிடுச்சி. நான் டொனேட் பண்ணின கிட்னியை யார்க்குப் பொருத்தியிருக்கீங்க, டாக்டர்னு நீ கேட்டப்போ அன்னிக்கு ப்ளட் டொனேட் பண்ண வந்த ஆனந்த்தை கைகாட்ட வேண்டியதாயிடுச்சு.”

“டாக்டர்! ஒரு விஷயம் எனக்குப் புரியலை.”

“என்ன?”

“ப்ளட் டெஸ்ட் பண்ண வந்த ஆனந்த்தை ஸ்ட்ரச்சரில் படுக்க வெச்சு எதுக்காக ஐ.ஸி. யூனிட் கொண்டு போனீங்க? அந்த

யூனிட்டுக்குள்ளே நான் வந்தபோது தான் ஆனந்த்தை நீங்க கை காட்டினீங்க!"

"எஸ்! எனக்கும் நல்லாவே ஞாபகம் இருக்கு. ஆனந்த் ப்ளட் டெஸ்ட்டுக்குக் கொடுத்ததும் அவர்க்கு லேசாய் மயக்கம் வந்தது. எந்திரிச்சு உட்கார்ந்தவர் தலை சுற்றி பெட்ல அப்படியே சாய்ஞ்சுட்டார். நர்ஸும், ட்யூட்டி டாக்டரும் பதறிப்போய் அவரை ஸ்ட்ரெச்சர்ல ஐ.ஸி. யூனிட்டுக்குக் கொண்டு வந்தாங்க. அதே சமயத்துலதான் நீயும் யூனிட்டுக்குள்ளே இருந்தே. உன்னோட கிட்னியைப் பொருத்தினது இந்த இளைஞனுக்குத்தான்னு நான் பொய் சொல்ல வேண்டி வந்தது. ரெண்டு வாரம் கழிச்சு நீ மறுபடியும் ஆனந்தைப் பார்க்க வந்தே. அந்தச் சமயத்துல உண்மையிலேயே மாற்று சிறுநீரகம் ஆப்ரேஷன் பண்ணிகிட்ட ஒரு பேஷண்டுக்கு நான் அட்வைஸ் பண்ணிட்டிருந்தேன். அந்த பேஷண்ட் ஒருக்களிச்சுப் படுத்துட்டு இருந்ததால அவரை நீ ஆனந்த்துன்னு நினைச்சுட்டே! உன்கிட்டே பொய் சொல்லணும் என்கிற நோக்கம் எனக்கு இல்லை ரோகிணி! உன்னுடைய மனம் கஷ்டப்படக் கூடாதுன்னு தான் நான் அந்த உண்மையைச் சொல்லலை." டாக்டர் பேசி முடித்ததும் சில விநாடிகள் மௌனமாய் இருந்த ரோகிணி மெல்ல தலையசைத்து தோள்களைக் குலுக்கினாள்.

"ஓ.கே. டாக்டர்... என்னோட கிட்னியை யாரோ ஒரு பெரிய பணக்காரப் புள்ளியின் மகளுக்கு பொருத்தினதாய் சொன்னீங்க. யார் அந்த பணக்காரப்புள்ளி?"

"அது வந்து... என்னோட மகளுக்கு மாற்று சிறுநீரகம் பொருத்தின விஷயம் வெளியே யார்க்கும் தெரியக் கூடாதுன்னு அந்தப் பணக்காரப்புள்ளி நினைக்கிறார். அதனால்தான் நானே உன்கிட்டே பொய் சொல்ல வேண்டி வந்தது."

"சரி! நான்தான் அந்த கிட்னி டோனர் என்கிற உண்மையாவது அவங்களுக்குத் தெரியுமா?"

"அதுவும் தெரியாது!"

"நீங்க சொல்லலையா?"

"சொல்ல முயற்சி பண்ணினபோது அவங்க வேண்டாம்னு சொல்லிட்டாங்க."

"என்னோட கிட்னி பொருத்தப்பட்ட அந்தப் பெண் ஆரோக்கியமாய் இருக்காளா டாக்டர்?"

"ஷி ஈஸ் வெரி ஃபைன்.. எவ்ரி மன்த் செக்கப்புக்கு வந்துட்டுத்தான் இருக்காங்க!"

“அது போதும் டாக்டர்!” ரோகிணி எழுந்து கொண்டாள்.

“என்னம்மா எந்திரிச்சுட்டே?”

“தட்ஸ் ஆல் டாக்டர்.. உண்மை என்னன்னு தெரிஞ்சுகிட்டேன். புறப்படறேன். ஆபீசுக்குப் போட்டு இருந்த ரெண்டு மணி நேர பர்மிஷன் முடியுது.”

“நீ விரும்பினா.. அந்தப் பணக்கார புள்ளி யார்ன்னு சொல்றேன்மா..!”

“வேண்டாம் டாக்டர்.. அவங்க விருப்பத்துக்கு மாறாய் செயல்பட வேண்டாம். நான் வர்றேன்.”

“என் மேல உனக்கு எந்தக் கோபமும் இல்லையே?”

“ஒரு பர்சண்ட் கூட இல்லை!” ரோகிணி தலையைச் சாய்த்து ஒரு புன்னகையோடு சொல்லி விட்டு அறையினின்றும் வெளிப்பட்டாள். வராந்தாவில் நடந்தாள்.

பாதி வராந்தாவைக் கடந்திருந்தபோது...

அவளுடைய முதுகில் அந்தக் குரல் கேட்டது.

“எக்ஸ்க்யூஸ் மீ!”

ரோகிணி திரும்பினாள்.

அந்த இளைஞன் நின்றிருந்தான்.

15

ரோகிணி அந்த இளைஞனை ஒரு வியப்பான பார்வை பார்த்துக் கொண்டே அவனை நெருங்கினாள்.

"எஸ்..!"

"நான் உங்ககிட்டே கொஞ்சம் பேசணும்.."

"நீங்க..?"

"என்னோட பேர் ப்ருதிவ். 'எல்லோரா எக்ஸ்போர்ட்ஸ்' என்கிற பேர்ல ஒரு நிறுவனத்தை நடத்திட்டு வர்றேன்.."

"ம் சொல்லுங்க.. என்ன விஷயம்..?"

"டாக்டர் மதுசூதனன் எனக்கு பேமிலி டாக்டர். அவரைப் பார்க்கிறதுக்காக வந்து நான் வெளியில் வெயிட் பண்ணிட்டிருந்தேன். அந்தச் சமயத்துல உள்ளே நீங்களும் டாக்டரும் பேசிக்கிட்டு இருந்தது என்னோட காதில் விழுந்தது. நீங்க டாக்டர்கிட்டே என்ன கேட்டுக்கிட்டு இருந்தீங்க?"

ரோகிணி ஒரு பெருமூச்சோடு தலையசைத்தாள்.

"ஸாரி..! தட் ஈஸ் மை பர்சனல் மேட்டர். அதைப்பற்றி உங்ககிட்ட எதுக்காக சொல்லணும்..?"

அந்த இளைஞன் சிரித்தான் உதடு பிரியாமல்.

"இதோ பாருங்க ரோகிணி.. நீங்க பர்சனல் மேட்டர்ன்னு சொன்னீங்களே.. அதுல என்னோட மேட்டரும் ஒரு பார்ட்னர்."

"என்னது.. பார்ட்னரா..?"

"எஸ்.. நீங்க டொனேட் பண்ணின கிட்னி யாருக்கு பொருத்தப் பட்டிருக்குன்னு தெரிஞ்சுக்க விரும்பி, டாக்டர்கிட்டே கேட்டீங்க. பட்.. அவர் சொல்ல மறுத்துட்டார். அதுக்குக் காரணம், கிட்னி தானம் செய்யப்பட்ட குடும்பம் ஒரு வி.ஐ.பியோடது. இதைத்தானே டாக்டர் மதுசூதனன் சொன்னார்?"

"நல்லாவே ஒட்டுக் கேட்டு இருக்கீங்க..?"

"நான் ஒட்டுக் கேட்கலை ரோகிணி. நீங்களும் டாக்டரும் பேசிக்கிட்ட வார்த்தைகள் என் காதுல தானாய் வந்து விழுந்தது. கதவுப் பக்கம் நான் காதைக் கொண்டு போகவேயில்லை. நீங்க நம்பலாம்."

"இட்ஸ் ஓ.கே.. இப்ப என்ன சொல்ல வர்றீங்க..?"

“டாக்டர்கிட்டே கேட்ட கேள்விக்கு அவர் பதில் சொல்லலை. இல்லையா?”

“ஆமா..!”

“நான் பதில் சொல்லப் போறேன்.. அந்த வி.ஐ.பி. யார்ன்னு எனக்குத் தெரியும்.”

“ஈஸிட்.. யாரு..?”

“முன்னாள் மத்திய அமைச்சர் தேவேந்திரன்..!”

“நீங்க சொல்றது உண்மையா..?”

“இந்த விஷயத்துல நான் எதுக்காக பொய் சொல்லணும்?”

“அமைச்சர் தேவேந்திரனை உங்களுக்கு எப்படி தெரியும்?”

“ரொம்பவும் தெரிஞ்சவர். ஒரு வகையில் பார்த்தா சொந்தம்.”

“சொந்தமா..?”

“எஸ்.. ரொம்பவும் நெருங்கின சொந்தம். எனக்கு அவர் அப்பா..!”

ரோகிணி லேசாய் அதிர்ந்து பின் இயல்புக்கு வந்தாள். “அமைச்சர் தேவேந்திரன் உங்க ஃபாதரா..?”

“ஏன் நம்பமாட்டீங்களா.. கடைக்குப் போய் கட்டிக் கற்பூரம் வாங்கிட்டு வந்து கொளுத்தி சத்தியம் பண்ணட்டுமா?” ப்ருதிவ் சிரித்து கேட்டுக்கொண்டு இருக்கும்போதே, அறைக்கதவைத் திறந்து கொண்டு டாக்டர் மதுசூதனன் வெளிப்பட்டார்.

ரோகிணியோடு இருக்கும் ப்ருதிவ்வைப் பார்த்ததும் முகம் மாறினார்.

“ப்ருதிவ்..! நீயா.. எப்ப வந்தே?”

“பதினைஞ்சு நிமிஷமா வெயிட் பண்ணிட்டிருக்கேன் டாக்டர்.”

“ரோகிணியோடு பேசிட்டு இருக்கே.. ரோகிணியை உனக்கு முன்னாடியே தெரியுமா?”

“இல்ல டாக்டர்.. இப்பத்தான் தெரியும். இன்னும் சரியாய் சொல்லப்போனா, கடந்த அஞ்சு நிமிஷமாய்த் தான் தெரியும்.”

“ஓ.கே.. ப்ருதிவ்..! என்ன விஷயம்..? அப்பா நல்லாயிருக்காரா?”

“ஹி..ஈஸ்.. ஃபைன் டாக்டர்.. அப்பா அவரோட கட்சி வேலை விஷயமாய் டெல்லி போயிருக்கார். அம்மாவுக்குத்தான் உடம்பு கொஞ்சம் முடியலை.. அதான் உங்களைப் பார்த்து கன்சல்ட் பண்ணிட்டுப் போகலாம்ன்னு வந்தேன்.”

“சரி.. உள்ளே வா..!” டாக்டர் மதுசூதனன் அவசர

அவசரமாய் சொல்லிவிட்டு அறைக்குள் நுழைய முயல, ப்ருதிவ் கையமர்த்தினான். “ஒரு நிமிஷம் டாக்டர்..!”

“என்ன..?”

“உங்களுக்காக நான் வெளியே வெயிட் பண்ணிட்டிருந்தபோது நீங்களும் ரோகிணியும் பேசிட்டு இருந்தததைக் கேட்டேன். ரோகிணி ஒரு கிட்னி டோனர் என்கிற விஷயமே அப்பத்தான் தெரிஞ்சுது. ரோகிணி தன்னோட கிட்னி பொருத்தப்பட்டது யார்க்குன்னு உங்ககிட்டே கேட்ட போது நீங்க அது ஒரு வி.ஐ.பியோட பேமிலிக்குன்னு சொன்னபோதே நான் புரிஞ்சுகிட்டேன். அந்த வி.ஐ.பி. என்னோட அப்பாதானே டாக்டர்..?”

டாக்டர் மதுசூதனன் தன்னுடைய பரந்த நெற்றியை அவஸ்தை யாய் கீறிக்கொண்டார்.

“அது.. வந்து.. ப்ருதிவ்..”

“அப்பா சொல்ல வேண்டாம்ன்னு இன்ஸ்ட்ரக்ஷன் கொடுத்து இருப்பார். அதான் நீங்க சொல்லலை. எனக்குத் தெரியும் டாக்டர்.. அம்மாவுக்கு ரெண்டு கிட்னியும் ஃபெயிலியராகி மாற்று கிட்னி கிடைக்காமே நாம அலைமோதிக்கிட்டு இருந்தப்போ ரோகிணி தன்னோட கிட்னியை டொனேட் பண்ணியிருக்காங்க. அதை அம்மாவுக்கு வெற்றிகரமாய்ப் பொருத்தி அவங்களை உயிரோடு உலாவ விட்டு இருக்கீங்க. தன்னோட கிட்னி யார்க்குப் பொருத்தப்பட்டதுன்னு தெரிஞ்சுக்க ரோகிணிக்கு உரிமை இருக்கா இல்லையா..?”

“இருக்கு ப்ருதிவ்..! இருந்தாலும் அப்பா சொன்னதுக்கு நான் மதிப்பு கொடுக்க வேண்டாமா..! உன்னோட அம்மாவுக்கு மாற்று சிறுநீரக அறுவை சிகிச்சை பண்ணினது வெளியே யார்க்கும் தெரிய வேண்டாம்ன்னு சொன்னார். அதுல ஏதோ ஒரு பிரச்சனை இருக்கப் போய்த்தானே அப்படி சொல்லியிருக்கார்!”

“எந்தப் பிரச்சனையும் கிடையாது டாக்டர். அப்பாவைப் பத்திதான் உங்களுக்குத் தெரியுமே.. அவர் ஒரு பந்தா பேர்வழி. அம்மா ஒரு சிறுநீரக நோயாளின்னு வெளியே தெரியப்படுத்திக்க அவர் விரும்பலை..” சொன்ன ப்ருதிவ் ரோகிணியிடம் திரும்பினான்.

“ரோகிணி! இப்ப உங்களுக்கு எல்லா உண்மையும் தெரிஞ்சு இருக்கும்ன்னு நினைக்கிறேன். நீங்க உங்க கிட்னியை பொருளாதார வசதி இல்லாத ஒரு ஏழைக்குத் தர விரும்பியிருக்கீங்க. அந்த வகையில் உங்க விருப்பம் நிறைவேறலைன்னாலும் என்னோட அம்மாவுக்கு கிட்னியைக் கொடுத்து அவங்களைத் திரும்பவும் உயிரோடு மீட்டு எனக்குக் கொடுத்து இருக்கீங்க.. அதுக்காக நான்

என்னோட நன்றியைத் தெரிவிச்சுக்கறேன்.''

ரோகிணி கோபம் குறைந்தவளாய் டாக்டரை ஏறிட்டாள். "இதை நீங்களே சொல்லியிருந்தா ரொம்பவும் சந்தோஷப்பட்டு இருப்பேன் டாக்டர்.''

"என்னம்மா பண்றது.. இந்தக் காலத்துல ஆண்டவனுக்குக் கூட பயப்படாம இருக்கலாம். அரசியல்வாதிக்குப் பயப்பட்டேயாகணும். இப்போ விஷயத்தை ப்ருதிவ்வே சொல்லிவிட்டதால எனக்கு எந்தப் பிரச்சனையும் இல்லை.''

"இட்ஸ் ஆல்ரைட் டாக்டர்.. நான் புறப்படறேன்..''

"என் மேல உனக்கு எந்த வருத்தமும் இல்லையேம்மா?''

"இப்ப இல்லை டாக்டர்..'' சொன்ன ரோகிணி ப்ருதிவ்விடம் திரும்பினாள். "அம்மாவை நல்லபடியாய்ப் பார்த்துக்குங்க..! வெளியே எங்கேயாவது போகும்போது முகத்துக்கு 'மாஸ்க்' போட்டுக்கறது பெட்டர்.. டாக்டர் சொல்ற மாதிரி மருந்துகளை சரியான முறையில் சாப்பிட்டு வந்தா அம்மா இன்னும் இருபது வருஷம் உயிரோடு இருப்பாங்க..''

"தேங்க்யூ ரோகிணி..''

"வரட்டுமா..?'' ரோகிணி புன்னகையோடு இரண்டு பேரிடமும் விடைபெற்றுக் கொண்டு 'எக்ஸிட்' கேட்டை நோக்கி வராந்தாவில் நடக்க ஆரம்பித்தாள்.

டாக்டர் ப்ருதிவிடம் திரும்பினார். "நீ வந்ததனால் ஒரு பிரச்சனை சுமுகமாய் முடிஞ்சுது. அப்பாகிட்ட சமயம் பார்த்து நீயே உண்மையைச் சொல்லிடு..''

"டாக்டர்! நாம இப்போ கவலைப்பட வேண்டியது அப்பாவைப் பற்றியில்லை. அம்மாவைப் பற்றி!''

"ஏன் அம்மாவுக்கு என்ன?''

"ரெண்டு நாளா அம்மா நார்மலாய் இல்லை. சரியாய் சாப்பிடறது இல்லை. சரியாய்த் தூங்கறது இல்லை.''

மதுசூதனன் புன்னகைத்தார்.

"ட்யூ.. டூ.. ஏஜ் ஃபேக்டர்.. இதெல்லாம் வரக்கூடியது தான்.. பயப்பட வேண்டியது இல்லை. மாத்திரை எழுதித் தர்றேன். ஒழுங்காய் ஃபாலோ பண்ணிட்டு வாங்க. சரியாயிடும். எல்லாத்துக்கும் மேலாய் அம்மா சந்தோஷமாய் இருக்கணும். அவங்க மனசுக்குள்ளே ஏதாவது கவலையிருக்கா..?''

"ஒரு பெரிய கவலையிருக்கு டாக்டர்..''

“என்ன..?”

“நான் கல்யாணம் பண்ணிக்கணுமாம்!”

“நியாயமான கவலை. பண்ணிக்க வேண்டியதுதானே?”

“டாக்டர்! அப்பா ஒரு அரசியல்வாதி. அவர் மந்திரியாய் இருந்தப்ப ஏகப்பட்ட ஊழல் பண்ணி நிறைய சொத்து சேர்த்து வெச்சிருக்கார். இருந்தாலும் நான் சொந்தமாய் ஒரு பிசினஸைத் தொடங்கி அதில் வெற்றிகரமாய் ஒரு முத்திரையைப் பதிக்கணும்னு நினைக்கிறேன்.”

“அதுதான் பிசினஸ் நல்லா நடந்துட்டு இருக்கே.. அப்பறம் என்ன.. ஒரு பொண்ணைப் பார்க்க வேண்டியது தானே.. உன் அப்பாவோட அரசியல் செல்வாக்கு ஊர் பூராவும் தெரியும். பொண்ணைக் கொடுக்க போட்டி போட்டுக்கிட்டு வருவாங்களே! நான் வேணும்னா பொண்ணு பார்க்கட்டுமா?”

“வேண்டாம்.. டாக்டர்.. நானே பார்த்துட்டேன்!”

“நீயே பார்த்துட்டியா.. அப்புறம் என்ன.. வீட்ல சொல்லி கல்யாணத்துக்கு வேண்டிய ஏற்பாடுகளைப் பண்றதுதானே?”

“பொண்ணையே இப்பத்தானே பார்த்தேன்.”

“என்னது.. இப்பத்தான் பார்த்தாயா?”

“ஆமா!”

“நீ யாரைச் சொல்றே ப்ருதிவ்..?”

“ரோகிணி..”

“மைகுட்னஸ்..”

“ஏன் டாக்டர்..? எதுக்காக இந்த அதிர்ச்சி..? என்னோட அம்மாவுக்கு ஒரு கிட்னியைக் கொடுத்த ரோகிணியை நான் கல்யாணம் பண்ணிக்க நினைக்கிறதுல என்ன தப்பு?”

“தப்பு அங்க இல்லை. ரோகிணி ஏற்கெனவே கல்யாணமாகி டைவோர்ஸ் ஆனவ.”

“அதனால என்ன.. அவளைப் பார்த்த நிமிஷத்திலிருந்தே காதலிக்க ஆரம்பிச்சுட்டேன். ஐ.. லவ்.. ஹர்.”

சுவர்ணா பதற்றத்தோடு ஓடி வருவதைப் பார்த்ததும் சத்தியமூர்த்தி அப்படியே நின்றான்.

“என்ன சுவர்ணா?”

“கொஞ்சம் சீக்கிரமாய்.. வீ.. வீ.. வீட்டுக்கு வா.. வாங்க. கரண்ட் ஷாக் அடிச்சு.. மாமா.. மயக்கம் போட்டு விழுந்துட்டார்.”

சத்தியமூர்த்தியையும் பதட்டம் தொற்றிக் கொண்டது.

“எ.. எ.. என்னது.. அப்பாவுக்கு கரண்ட் ஷாக்கா? எ.. எ.. எப்படி எப்படி?”

“மெயின் போர்ட்ல ஃப்யூஸ் போடப் போனார். இருட்டுல எங்கே கை வச்சாரோ தெரியலை. வீசி அடிச்சதுல சுவரில் மோதி அப்படியே விழுந்துட்டார். பேச்சு மூச்சில்லை.. நீங்க உடனே வாங்க.?”

“சுவர்ணா! நீ பயப்படாதே.. அப்பாவுக்கு ஒண்ணும் ஆகியிருக்காது. ஷாக் அடிச்சதுல மயக்கம் போட்டிருப்பார். நான் பக்கத்துத் தெருவில் இருக்கிற டாக்டர் ராமலிங்கத்தைக் கூட்டிட்டு வீட்டுக்கு வர்றேன். நீ போய் அப்பாவோட கையையும் காலையும் சூடு பறக்க தேய்ச்சு விடு!”

“எனக்குப் பயமாயிருக்குங்க!”

“எதுக்குப் பயம்.. அது மைல்ட் ஷாக்தான்! நான் டாக்டரைக் கூட்டிட்டு வர்றதுக்குள்ளே அப்பா எந்திரிச்சு உட்கார்ந்திருப்பார். நீ தைரியமாய் வீட்டுக்குப் போ!” சத்தியமூர்த்தி சொல்லிவிட்டு பக்கத்துத் தெருவில் க்ளினிக் வைத்து இருக்கும் டாக்டர் ராமலிங்கத்தை பார்க்க ஓட்டமும் நடையுமாய்ப் போனான். டாக்டரின் க்ளினிக் அந்த நேரத்துக்கு நோயாளிகள் யாரும் இல்லாமல் காற்றோட்டமாய்த் தெரிய, செல்போனில் யாரோடோ சிரித்துப் பேசிக் கொண்டிருந்த டாக்டர், சத்தியமூர்த்தியின் பதட்டத்தைப் பார்த்துவிட்டு முகம் மாறி உடனே செல்போனை அணைத்தார்.

“வாங்க.. சத்தியமூர்த்தி.. ஏன் இப்படி ஓடி வர்றீங்க.. எனி ப்ராப்ளம்?”

“டாக்டர்! அப்பாவுக்கு ஷாக் அடிச்சு மயக்கம் போட்டுட்டார்.” சத்தியமூர்த்தி சொல்லச் சொல்லவே ராமலிங்கம் கையில் மெடிக்கல் கிட்டை எடுத்துக் கொண்டு எழுந்தார்.

“எப்படி ஷாக்..? எங்கே போய் கையை வச்சார்?”

“மெயின் போர்டுல ப்யூஸ் போட போயிருக்கார்.”

“வயசான காலத்துல அவருக்கு எதுக்கு இந்த வேண்டாத வேலை..? நீங்க அதைப் பண்ணியிருக்கலாமே! இல்லேன்னா ஒரு எலக்ட்ரீஷியனைக் கூப்பிட்டு இருக்கலாமே..” டாக்டர் திட்டிக் கொண்டே தன்னுடைய ஸ்கூட்டரை உதைத்தார். அது உயிர் பிடித்துக்கொள்ள சத்தியமூர்த்தி பில்லியனில் ஏறி உட்கார்ந்தான்.

ஒரு நிமிஷப் பயணம்.

வீடு வந்தது. வாசலில் பக்கத்து வீட்டு, எதிர்வீட்டுக் காரர்களின்

சின்ன கும்பல். கும்பலை விலக்கிக்கொண்டு சத்தியமூர்த்தி உள்ளே போனான்.

அப்பா சோபாவில் படுக்க வைக்கப்பட்டிருக்க சுவர்ணாவும், பூர்ணிமாவும் அவருடைய உள்ளங்கைகளையும், பாதங்களையும் பிடித்துத் தேய்த்துக் கொண்டிருந்தார்கள். அம்மா சேலைத் தலைப்பால் வாயைப் பொத்தி மௌனமாய் அழுது கொண்டு இருந்தாள்.

டாக்டர் ராமலிங்கம் ஒரு நாற்காலியை இழுத்துப் போட்டுக்கொண்டு உட்கார்ந்தார். மஹாதேவனை இரண்டு நிமிஷ நேரம் சோதித்தவர் பின் கவலையோடு சத்தியமூர்த்தியை ஏறிட்டார்.

“சத்தியமூர்த்தி! அப்பாவோட நிலைமை சரியில்லை. ஸீம்ஸ் டு பி சீரியஸ். நீங்க உடனடியாய் ஒரு ஹாஸ்பிடலுக்குக் கொண்டு போயிடறது பெட்டர். லேட் பண்ணிட்டிருக்க வேண்டாம். உடனே ஆம்புலன்சுக்கு போன் பண்ணுங்க. இல்லேன்னா ஒரு கால் டாக்ஸியை வரவழைச்சு கொண்டு போயிடுங்க. லேட் பண்ணிட்டிருக்கிற ஒவ்வொரு நிமிஷமும் உயிருக்கு ஆபத்து.”

டாக்டர் சொல்வதைக் கேட்டு திரிபுரசுந்தரி பெரிதாய் அழ ஆரம்பிக்க, சத்தியமூர்த்தி நடுங்கும் கைகளோடு செல்போனை எடுத்து அவசர ஆம்புலன்ஸுக்கு எண்களைத் தட்டினான்.

ஹாஸ்பிடல்.

ஐ.சி. யூனிட்டுக்கு வெளியே சுவரோரமாய்ப் போடப்பட்டு இருந்த பாலிமர் ஆரஞ்சு நிற நாற்காலிகளில் திரிபுரசுந்தரி, சுவர்ணா, பூர்ணிமா கசங்கிய காகிதங்களாய் சாய்ந்து இருக்க, சத்தியமூர்த்தி நிலைகொள்ளாமல் வராந்தாவில் நடை போட்டுக் கொண்டிருந்தான். மனசுக்குள் இருந்த குற்ற உணர்வு ஒரு பூரானைப்போல் இதயப்பரப்பு பூராவும் ஊர்ந்துகொண்டிருந்தது.

திரிபுரசுந்தரி உடைந்து போன அழுகைக் குரலோடு கூப்பிட்டாள். “டேய்.. சத்தி!”

“அம்மா!” பக்கத்தில் வந்தாள்.

“எனக்கு பயமா இருக்குடா.. அப்பாவுக்கு ஒண்ணும் ஆயிடாதே?”

“பயப்படாதேம்மா.. சரியான நேரத்துக்கு அப்பாவைக் கொண்டு வந்துட்டோம். டாக்டர்ஸ் உள்ளே ட்ரீட்மெண்ட் குடுத்துட்டு இருக்காங்க. பத்து பதினைஞ்சு நிமிஷத்துக்குள்ளே அப்பா கண் முழிச்சு பார்த்து நம்ம எல்லார்க்கிட்டேயும் பேசுவார். நீ தைரியமாய் இரும்மா!”

சுவர்ணா, சத்தியமூர்த்தியை ஏறிட்டாள்.

"என்னங்க.."

"ம்.."

"நீங்க மட்டுமாவது உள்ளே போய் மாமா எப்படியிருக்கார்ன்னு பார்த்துட்டு வாங்களேன். நெஞ்சு பூராவும் படபடன்னு இருக்கு."

"உள்ளே யாரையும் அலவ் பண்றதில்லை சுவர்ணா."

"நீங்கப் போய்ப் பாருங்களேன்."

சத்தியமூர்த்தி தலையாட்டிவிட்டு ஐ.ஸி. யூனிட்டின் கதவை நோக்கிப் போனான். கதவை நெருங்கித் தள்ள முயன்றபோது அந்த நர்ஸ் எதிர்ப்பட்டாள்.

"ஸார்.. நீங்கதானே சத்தியமூர்த்தி?"

"ஆமா.."

"டாக்டர்.. உங்களை உள்ளே கூப்பிட்டார்."

"அப்பாவுக்கு இப்போ எப்படியிருக்கு சிஸ்டர்?"

"டாக்டர் சொல்வார்" சொல்லிவிட்டு நர்ஸ் வெளியேறிவிட, சத்தியமூர்த்தி ஐ.ஸி.யூனிட்டுக்குள் நுழைந்தான். மனம் ஒரு குதிரைப் பந்தய மைதானமாய் மாறியிருந்தது.

16

சத்தியமூர்த்தி தகிக்கிற உடம்போடும், துடிக்கிற இருதயத்தோடும், ஐ.ஸி. யூனிட்டுக்குள் நுழைந்தான். யூனிட்டுக்குள் மருந்து வாசனையோடு ஏ.சி. காற்று நிரம்பியிருந்தது. உயர்த்திப் போடப்பட்ட கட்டில்களில் பச்சைநிற யூனிஃபார்ம்களில் நோயாளிகள் வெண்டிலேட்டர் உதவியால் சுவாசித்துக் கொண்டிருக்க, மானிட்டர்களில் 'பீப் பீப்' என்ற சத்தத்தோடு இதயத்துடிப்புகளின் அலைவரிசை நீந்திக் கொண்டிருந்தது.

ஐ.ஸி. யூனிட்டின் கோடியில் இருந்த கட்டிலில் மஹாதேவன் இரண்டு டாக்டர்கள், இரண்டு நர்ஸ்களுக்கு நடுவில் சலனம் இல்லாமல் பார்வைக்குக் கிடைத்தார். சத்தியமூர்த்தி கட்டிலை நெருங்கி அப்பாவையே சில விநாடிகள் பார்த்துக்கொண்டு இருந்துவிட்டு டாக்டரை ஏறிட்டான்.

"டாக்டர்.. அப்பாவோட கண்டிஷன்.. இப்போதைக்கு எப்படியிருக்கு..?"

"நோ ப்ராக்ரஸ்.. ஹாஸ்பிடலுக்குக் கொண்டு வரும்போதே நிலைமை மோசமாய் இருந்தது. உடனடியாய் லைஃப் ஸேவிங் ட்ரக்ஸ் கொடுத்துப் பார்த்தோம். எந்த இம்ப்ரூவ்மெண்ட்டும் தெரியலை. அவருக்கு உடனடியாய் கான்ஷியஸ் வரணும். இல்லேன்னா உயிர் பிழைக்கிறது கஷ்டம்."

"டாக்டர்! வேற ஏதாவது பெட்டர் ட்ரீட்மெண்ட் இருக்கா..?"

"இருக்கு.. பட் காஸ்ட்லி.."

"ஹௌ மச் டாக்டர்..?"

"செவன் டு எய்ட் லாக்ஸ்.."

சத்தியமூர்த்தி அயர்ந்து போக, டாக்டர் தொடர்ந்தார். "ட்யூ டு ஓல்ட் ஏஜ், அப்பாவினால் கரண்ட் ஷாக்கைத் தாங்கிக்க முடியலை. மூளையில் ஒரு ஸ்தம்பிதம் ஏற்பட்டிருக்கு. அதை ஆக்டிவேட் பண்ண மிகவும் விலையுயர்ந்த எல்.எஸ்.டி. ஒண்ணு வேணும். அது ஃபாரின்லதான் கிடைக்கும். பட், கொஞ்சம் முயற்சி பண்ணினா, அந்த எல்.எஸ்.டியை இங்கேயிருக்கிற ஹோல்சேல் ட்ரக்ஸ் டீலர்ஸ்கிட்டே வாங்கலாம்.. நான் ஏற்பாடு பண்ணட்டுமா.. இல்லே.. நீங்க ஏற்பாடு பண்றீங்களா?"

"டா..க்..ட..ர்.."

“சொல்லுங்க..!”

“அந்த எல்.எஸ்.டியால அப்பா உயிர் பிழைச்சுடுவாரா..?”

“ஸாரி.. அதையும் நான் நிச்சயமா சொல்ல முடியாது. அந்த மருந்தோட சக்சஸ் ரேட் ஃபிப்டி பர்சண்ட்தான். ஹண்ட்ரட் பர்சண்ட் உயிர் பிழைக்க வாய்ப்பு இருக்குன்னு நான் சொல்ல முடியாது. ரிஸ்க் எடுத்துத்தான் செய்யணும்.. இன்னும் ஒரு விஷயத்தை இப்பவே உங்களுக்குச் சொல்லிடறேன். எல்.எஸ்.டி. கொடுத்து உங்க பாதரோட மூளை ஆக்டிவேட் ஆனதும் சிக்கலான ஒரு ஆப்ரேஷனையும் பண்ண வேண்டியிருக்கும். உங்களுக்கு பண வசதி இருந்தா ட்ரை பண்ணிப் பார்க்கலாம். கடவுளோட கருணை இருந்தா, பெரியவர் உயிர் பிழைக்கலாம். இப்போதைக்கு நான் சொல்லக்கூடிய வார்த்தை... கேட் ஈஸ் ஆன் த வால்.”

“டாக்டர்! நான் உங்ககிட்டே கொஞ்சம் தனியா பேசணும்..”

“ப்ளீஸ்.. கம்.. வித்.. மீ..” சொல்லி விட்டு டாக்டர் அந்த ஐ.ஸி யூனிட்டின் கார்னரில் இருந்த தன்னுடைய அறையை நோக்கி நடக்க, சத்தியமூர்த்தி அவரைப் பின் தொடர்ந்தான். டாக்டர் அறைக்குள் நுழைந்து தன்னுடைய நாற்காலிக்குச் சாய்ந்துகொண்டே எதிரில் காலியாய் இருந்த நாற்காலியைக் காட்டினார்.

“ப்ளீஸ்..”

சத்தியமூர்த்தி உட்கார்ந்தான்.

“சொல்லுங்க..”

“டாக்டர்..! அப்பாவுக்கு இந்த எல்.எஸ்.டி. கொடுக்காத பட்சத்தில் உயிர் பிழைக்க வாய்ப்பு இல்லையா?”

“இல்லை.. மீறிப் போனால் ஒரு நாள் இருப்பார். ஹார்ட் பீட்ஸும், பல்ஸும் இப்பவே திருப்திகரமாய் இல்லை. அந்த இரண்டும் போகப் போகக் குறையும்.”

“டாக்டர்.. நான் ஒரு விஷயத்தைப் பற்றி ப்ராக்டிகலாய்ப் பேசுனா, நீங்க அதை தப்பாய் எடுத்துக்க மாட்டீங்களே...?”

“நீங்க மொதல்ல விஷயத்தைச் சொல்லுங்க. அது தப்பா இல்லையான்னு நான் சொல்றேன்.”

சத்தியமூர்த்தி சில விநாடிகள் தயங்கி விட்டு, பேச்சை ஆரம்பித்தான். “டாக்டர்! நான் ஒரு லாயராய்ப் ப்ராக்டீஸ் பண்றேன். ஓரளவுக்கு வருமானம் இருக்கு. எனக்கொரு சிஸ்டர். அவளுக்குக் கல்யாணம் பண்ண வேண்டிய பொறுப்பு என்னோடது. அதுக்காக பேங்க்ல ஏழெட்டு லட்ச ரூபாய் வரைக்கும் போட்டு வெச்சிருக்கேன். அப்பாவுக்கு வைத்தியம் பார்க்கணும்ன்னா நான் அந்தப்

பணத்தில்தான் கையை வைக்கணும். அப்படிப் பணத்தை எடுத்து செலவு பண்ணினாலும் அப்பா உயிர் பிழைப்பார் என்பதற்கு எந்த உத்தரவாதமும் கிடையாது.. இல்லையா டாக்டர்?"

"சர்ட்டன்லி..!"

"அப்படி எந்த உத்தரவாதமும் இல்லாத போது, என் சிஸ்டரோட கல்யாணத்துக்காக பேங்க்ல போட்டு வெச்சு இருக்கிற பணத்தை எடுக்கிறது எந்த விதத்துல சரி டாக்டர்..?"

"சரியில்லைதான்.. இருந்தாலும், சிஸ்டரோட கல்யாணத்தைக் காட்டிலும் அப்பாவோட உயிர் பெரிசில்லையா?"

"அப்பா உயிர் பிழைக்க ஃபிப்டி பர்சண்ட்தானே வாய்ப்பு இருக்கு?"

"அந்த வாய்ப்பாவது இருக்கே..? கடவுளோட அருளும் அப்பாவுக்கு ஆயுளும் இருந்தா, அவர் உயிர் பிழைக்கலாமே?"

"ஒருவேளை உயிர் பிழைக்கலைன்னா செலவு பண்ணின அத்தனை பணமும் வேஸ்ட்தானே?"

"இப்ப.. நீங்க என்ன சொல்ல வர்றீங்க?" டாக்டர் கேட்டுவிட்டு சத்தியமூர்த்தியைக் கூர்மையாய்ப் பார்த்தார்.

"அது.. வந்து.. டாக்டர்.."

"சொல்லுங்க..!"

"அப்பாவுக்கு எந்த ட்ரீட்மெண்ட்டும் வேண்டாம்.."

"யூ.. மீன்..?"

"லெட்.. ஹிம்.. டு.. டை."

"இதுதான் உங்க முடிவுன்னா அஸ்.. எ.. டாக்டர் நான் என்ன சொல்ல முடியும்?" டாக்டர் தோள்களைக் குலுக்கிக் கொண்டே நாற்காலியிலிருந்து எழுந்தார். சத்தியமூர்த்தி தயக்கமாய்க் குறுக்கிட்டான்.

"ஒரு நிமிஷம் டாக்டர்.."

"எஸ்.."

"நான் இப்படியொரு முடிவு எடுத்தது வெளியே இருக்கிற என்னோட பேமிலி மெம்பர்ஸுக்குத் தெரிய வேண்டாம் டாக்டர்.."

"ஏன்..?"

"அவங்க என்னைத் தப்பாய்ப் புரிஞ்சுக்குவாங்க.. உண்மை நிலைமைய எடுத்துச் சொன்னாலும் அவங்க புரிஞ்சுக்கமாட்டாங்க டாக்டர்.."

“ஓ.கே.. இப்ப.. நான் வெளியே இருக்கிற பேமிலி மெம்பர்ஸ்கிட்டே என்ன சொல்லணும்னு நினைக்கறீங்க?”

“ட்ரீட்மெண்ட் கொடுத்துட்டு இருக்கோம்.. இன்னும் இருபத்தி நாலு மணி நேரம் போனாத்தான் எதையும் தீர்க்கமாய் சொல்ல முடியும்ன்னு சொல்லிடுங்க டாக்டர்..”

“நான் இப்படியொரு பொய்யைச் சொல்றதால நாளைக்கு எனக்கு எந்தப் பிரச்சனையும் வந்துடாதே..?”

“ஒரு பிரச்சனையும் வராது டாக்டர். அப்படி ஏதாவது பிரச்சனை வந்தாலும் நான் பார்த்துக்கறேன்..”

“தென்.. நோ.. ப்ராப்ளம்..” டாக்டர் சொல்லிக் கொண்டிருக்கும் போதே மேஜையின் மீது இருந்த இண்டர்காம் கிணுகிணுத்துக் கூப்பிட்டது. ரிஸீவரை எடுத்து “எஸ்” என்றவர், லேசாய் முகம் மாறினார். குரலைத் தாழ்த்தி ரிஸீவரில் கேட்டார்.

“கன்ஃபர்ம்..?”

“....”

“எஸ்.. சம் ஃபார்மாலிட்டீஸ் தேர்.. ஐ.. வில் கன்வே த மெஸேஜ்..” டாக்டர் சொல்லி ரிஸீவரை வைத்துவிட்டு சத்தியமூர்த்தியை ஏறிட்டார்.

“மிஸ்டர் சத்தியமூர்த்தி.. ஸாரி.. டு.. ஸே.. திஸ்.. அஸிஸ்டண்ட் டாக்டர் போன் பண்ணினார். ரெண்டு நிமிஷத்துக்கு முன்னாடி உங்க ஃபாதருக்கு சிவியர் மாஸிவ் அட்டாக். டாக்டர்ஸ் பக்கத்துல இருந்தாலும் தே ஆர் ஹெல்ப்லஸ். காப்பாற்ற முடியலை.. ஹி..ஈஸ்.. டெட்..!”

“டா..க்..ட..ர்..!”

டாக்டர் கசப்பாய் புன்னகைத்தார்.

“ஸோ.. யுவர் ப்ராப்ளம் ஈஸ் ஸால்வ்ட்..”

ரோகிணி தன்னுடைய அலுவலக அறையில் கம்ப்யூட்டருக்கு முன்பாய் உட்கார்ந்து மெயிலைப் பார்த்துக் கொண்டிருந்த போது, அவளோடு பணிபுரியும் ஆதிரை உள்ளே வந்தாள்.

“ரோகிணி! உன்னைப் பார்க்க ஒரு கெஸ்ட் வந்து வெயிட் பண்ணிட்டிருக்காங்க..”

ரோகிணி கம்ப்யூட்டரிலிருந்து நிமிர்ந்தாள்.

“கெஸ்ட்டா..?”

“ம்.. ஒரு பொண்ணு...”

“பொண்ணா.. யார்ன்னு கேட்டியா?”

“கேட்டேன்.. கோசலைன்னு சொன்னா..”

“கோசலையா..! அப்படி யாரையும் எனக்குத் தெரியாதே..?” ரோகிணி சொல்லிக் கொண்டே எழுந்தாள். நெற்றியில் குழப்பத்தை ஒட்ட வைத்துக்கொண்டு வெளியே வந்தாள். ‘யார் அந்த கோசலை?’ என்ற கேள்வி ஒரு நாய்க்குட்டியைப் போல் கூடவே ஓட வந்தது.

லி∴ப்டில் பயணித்து ரிசப்ஷன் அறைக்கு வந்தாள். சோபாவில் சாய்ந்து ஒரு புத்தகத்தைப் புரட்டியபடி அந்தப் பெண் தெரிந்தாள். ரோகிணியைப் பார்த்ததும் புன்னகையோடு எழுந்தாள். சுடிதார், பாப் தலை, மூக்கில் தங்கத் துணுக்கு மின்ன, அவரைத்தோல் போன்ற காதுகளில் இரண்டு வெள்ளி வளையங்கள் அசைந்தன. வலதுபுறத் தோளில் சிவப்புநிற வெல்வெட் உடம்பாலான ஒரு டம்பப் பை. பிங்க்நிற நெய்ல் பாலீஷ் பூச்சில் குளித்திருந்த விரல்களை நீட்டினாள். “ஹலோ.. ரோகிணி.. ஐயாம் கோசலை... ‘மஹிளா ரத்னா புரஸ்கார்’ கமிட்டியில் மெம்பராய் இருக்கேன்..”

ரோகிணி தன் புருவங்களை உயர்த்தினாள்.

“மஹிளா ரத்னா புரஸ்கார்.. அப்படீன்னா..?”

“நீங்க கேள்விப்பட்டது இல்லையா..?”

“இல்லையே..!”

“என்னங்க ரோகிணி.. நீங்க படிச்சிருக்கீங்க.. ஒரு ஐ.டி. நிறுவனத்தில் வேலையும் பார்த்துட்டு இருக்கீங்க.. மஹிளா ரத்னா புரஸ்காரைப் பத்தி தெரியாமே இருக்கீங்க.. பேப்பர் படிக்க மாட்டீங்களா.. டி.வி. வாட்ச் பண்ண மாட்டீங்களா..?”

“அதுக்கெல்லாம் நேரம் இல்லை..!”

“நீங்க வொர்க்காலிக்ன்னு நினைக்கிறேன்.. இட்ஸ் ஓ.கே..! மஹிளா ரத்னா புரஸ்காரைப் பற்றி நானே சொல்றேன். நம்ம இந்திய அரசு ஒவ்வொரு வருஷமும் சில பெண்களைத் தேர்ந்து எடுத்து அவங்க இந்த சமூகத்துக்கு பண்ணின சேவையைப் பாராட்டும் விதமாய் ‘மஹிளா ரத்னா’ என்கிற விருதைக் கொடுத்துட்டு வர்றாங்க. ‘மஹிளா’ என்கிற ஹிந்தி வார்த்தைக்கு ‘பெண்கள்’ன்னு அர்த்தம். இந்த விருதைத் தமிழ்ப்படுத்தணும்னா ‘பெண்களின் மாணிக்கம்’ என்கிற அர்த்தத்தைக் கொடுக்கும்..”

“நான் இன்னிக்குத்தான் இப்படியொரு விருது இருக்கிறதைப் பத்திக் கேள்விப்படறேன்.”

கோசலை சிரித்தாள். “என்ன ஒரு ஆச்சர்யம் பார்த்தீங்களா ரோகிணி..? இந்த ‘மஹிளா ரத்னா’ விருதைப் பற்றி ஒண்ணுமே

தெரியாதுன்னு சொல்ற உங்களுக்குத்தான் இந்த வருஷம் அந்த விருது கிடைச்சு இருக்கு.."

"எ.. எ.. என்ன சொன்னீங்க.. எனக்கா?"

"எஸ்.. அதை முறைப்படி உங்க கிட்டே சொல்லிட்டுப் போலாம்னு தான் வந்தேன். கமிட்டியில் வெச்சு ரெசல்யூசனை பாஸ் பண்ணி மனிதவள மேம்பாட்டுத் துறைக்கு அனுப்பிட்டா, அடுத்த மாதம் டெல்லி ஜனாதிபதி மாளிகையில் நடக்கிற பரிசளிப்பு விழாவுக்கு நீங்க போக வேண்டியிருக்கும்."

ரோகிணி கையமர்த்தினாள்.

"எனக்கு எதுக்குங்க விருது..? விருது தர்ற அளவுக்கு நான் என்ன பண்ணிட்டேன்..?"

கோசலை சிரித்தாள். "நீங்க என்னன்ன பண்ணியிருக்கீங்கன்னு நான் சின்னதா பட்டியல் போடட்டுமா?"

ரோகிணி திகைத்துப் போய்ப் பார்த்துக் கொண்டிருக்கும்போதே கோசலை தொடர்ந்தாள். "ரோகிணி! உங்களுக்கு நாலு வருஷத்துக்கு முந்தி கல்யாணம் நடந்தது. கணவரோட பெயர் மணிமாறன். தாலி கட்டிய சரியாய் ஒரு மணி நேரத்துக்குள்ளே உங்க கணவர் உங்களுக்கு சேரவேண்டிய ஒரு சொத்து சம்பந்தமான டாக்குமெண்ட்ஸ் கைக்கு வந்தாத்தான் சாந்தி முகூர்த்தம்னு அவர் சொல்லவும், அதே நிமிஷம் நீங்க உங்க கழுத்தில் இருக்கிற தாலிக் கயிற்றைக் கழற்றி அவர் முகத்து மேல வீசி எறிஞ்சுட்டு வந்துட்டீங்க. இந்தத் துணிச்சல் எத்தனை பேருக்கு வரும்..? ஆனா உங்களுக்கு வந்தது. இந்தச் செய்தி அன்னிக்கு பத்திரிகையில் வந்தபோது லட்சக்கணக்கான பேர் படிச்சிருப்பாங்க. பெண்கள்ல சிலருக்கு அந்தச் செய்தி ஒரு தன்னம்பிக்கையையும், துணிச்சலையும் கொடுத்து இருக்கலாம். ஆண்கள்ல சிலருக்கு எச்சரிக்கை தர்ற விதமாய் அபாயமணியாகவும் ஒலிச்சிருக்கலாம். இதுவும் மறைமுகமாய் செய்யப்பட்ட ஒரு சமுதாயப் பணிதான்."

ரோகிணி புன்னகைத்தாள்.

"அன்னிக்கு நடந்த சம்பவத்தில் எந்த ஒரு சமுதாய நோக்கமும் இல்லை. அது என் கோபத்தோட வெளிப்பாடு.."

"நீங்க அப்படி நினைக்கலாம். பட், நாங்க அப்படி நினைக்கலை. இந்த ஒரு சம்பவம் மட்டும் விருதுக்குக் காரணம் இல்லை. நீங்க இதுவரைக்கும் இருபத்தஞ்சு தடவை ரத்ததானம் பண்ணியிருக்கீங்க. ஒரு கிட்னியை தானம் பண்ணியிருக்கீங்க. உங்க இறப்புக்குப்பிறகு உடம்பை மருத்துவ சோதனைகளுக்காக

தானமாய் கொடுக்கவும் சம்மதிச்சிருக்கீங்க. அப்புறம் வருஷத்துக்கு நான்கைந்து தடவையாவது அனாதை விடுதிகளுக்குப் போய் அங்கே இருக்கிற நூற்றுக்கணக்கான குழந்தைகளை ஸ்டார்ஹோட்டல்களுக்குக் கூட்டிப்போய் அவங்களை சாப்பிட வெச்சு சந்தோஷப்படுத்தறீங்க. மத்தவங்களை சந்தோஷப்படுத்தி, அந்த சந்தோஷத்தைப் பார்த்து தானும் சந்தோஷப்படற குணம் இந்த உலகத்துல எத்தனை பேர்கிட்டே இருக்கு? அந்த குட்னஸ் உங்ககிட்டே இருக்கிறதாலதான் இந்த மஹிளா ரத்னா விருது. எங்க கமிட்டியில் மொத்தம் பதினோரு பேர். இந்த பதினோரு பேர்ல ஏழு பேர் உங்களுக்கு இந்த விருது தரணும்ன்னு சொல்லி வோட்டுப் போட்டு இருக்காங்க. ஆனா மீதி இருக்கிற அந்த நாலு பேர் மட்டும்..''

“நாலு பேர் மட்டும்..?''

“லேசா எதிர்ப்புத் தெரிவிக்கிறாங்க..''

“அவங்க எதிர்ப்புத் தெரிவிக்கிறாங்கன்னா விட்டுட வேண்டியது தானே.. இதோ பாருங்க கோசலை.. எனக்கு இந்த விருதெல்லாம் வேண்டாம்.''

“நோ.. நோ.. பதினோரு பேர்ல ஏழு பேர் உங்களுக்கு வோட் பண்ணியிருக்கிறதால விருது உங்களுக்குத்தான்! அந்த நாலு பேர்கூட உங்களுக்கு விருது தர மனப்பூர்வமாய் ஒத்துக்கறாங்க. பட் ஒரே ஒரு விஷயத்தக்காக விளக்கம் கேட்கிறாங்க.''

“விளக்கமா.. எதுக்கு விளக்கம்?''

“நான் கேட்டா தப்பா நினைச்சுக்க மாட்டீங்களே?''

“தாராளமாய் கேட்கலாம்..''

கோசலை தன் லிப்ஸ்டிக் உதடுகளை தயக்கமாய் அசைத்தாள். “நீங்க ஏதோ ஒரு குற்றத்தைப் பண்ணிட்டு ஜெயிலுக்குப் போயிருக்கிறதாய் தகவல். இந்தத் தகவல் உண்மையா?''

“உண்மைதான்..!''

“என்ன குற்றம் பண்ணிட்டு ஜெயிலுக்குப் போனீங்கன்னு சொல்லமுடியுமா?''

“நான் எந்தக் குற்றமும் பண்ணலை..''

“குற்றம் பண்ணலைன்னா எப்படி ஜெயில் தண்டனை?''

“அன்றைய தினம் நீதி தேவதைக்கு கொஞ்சம் உடம்பு சரியில்லை..''

“நீங்க பேசறது எனக்குப் புரியலை ரோகிணி?''

“புரியலைன்னா இந்த விஷயத்தை விட்டுடுங்க.”

“மத்த மெம்பர்ஸ் விளக்கம் கேட்கறாங்களே..? ஏன்னா ‘மஹிளா ரத்னா’ விருதுக்குப் பரிந்துரைக்கிற பெண் க்ரிமினல் குற்றத்தைப் பண்ணிட்டு சிறைக்குப் போயிருக்கக்கூடாதுங்கிறது ஒரு விதி. மக்கள் நலனுக்காகப் போராட்டம் பண்ணிட்டு சிறைக்குப் போயிருக்கலாம். நீங்க எந்தக் குற்றமும் பண்ணலைன்னு சொல்றீங்க. ஆனா உங்களுக்கு தண்டனை கிடைச்சிருக்கு. அது எப்படின்னு சொன்னாப் பரவாயில்லை. ஏன்னா, இந்த விருது ஒரு உயரிய விருது. கடந்த பத்து வருஷகாலத்துல நம்ம தமிழ்நாட்டுப் பெண்கள் நாலு பேருக்கு மட்டுமே இது கிடைச்சிருக்கு. நீங்க ஐந்தாவது பெண்மணி. உங்களுக்கு இந்த விருது கிடைக்கணும்னா உங்களைப் பற்றி உண்மையான தகவல்களைச் சொல்லணும்..”

ரோகிணி மௌனமாய் உட்கார்ந்திருந்தாள்.

“என்ன தயக்கம்? சொல்லுங்க..!”

“என்னோட பதிலை பேப்பர்ல எழுதிக் காட்டட்டுமா?”

“ஓ! ப்ளீஸ்..”

ரோகிணி டீபாயின் மேல் இருந்த ஒரு துண்டு பேப்பரை எடுத்து பால்பாயிண்ட் பேனாவால் வேகமாய் ஏதோ எழுதி கோசலையிடம் நீட்ட அவள் வாங்கிப் பார்த்தாள்.

GET OUT.

17

ரோகிணி எழுதிக் காட்டிய 'கெட் அவுட்' வாசகத்தைப் பார்த்துவிட்டு கோசலை தன் சதைப்பற்று இல்லாத உதடுகளில் புன்னகையொன்றை உதிக்க வைத்தாள். பிறகு மெல்லிய குரலில் 'ஸாரி' என்றாள்.

ரோகிணி கோபம் குறையாமல் கேட்டாள்.

"எதுக்கு ஸாரி..?"

"இப்பயொரு ரியாக்ஷனை உங்ககிட்டயிருந்து நான் எதிர்பார்க்கலை. உங்களுக்கு ஒரு விஷயம் தெரியுமா ரோகிணி? விருதுகள் நம்மைத் தேடி வரும்போது நாம அதுக்குண்டான மரியாதையைத் தரணும். இந்த 'மஹிளா ரத்னா' எப்பேர்ப்பட்ட விருது தெரியுமா..? பிரசிடெண்ட் கையால விருதை வாங்கற அன்னிக்கு இந்தியாவில் இருக்கிற அத்தனை டி.வி. சானல்களிலும் உங்கள் முகம்தெரியும். கொஞ்சம் கற்பனை பண்ணிப் பாருங்க. அந்தத் த்ரில்லை அனுபவிக்க வேண்டாமா?"

"வேண்டாம்..! நான் எந்த விருதையும் எதிர்பார்த்து சோஷியல் சர்வீஸ் பண்றதில்லை. மற்றவங்களை சந்தோஷப்படுத்த என்னால முடிஞ்சதைப் பண்றேன் அவ்வளவுதான்.."

கோசலை சிரித்தாள். "இப்படியொரு குட் க்வாலிஃபிகேஷன் இருக்கிறதாலத்தான் விருது உங்களைத் தேடி வருது. பட் விதிமுறைகளின்படி இந்த மஹிளா ரத்னா விருது வாங்கற ஒருத்தர் சிறைக்குப் போயிருக்கக் கூடாது. சிறைக்குப் போயிருந்தா அதுக்கான காரணத்தைச் சொல்லணும்."

"இதோ பாருங்க கோசலை.. நான் சிறைக்குப் போனது உண்மை. பட்... அதுக்கான ஃப்ளாஷ்பேக்கை சொல்ல நான் விரும்பலை. அது வடுவாகவே இருந்துட்டுப் போகட்டும். அதை மறுபடியும் கீறிப் பார்த்துப் புண்ணாக்கிக்க நான் விரும்பலை."

"ரோகிணி.. நான் என்ன சொல்ல வர்றேன்னா..?"

"வெரி.. ஸாரி.. நீங்க போலாம். எனக்கு ஆபீஸ்ல நிறைய வேலையிருக்கு."

"ஒரு நிமிஷம்.."

"என்ன..?"

“நீங்க ஜெயிலுக்குப் போன காரணத்தைச் சொல்ல வேண்டாம். எத்தனை வருஷம் உள்ளே இருந்தீங்க.. அதை மட்டும் சொல்லுங்க போதும்..”

ரோகிணி கோசலையை ஒரு நெருப்புப் பார்வை பார்த்த விநாடி அவளுடைய இடது உள்ளங்கையில் இடம்பிடித்து இருந்து செல்போன், தன்னுடைய ரிங்டோனை வெளியிட்டது. ரோகிணி எடுத்து அழைப்பது யார் என்று பார்த்தாள். அவளுடைய ரூம்மேட் ஹரிதா. செல்போனை காதுக்கு ஏற்றினாள்.

“சொல்லு ஹரிதா..”

“என்ன பிஸியா இருக்கியா..?”

“இல்ல.. சொல்லு..”

“இன்னிக்கு சாயந்திரம் உனக்கு ஆபீஸ் எப்போ முடியும்..?”

“வழக்கம்போலத்தான்..! ஆறரை மணியாயிடும்.”

“இன்னிக்கு எனக்காக ஒரு மணி நேரத்துக்கு முன்னாடியே கிளம்பி வாயேன்.”

“எதுக்கு..?”

“உனக்கு ஒரு ட்ரீட் கொடுக்கத்தான்!”

“எனக்கு ட்ரீட்டா?”

“ம்..”

“எதுக்காக?”

“எனக்கு ஆபீஸ்ல ப்ரமோஷன் கிடைச்சிருக்கு. ஸாலரியும் ஏறியிருக்கு.”

“கங்க்ராட்ஸ்.. வடபழனி கோயிலுக்கு வாரா வாரம் போய்ட்டு வந்ததுக்கான பலன் கைமேல கிடைச்சிருக்கு.”

“நிச்சயமா..”

“ஊர்ல இருக்கிற அப்பா, அம்மாவுக்கு போன் பண்ணிச் சொன்னியா..”

“இனிமேத்தான் சொல்லணும். முதல் போன் உனக்குத்தான். சாயந்திரம் பர்மிஷன் போட்டுட்டு வந்துடு. ஏதாவது ஒரு நல்ல ஹோட்டலுக்கு போய்க் கொண்டாடுவோம்!”

“ட்ரீட்டெல்லாம் வேண்டாம் ஹரிதா.. சாயந்திரம் ஹாஸ்டலுக்கு வரும்போது ஏதாவது ஒரு ஸ்வீட் வாங்கிட்டு வந்துடு.. அது

போதும்..”

“நோ.. நோ.. நாம இன்னிக்கு சாயந்திரம் சுரபி ரெஸ்டாரண்ட்ல மீட் பண்றோம்.”

“சுரபி ரெஸ்டாரெண்ட்டா.. அது எங்கே இருக்கு?”

“அண்ணா நகர் ரெண்டாவது அவென்யூ.. ஃபிப்த் க்ராஸ், நல்ல ஹோட்டல், லேடீஸ் காபின் இருக்கு, நிம்மதியா சாப்பிட்டு வரலாம்.”

“ஹரிதா..!”

“என்ன..?”

“இன்னிக்கு ஆபீஸ்ல நிறைய வேலையிருக்கு.. எம்.டி. வேற மத்தியானத்துக்கு மேல் வெளியே போகணும்னு சொல்லிட் டிருந்தார்.”

“இந்த சால்ஜாப்பெல்லாம் என்கிட்டே வேண்டாம். நீ ஒன் ஹவர் பர்மிஷன் போட்டுட்டு ஆபீஸை விட்டு அஞ்சு மணிக்கே கிளம்பி ஆறு மணிக்கெல்லாம் ரெஸ்டாரண்ட்ல இருக்கணும்.”

“ஹரிதா வந்து..”

“இதோ பார் ரோகிணி.. எனக்கு ப்ரமோஷன் கிடைச்சது.. உனக்கு சந்தோஷமா இல்லையா..?”

“ரொம்ப சந்தோஷம்..”

“அப்படீன்னா சாயந்தரம் ஆறு மணிக்கு நீ சுரபியில் இருக்கணும்.” ஹரிதா மறுமுனையில் சொல்லிவிட்டு செல்போனை அணைத்துவிட, ரோகிணி நெற்றியை பிடித்துக்கொண்டாள்.

“பிடிவாதப் பிசாசு..!”

“ஹரிதா யார்.. உங்க ப்ரெண்டா..?” எதிரில் உட்கார்ந்து இருந்த கோசலை கேட்டாள்.

ரோகிணிக்குள் எரிச்சல் பீரிட்டது.

“ஹரிதா எனக்கு ப்ரெண்ட் கிடையாது..”

“பின்னே..?”

“என்னோட பாட்டி..”

கோசலை புன்னகையோடு எழுந்து கொண்டாள்.

“ஓ.கே. ரோகிணி.. உங்க பாட்டிக்கு ப்ரமோஷன் கிடைச்சிருக்கு. என்னோட வாழ்த்துக்கள். நான் வர்றேன்.”

"வரவேண்டாம்.."

கோசலையின் புன்னகை பெரிதாயிற்று.

"ரோகிணி! எனக்கு ரெண்டு நாள் டயம் குடுங்க."

"எதுக்கு?"

"நீங்க என்ன குற்றத்தைப் பண்ணிட்டு எந்த ஜெயிலில் எத்தனை வருஷம் இருந்தீங்க என்கிற விவரங்களை சேகரம் பண்ணிக்கிட்டு அடுத்த நாற்பத்தெட்டு மணி நேரத்துக்குள்ளே வந்து உங்களை பார்க்கிறேன்!" கோசலை தீர்க்கமான குரலில் சொல்லிவிட்டு தான் கொண்டு வந்து பையை எடுத்து தோளில் மாட்டிக் கொண்டு அலுவலக வாசலைப் பார்த்து போக, ரோகிணி கோசலையின் முதுகையே வெறித்தாள். பிறகு தலையைப் பற்றிக் கொண்டு அப்படியே சோபாவுக்கு சாய்நது உட்கார்ந்தாள்.

எவ்வளவு நேரம்..?

தெரியவில்லை.

"என்னம்மா! இன்னும் எவ்வளவு நேரம்தான் இப்படியே உட்கார்ந்துட்டு இருக்கப்போறே?" தனக்குப் பின்பக்கம் குரல் கேட்டு ரோகிணி திரும்பிப் பார்த்தாள். அவளுடைய எம்.டி. பாஸ்கர்ராஜ் நரை மீசைக்குக் கீழே சிரித்தபடி நின்றிருந்தார்.

"ஸ.. ஸாரி ஸார்..!" விருட்டென்று ஒரு நேர்க்கோடு மாதிரி எழுந்து நின்றாள்.

"அந்தப் பொண்ணு உன்னை டென்ஷன்படுத்திட்டுப் போயிட்டா போலிருக்கு.."

"அது வந்து ஸார்.."

"எனக்குத் தெரியும்மா.. நான் எல்லாத்தையும் பார்த்துக்கிட்டுதான் இருந்தேன். உன்னைத் தேடி ஒரு விருது வரும்போது அதை நீ வேண்டாம்னு சொல்றது கொஞ்சம்கூட நல்லாயில்லை. ஒரு விருது கொடுக்கப்படும்போது அந்த விருதை பெறப்போகிறவர் சிறைக்குப் போயிருந்தால் அவர் என்ன காரணத்துக்காக சிறைக்குப் போனார்ன்னு தெரிஞ்சுக்க அந்த விருது கமிட்டிக்கு உரிமையுண்டு."

ரோகிணி அவரை ஏறிட்டாள். "ஸார்! என்னோட உண்மை நிலை தெரிஞ்சுமா இப்படிப் பேசறீங்க..? என்னோட உண்மையான பெயர் ரோகிணி இல்லைங்கிறதும் நான் இப்போ அஞ்ஞாத வாசம் பண்ணிட்டிருக்கேன்னும் உங்களுக்குத் தெரியாதா..?"

“எனக்கு எல்லாம் தெரியும்மா..! தெரிஞ்சுதான் பேசிட்டிருக்கேன். இன்னும் எத்தனை நாளைக்குத்தான் இப்படி அஞ்ஞாத வாசம் பண்ணப்போறே..? என்னிக்காவது ஒருநாள் நீ இதுக்கு முற்றுப்புள்ளி வெச்சுத்தானே தீரணும்..!”

“எதுக்காக முற்றுப்புள்ளி வைக்கணும். நான் ஒரு ரோகிணியாவே கடைசி வரைக்கும் இருந்துட்டுப் போறேனே..!”

“வேண்டாம்மா.. நீ உன்னை ஒரு புது வாழ்க்கைக்குத் தயார்ப் படுத்திக்க வேண்டிய நேரம் வந்தாச்சு. அதுக்கான அறிகுறிகளும் தெரிய ஆரம்பிச்சுடுச்சு.. இனிமே நீ என்ன பண்ணணும்ங்கிறதை நான் சொல்றேன்..” பாஸ்கர்ராஜ் சொல்லிக் கொண்டிருக்கும்போதே ரோகிணியின் செல்போன் மீண்டும் சிணுங்கியது. எடுத்து அழைப்பது யார் என்று பார்த்தாள். டிஸ்ப்ளேயில் கோதாவரி ராமாமிர்தம் என்ற பெயர் பளிச்சிட்டது. செல்போனை காதுக்கு ஏற்றி “சொல்லுங்க மேடம்” என்றாள்.

“ரோகிணி! நீ இப்போ எங்கேயிருக்கே?”

“ஆபீஸ்ல மேடம்..”

“நீ உடனே புறப்பட்டு ஜேஸ்மின் ஹாஸ்பிடலுக்கு வரமுடியுமா?”

“எதுக்கு..?”

“உன்னோட கணவர் மணிமாறனுக்கு..!” என்று பேச ஆரம்பித்த கோதாவரியைக் கோபமாய் இடைமறித்தாள் ரோகிணி.

“மேடம்! அவர் எனக்கு கணவர் கிடையாது. அவர் கட்டின தாலி என்னோட கழுத்தில் ஒரு மணி நேரம்தான் இருந்தது. அந்த ஒரு மணி நேரப் பாவத்துக்காக என்னை அவருக்கு மனைவியாக்க வேண்டாம்!”

“ஸாரி.. ரோகிணி..”

“ஓ.கே. இப்ப விஷயத்தைச் சொல்லுங்க..”

“அந்த மணிமாறனுக்கு செக்கோ தெரபி ட்ரீட்மெண்ட்டை தொடங்கி ஒரு வார காலமாயிடுச்சு. பட், டாக்டர் எதிர்பார்த்த பெட்டர் ரிசல்ட் கிடைக்கணும்ன்னா உன்னோட பங்களிப்பு அதிகமாய் வேணும்ன்னு சொல்றார்.”

“அதிகமாய் வேணும்ன்னா. அது எது மாதிரியானதுன்னு சொல்ல முடியுமா மேடம்.”

“சொன்னா கோபப்பட மாட்டியே?”

“பரவாயில்லை.. சொல்லுங்க..”

கோதாவரி சொல்ல ஆரம்பித்தாள். பேச்சு பாதியில் இருக்கும் போதே ரோகிணி ஒரு ஆர்.டி.எக்ஸ் வெடிகுண்டாய் மாறினாள்.

“உங்க பேத்தலைக் கொஞ்சம் நிறுத்தறீங்களா..?”

மஹாதேவன் போட்டோவாய் மாறி ஒரு கனமான ரோஜா மாலைக்குள் புன்னகை செய்து கொண்டிருந்தார். அவர் இறந்து பத்து நாட்களாகி விட்டதால் உறவினர் கூட்டம் ஓய்ந்துபோய் வீடு மெல்ல மெல்ல வெறுமையின் பிடிக்குள் சிக்க ஆரம்பித்து இருந்தது. மொட்டை போட்டிருந்த சத்தியமூர்த்தியின் தலையில் லேசாய்க் கருமை எட்டிப் பார்த்தது.

அன்றைக்கு காலை ஆறு மணிக்கே குளியலை முடித்துக் கொண்ட சத்தியமூர்த்தி தன்னுடைய அலுவலக அறைக்குள் நுழைந்து கேஸ் கட்டை பிரித்து வாய்தா தேதிகளைப் பார்க்க ஆரம்பித்தான். மஹாதேவனின் எதிர்பாராத மரணம் அவனுடைய மனசுக்குள் எழுப்பியிருந்த அதிர்ச்சி அலைகள் இப்போது காணாமல் போயிருந்தன. எல்லாவற்றுக்கும் மேலாக தனக்கும், பவ்யாவுக்கும் இருக்கிற தொடர்பு பற்றித் தெரிந்த ஒரே ஒரு நபரான அப்பா இப்போது உயிரோடு இல்லை என்கிற விஷயம் அவனை நிம்மதியாகச் சுவாசிக்க வைத்தது.

பாதி கேஸ் கட்டுகளைப் புரட்டிப் பார்த்துக் கொண்டு இருந்த போது சுவர்ணா தயக்கமாய் உள்ளே நுழைந்தாள். கையில் காபி டம்ளர்.

“என்னங்க..”

“ம்..”

“காபி..”

“தெரியுது.. வெச்சுட்டுப் போ..”

காபி டம்ளரை மேஜையின் ஓரமாய் வைத்து விட்டு சுவர்ணா அப்படியே நின்றாள். ஒரு நிமிஷம் மௌனம் காத்துவிட்டுச் சொன்னாள்.

“உங்ககிட்டே கொஞ்சம் பேசணும்.”

சத்தியமூர்த்தி எரிச்சலாய் நிமிர்ந்தான்.

“என்ன பேசணும்..?”

“உங்க அம்மாவைப் பார்த்தீங்களா..?”

“பார்த்துக்கிட்டுத்தானே இருக்கேன்.”

“இந்தப் பத்து நாள்ல அவங்க பாதியாய் இளைச்சுட்டாங்க.. சரியா சாப்பிடறதில்லை. சரியா தூங்கறது இல்லை.. நினைச்ச நேரம் அழறாங்க. அவங்களுக்கு ஆறுதல் சொல்ல என்னாலேயும் முடியலை. உங்க தங்கச்சி பூர்ணிமாவாலேயும் முடியலை.”

“அதுக்கு என்னை என்ன பண்ணச் சொல்றே?”

“நீங்க வந்து அம்மாவுக்கு ஆறுதல் சொல்லணும்.”

“சொல்லிட்டுத்தானே இருக்கேன்.”

“எங்கே சொல்றீங்க.. ஏதோ கடமைக்கு வந்து ஒரு நிமிஷம் நின்னு ‘அழாதேம்மா’ன்னு சொன்னா தீர்ந்ததா?”

“பின்னே எப்படிச் சொல்லணும்.. நானும் என்னோட அம்மாவைக் கட்டிப் புடிச்சுட்டு அழுது ஒப்பாரி வெக்கணுமா?”

“ஏன் இப்படியெல்லாம் பேசறீங்க.. மாமாவோட மரணம் நமக்கெல்லாம் எவ்வளவு பெரிய இழப்பு? இந்த வீட்டுக்கு வந்த மருமக நான். என்னாலேயே தாங்கிக்க முடியலை. அத்தை முப்பத்தியாறு வருஷம் மாமாவோடு வாழ்ந்துருக்காங்க.. அவங்களுக்கு எப்படி இருக்கும்.. அடிக்கடி அம்மாவுக்குப் பக்கத்துல போய் உட்கார்ந்து அனுசரணையா பேசினாத்தானே அத்தை தெம்பா இருப்பாங்க!”

“இதோ பார் சுவர்ணா! இந்தத் தெருவுல ஏதாவது ஒரு துக்க காரியம் நடந்தாக்கூட அம்மா அதைப்பத்தி வாரம் பத்து நாளைக்கு ஃபீல் பண்ணிட்டு இருப்பாங்க. அப்பா இறந்ததுக்கு கேட்கவா வேணும்? அம்மாவை அழ விடு.. அப்பத்தான் மன பாரம் குறையும்.”

“உங்க அம்மா அழுதுட்டு இருந்தாக்கூட பரவாயில்லீங்க. ஆனா வேளாவேளைக்குச் சாப்பிட மாட்டேங்கிறாங்க. ராத்திரி வேளைகளில் தூங்கறதே கிடையாது. அத்தை இப்படியே இதே நிலைமையில் இருந்தாங்கன்னா அவங்களையும் நாம இழந்துடுவோம்.”

“அப்படியெல்லாம் ஒண்ணும் நடக்காது. அம்மாவுக்கு அந்தக் கால உடம்பு.” சத்தியமூர்த்தி சொல்லிக் கொண்டே காபி டம்ளரை எடுத்து உதட்டுக்குக் கொடுத்தான். ஒரு வாய் காபி விழுங்கியவனின் முகம் அஷ்ட கோணலாய் மாறியது.

“இது.. ஃபில்டர் காபி கிடையாதா?”

“இல்லீங்க.. காபிக் கொட்டை ஆயிடுச்சு.. அதான் அவசரத்துக்கு காபித்தூள் போட்டு..” சுவர்ணா சொல்லிக் கொண்டிருக்கும்போதே சத்தியமூர்த்தி எழுந்து காபி டம்ளரோடு வாஷ்பேஷனுக்குப் போய்

அதைக் கொட்டிவிட்டு வந்து சுவர்ணாவிடம் நீட்டினான்.

"என்னங்க.. இது?"

"நீ போட்டுட்டு வந்த காபியை வாஷ்பேஷன் குடிச்சுடுச்சு. டம்ளரை எடுத்துட்டுப் போ.. ஒழுங்காய் ஒரு காபியை போட்டுக் கொண்டு வந்து கொடுக்க துப்பில்லை பேச வந்துட்டா.. நான் இன்னிக்கு எட்டு மணிக்கெல்லாம் வெளியே கிளம்பணும். நாலைஞ்சு க்ளையண்ட்ஸைப் பார்க்கணும். இன்னிக்கு என்ன டிபன்.."

"கோதுமை மாவைக் கரைச்சு தோசை வார்த்துக்கலாம்ன்னு.."

"என்னோட பங்கையும் சேர்த்து நீயே கொட்டிக்க. நான் ஹோட்டல்ல சாப்பிட்டுக்கறேன்."

"நீங்க பேசறது.. நடந்துக்கறது எதுவுமே சரியில்லை லாயர் ஸார்.."

தனக்குப் பின்பக்கம் எழுந்த குரலைக் கேட்டு சத்தியமூர்த்தி திரும்பிப் பார்த்தான்.

அறை வாசலில் பவ்யா நின்றிருந்தாள்.

18

அறைவாசலில் பவ்யா நின்றிருப்பதைப் பார்த்ததும் சத்தியமூர்த்தி மனசுக்குள் அதிர்ந்து போனாலும். அதை வெளிக்காட்டிக் கொள்ளாமல் வெகு இயல்பாய் நடந்து வந்து அவளருகே நின்றான். இடதுகை ஆட்காட்டி விரலை உயர்த்தினான்.

“இதோ பார்..! நீ.. என்னோட க்ளையண்ட் மட்டுமே..! என் வீட்டு விவகாரங்களில் மூக்கை நுழைக்க வேண்டாம். உன்னை பதினோரு மணிக்கு கோர்ட்டுக்கு வரச்சொல்லியிருந்தேன். இங்கே எதுக்காக இப்ப வந்தே..?”

“ஸாரி ஸார்..! நான் என்னோட கேஸ் விஷயமாய் உங்களைப் பார்க்க வரலை..?”

“பின்னே..?”

“உங்க ஃபாதர் தவறிட்டதாய் கேள்விப்பட்டேன். நான் ஒரு வாரம் ஊருக்குப் போயிருந்ததால எனக்கு விஷயம் தெரியலை. கொஞ்ச நேரத்துக்கு முன்னாடிதான் கேள்விப்பட்டேன். அதான் விசாரிச்சுட்டு போலாம்’னு வந்தேன்.”

“ஓ! துக்கம் விசாரிக்க வந்தியா?”

“ஆமா.. ஸார். பட் உங்க அப்பா இறந்த துக்கம் உங்க முகத்திலும் இல்லை, பேச்சிலும் இல்லை. நடத்தையிலும் இல்லை. நான் இந்த வீட்டுக்கு ரெண்டு தடவை வந்து இருக்கேன். இது மூணாவது தடவை. உங்க அப்பாகிட்டே நான் அதிகம் பேசியது இல்லை. பேசின ரெண்டொரு வார்த்தைகளும் எம் மனசுக்குள்ளே நிரந்தரமாக ஒரு இடத்தைப் பிடிச்சிருக்கு. போன வாரம் இதே வீட்ல உயிரோடு பார்த்த உங்க அப்பா இப்ப உயிரோடு இல்லையேனு நினைக்கும்போது என் இருதயமே கனத்துப் போகுது. ஜப்பான் நாட்ல ஒரு பொன் மொழி இருக்கு. ‘வயது முதிர்ந்த பெரியவர் ஒருவர் உங்கள் வீட்டில் இருந்தார் என்றால், அவர் ஒரு விலை உயர்ந்த வைரக்கல்லுக்கு சமம்’ன்னு! அந்த வகையில் பார்த்தால் நீங்க ஒரு வைரக்கல்லை இழந்துட்டீங்க!”

சத்தியமூர்த்தி எரிச்சலோடு பவ்யாவைப் பார்த்து ஏதோ பேச முயல, சுவர்ணா குறுக்கிட்டாள்.

“ப்வ்யா.. நீங்க உள்ளே வாங்க.. அவர் ஏதோ டென்ஷன்ல

இருக்கார்.''

"டென்ஷன் படற நேரமா இது..?'' பவ்யா முனகிக் கொண்டே சுவர்ணாவைப் பின்தொடர்ந்து உள்ளே போனாள்.

"உங்க அத்தை எங்கே..?''

"அதோ! அந்த ரூம்ல இருக்காங்க.. அவங்களுக்கு கொஞ்சம் உடம்பு சரியில்லை. மாமாவோட இறப்பை அவங்க எதிர்ப்பார்க்கலை.''

"நான் போய் அவங்ககிட்டே பேசலாமா?''

"தாராளமா..!''

சுவர்ணா பவ்யாவை அழைத்துக் கொண்டு திரிபுரசுந்தரி இருந்த அறைக்குள் நுழைந்தாள். கட்டிலில் ஒருக்களித்துப் படுத்து இருந்த திரிபுரசுந்தரி இந்த ஒருவார காலத்துக்குள் நைந்து போய் ஒரு பழைய துணியைப் போல் மாறியிருந்தாள். பக்கத்தில் போய் நின்ற சுவர்ணா மெல்ல கூப்பிட்டாள்.

"அத்தே..!''

"ம்..'' உடம்பு சின்னதாய் அசைந்தது.

"கொஞ்சம் எந்திரிச்சு உட்கார்றீங்களா?''

"ம்.. ம்..''

"உங்களைப் பார்க்க பவ்யா வந்து இருக்காங்க..''

"ப.. ப.. பவ்யாவா.. யா.. யாரது..?'' ஒரு மாதிரியாய்க்

கேட்டுக் கொண்டே திரிபுரசுந்தரி எழுந்து உட்கார்ந்தாள்.

பவ்யா கட்டிலின் முனையிலே உட்கார்ந்து பரிவோடு அவளுடைய தோளைத் தொட்டாள்.

"நான்தாம்மா.. அந்த தர்மபுரி பொண்ணு..! போனவாரம் நான் வீட்டுக்கு வந்தப்ப நீங்க வரலட்சுமி பூஜைக்குப் போய்ட்டு வந்து எனக்கு தேங்காய்ப்பழம், ஜாக்கெட் துண்டு கொடுத்தீங்களே..? உங்க சன்னோட க்ளையண்ட் நான்..!''

திரிபுரசுந்தரி தளர்வாய்ப் பார்த்தபடி தலையசைத்தாள்.

"ம்.. அந்தப் பொண்ணா..?''

"ஆமாங்கம்மா..! ஸாரோட அப்பா தவறிப்போன விஷயம் எனக்கு இன்னிக்குத்தான் தெரியும். விஷயத்தைக் கேள்விப்பட்டதும் ஷாக்காயிட்டேன்.''

சட்டென்று கண்கள் கலங்கிய திரிபுரசுந்தரி உடைந்து போனவளாய் முகத்தைப் பொத்திக் கொண்டு அழ, பவ்யா அவளுடைய கைகளைப் பற்றிக் கொண்டாள்.

“அழாதீங்கம்மா.. பிறக்கிறதும், இறக்கிறதும் நம்ம கையில் இல்லாதபோது நம்மால என்ன பண்ண முடியும்.. மனசை தைரியமாய் வெச்சுக்குங்கம்மா..!”

திரிபுரசுந்தரி குரல் தழுதழுத்தாள். “எப்படியம்மா தைரியமாய் இருக்க முடியும். ஏதோ நோய் நொடி வந்து கொஞ்சம் நாள் படுக்கையில் இருந்து போயிருந்தாக்கூட மனசை திடம் பண்ணியிருப்பேன். நல்லாயிருந்த மனுஷன் ஷண நேரத்தில் போயிட்டார். மனசு ஆறலைம்மா..!” சொல்லிவிட்டு பெரிதாய் அழ ஆரம்பித்த அத்தையின் தோளைத் தொட்டாள் சுவர்ணா.

“அத்தே! இப்படி பொழுதுக்கும் அழுதுட்டிருந்தா உடம்புக்கு ஆகாது. கொஞ்சம் அமைதியாய் இருங்க.”

பூர்ணிமா பக்கத்து அறையிலிருந்து வெளிப்பட்டாள். பவ்யாவை தலையசைப்பால் வரவேற்றுவிட்டு சொன்னாள்.

“யாராவது ஆறுதல் சொல்ல வந்தாலே இப்படித்தான் அம்மாவைக் கட்டுப்படுத்த முடியறது இல்லை. அப்பாவும் அம்மாவும் வாழ்ந்த வாழ்க்கை அப்படி..! அப்பா ஒரு நாளாவது தலைவலின்னு படுத்தது இல்லை. இன்னும் ஒரு இருபது வருஷமாவது உயிரோடு இருந்து இருக்க வேண்டியவர் அப்பா. கரண்ட் ரூபத்துல எமன் வந்துட்டான்..” பூர்ணிமா கண்ணீர் மின்னும் விழிகளோடு சொல்லிக் கொண்டு இருக்கும்போதே திரிபுரசுந்தரி உட்கார முடியாமல் தளர்ந்து போய் படுத்துக் கொண்டாள்.

பவ்யா எழுந்து கொண்டாள். “அம்மா.. ரெஸ்ட் எடுக்கட்டும். நான் ஸாரைப் பார்த்துட்டு புறப்படறேன்..!”

“கொஞ்சம் காபி தரட்டுமா?”

“நோ.. நோ.. அதெல்லாம் வேண்டாம்ங்க. அம்மாவைக் கவனிங்க மொதல்ல! நான் மறுபடியும் அடுத்த வாரத்துல ஒரு நாள் வர்றேன்.”

பவ்யா சொல்லிவிட்டு வீட்டுக்கு முன்பக்கம் இருந்த சத்தியமூர்த்தியின் அறையை நோக்கிப் போனாள். சாத்தப்பட்டிருந்த கண்ணாடிக் கதவைத் திறந்து கொண்டு உள்ளே நுழைந்தாள்.

சத்தியமூர்த்தி இறுகிப்போன முகத்தோடு ஒரு கேஸ் கட்டைப் புரட்டிப் பார்த்துக் கொண்டிருக்க, எதிரேயிருந்த நாற்காலிக்கு

தன்னுடைய உடம்பைக் கொடுத்தாள். அவன் நிமிர்ந்து கோபமாய்ப் பார்த்தான்.

"இப்ப எதுக்காக வந்து இருக்கே..?"

பவ்யா கண்சிமிட்டினாள். "என்னங்க இது.. என்னோட மாமனார் இறந்து போயிருக்கார். நான் துக்கம் விசாரிக்க வேண்டாமா?"

"விசாரிச்சுட்டியில்ல.. கௌம்பு..!"

"ஏன்.. இப்படி பயப்படறீங்க..? நம்ம விஷயம் தெரிஞ்ச உங்க அப்பாதான் போய்ச் சேர்ந்துட்டாரே..?"

"இதோ பார்.. பவ்யா! நீ இங்கே வரப்போய்த்தான் என்னோட அப்பாவுக்கு விஷயம் தெரிஞ்சுது.. அதனால் எவ்வளவு பிரச்சனைகள் வந்ததுன்னு உனக்கே தெரியும். உனக்கும் எனக்கும் இருக்கிற இந்த உறவு இனிமே இந்த வீட்ல யார்க்கும் தெரியக்கூடாது."

"தெரியாம பார்த்துக்குவோம்."

"எதுக்காக ரிஸ்க் எடுக்கணும்..? எல்லார்க்கும் ரெண்டு கண் ணுன்னா இந்த வீட்ல இருக்கிறவங்களுக்கு மட்டும் நாலு கண்."

"நீங்க ஒரு லாயர்.. நான் ஒரு க்ளையண்ட். இதே போர்வையில் இருந்தா மற்றவங்களுக்கு எப்படி சந்தேகம் வரும்?"

"வேண்டாம் பவ்யா.. சொன்னாக் கேளு. ரெண்டு வருஷத்துக்காவது நாம ஜாக்கிரதையாய் இருக்கணும்."

"அது என்ன ரெண்டு வருஷ கணக்கு?"

"பூர்ணிமாவோட படிப்பு முடிய இன்னும் ரெண்டு வருஷம் இருக்கு. படிப்பு முடிஞ்சதும் அவ வேலைக்குப் போயிடுவா. பூர்ணிமா வேலைக்குப் போயிட்டா நான் இந்தக் குடும்பத் தலைவன் பொறுப்பிலிருந்து கொஞ்சம் கொஞ்சமாய் விலகி உன் பக்கம் வந்துருவேன்."

"அது சரி.. நான் வீட்டுக்குள்ளே வரும்போது நீங்க, எதுக்காக உங்க மனைவிகிட்டே அவ்வளவு ஹார்ஷா பிஹேவ் பண்ணிட்டு இருந்தீங்க..? வீடு துக்கமான சூழ்நிலையில் இருக்கும்போது கொஞ்சம் அனுசரணையா பேசலாம் இல்லையா..? இதுக்கும் உங்கப்பாவோட மரணத்துக்கும் ஒரு ஐம்பது சதவீதம் நீங்கதான் காரணம்.."

"என்ன இது.. போற போக்கைப் பார்த்தா நீயே என்னைக் காட்டிக் கொடுத்துடுவே போலிருக்கே..? இந்த வீட்ல இருக்கிறவங்களுக்கு கண்ணு மட்டும் நாலு இல்லை. காதும் நாலுதான். நீ மொதல்ல

இடத்தைக் காலி பண்ணு.."

"சரி.. சாயந்தரம் எங்கே மீட் பண்ணலாம்?"

"பவ்யா..! ஒரு ரெண்டு நாளைக்கு நாம எங்கேயும் மீட் பண்ண வேண்டாம்..?"

"ஏன்..?"

"ஒரு முக்கியமான கேஸோட ஆர்க்யூமெண்ட் வருது.. அதுக்காக கொஞ்சம் பிரிப்பேர் பண்ண வேண்டியிருக்கு."

"அப்படீன்னா எப்பத்தான் மீட் பண்றதாம்?"

"நானே போன் பண்ணிச் சொல்றேன்!"

"சரி.. கிளம்பறேன்..!" சொல்லியபடியே எழுந்து கொண்ட பவ்யா சுற்றும்முற்றும் பார்த்து யாரும் பார்க்கவில்லை என்பதை உறுதி செய்து கொண்டு சத்தியமூர்த்தியின் மொட்டைத் தலையைத் தடவினாள்.

"சும்மா சொல்லக்கூடாது.. இந்த மொட்டைத் தலையிலேயும் அழகாய் இருக்கீங்க..!"

"பவ்யா..! ப்ளீஸ்.. கிளம்பு.. நீ இங்கே இருக்கற ஒவ்வொரு நிமிஷமும் எனக்கு நெருப்புல நிக்கற மாதிரியிருக்கு."

"இதோ.. கிளம்பிட்டேன்..!" பவ்யா கதவைத்திறந்து கொண்டு வெளியேறிவிட, சத்தியமூர்த்தி நிம்மதி பெருமூச்சொன்று விட்டபடி கேஸ் கட்டுக்குள் நுழைந்தான்.

ஒரு ஐந்து நிமிஷம் கரைந்து இருக்கும்.

திடும்மென்று எழுந்த தொண்டைச் செருமல் சத்தம் கேட்டு நிமிர்ந்தான் சத்தியமூர்த்தி. எதிரில் எதிர்வீட்டு நந்தகோபால் நின்றிருந்தார்.

கேஸ்கட்டை எரிச்சலாய் மூடிவிட்டு ஒரு சின்ன புன்முறுவலோடு "வாங்க.. அங்கிள்.." என்றான்.

"என்ன சத்தியமூர்த்தி..! வேலையாய் இருக்கியோ?"

"பரவாயில்லை அங்கிள்.. உட்கார்ங்க.."

நந்தகோபால் ஒரு பெருமூச்சோடு நாற்காலிக்குள் சாய்ந்தார். "உங்கப்பா போனது எனக்கு ஒரு கை ஒடிஞ்ச மாதிரியிருக்கு. நம்ம காலனியில் இருக்கிற விநாயகர் கோயிலுக்கு காம்பௌண்ட் சுவர் கட்டறது பத்தி போனவாரம் பேசிட்டிருந்தோம். இன்னிக்கு உங்கப்பாவே இல்லை. நல்ல மனுஷன்.. அவர்க்கு இப்படியொரு

முடிவு வந்து இருக்க வேண்டாம். பொண்ணோட கல்யாணத்தையும், ஒரு பேரனையோ, பேத்தியையோ பார்த்துட்டுப் போயிருக்கலாம்.''

"அங்கிள்! நான் சாப்பிட்டு கோர்ட்டுக்கு கிளம்பணும். ஏதாவது முக்கியமான விஷயமாய் வந்தீங்களா?''

"ஒரு ரெண்டு நிமிஷம் பேசலாமா?''

"ம்.. பேசலாம்.''

"இப்ப வந்துட்டுப் போச்சே.. அந்தப் பொண்ணு பேரு?''

"அ.. அ.. அந்தப் பொண்ணு.. என்னோட க்ளையண்ட்.''

"பேரு..?''

"பவ்யா..''

"எத்தனை நாளாய் தெரியும்?''

"பு.. பு.. புது க்ளையண்ட்.. எனக்கு ஒரு வாரமாத்தான் தெரியும்.''

"அப்படியா..? போன வாரம் நானும் உன்னோட அப்பாவும் பேசிட்டிருந்தபோது கூட அந்தப் பொண்ணு வீட்டுக்கு வந்து இருந்தா.''

சத்தியமூர்த்தியின் அடி வயிற்றில் பயம் பரவியது. நாக்கு உலர்ந்து போக கேட்டான்..

"அங்கிள்! அந்தப் பொண்ணை உங்களுக்குத் தெரியுமா?''

"நல்லாவே!''

"உங்க பேத்தலைக் கொஞ்சம் நிறுத்தறீங்களா?'' என்று ரோகிணி போட்ட சத்தத்தில் செல்போனின் மறுமுனையில் இருந்த கோதாவரி வெலவெலத்துப் போனாள்.

"ரோ.. ரோகிணி..! நான் இப்ப.. என்ன சொல்லிட்டேன்.. எதுக்காக இவ்வளவு டென்ஷன்..?''

"டென்ஷன் ஆகாமே எப்படி மேடம் இருக்க முடியும்..? அந்த மணிமாறன் எனக்கு ஒரு மணி நேரம் கணவனாய் இருந்த பாவத்துக்காக டாக்டர் சொன்னதுக்கு ஒத்துக்கிட்டேன். இந்த வாரத்துல டாக்டர் பலராமன் என்னை மூணு தடவை ஹாஸ்பிடலுக்கு வரச் சொன்னார். போனேன். என்னையும் அந்த ஆள்கிட்டே பேசச் சொன்னார். பேசினேன். அவர் என்னைப் பெண் பார்க்க வந்த அன்னிக்கு நடந்த சின்னச் சின்ன சம்பவங்கள் பற்றி சொல்லச் சொன்னார். சொன்னேன். பட்... அந்த ஆள் கிட்டயிருந்து எந்த

ரெஸ்பான்ஸும் இல்லை. அதுக்கு நான் என்ன பண்ண முடியும்..?"

செல்போனில் மறுமுனையில் இருந்த கோதாவரி குரலைத் தாழ்த்தினாள். "இதோ பார் ரோகிணி..! மணிமாறனை நீ இப்போ உன்னோட பழைய ஹஸ்பெண்டாய் பார்க்காதே.. பரிதாபத்துக்குரிய ஒரு பேஷண்ட்டாய் பாரு.. உன்னோட கோபம் எல்லாம் காணாமே போயிடும்."

"மேடம்! அந்த மணிமாறனை நான் ஒரு நோயாளியாய் பார்த்த காரணத்தால் டாக்டருக்கு ஒத்துழைப்புக் கொடுக்க மனப்பூர்வமாய் ஒத்துக்கிட்டேன். ட்ரீட்மெண்ட் நல்ல ரிசல்ட்டைக் கொடுக்காத போது என்னால என்ன பண்ண முடியும்..?"

"ரோகிணி! டாக்டர் உன்னைக் குற்றம் சொல்லலை. உன்னோட ஒத்துழைப்பு இன்னமும் கொஞ்சம் அதிகப் படியாய் வேணும்ன்னு சொல்றார்."

"டாக்டர் கேட்கிற அந்த ஒத்துழைப்பை என்னால தரமுடியாது மேடம். வெரி..ஸாரி!"

"சரி..! உனக்கும் மணிமாறனுக்கும் கல்யாணம் நடந்தபோது வீடியோ எடுத்து இருப்பாங்களே.. அந்த சி.டி. உன்கிட்டே இருக்கா?"

"இல்லே.."

"போட்டோ ஆல்பம்.."

"இல்லை.."

"கல்யாணத்துல எடுத்து இருப்பாங்களே?"

"எடுத்தாங்க..! ஒரு வாரம் கழிச்சு போட்டோ ஆல்பமும் சி.டி.யும் வந்தது மேடம்!"

"அது.. இப்போ எங்கே?"

"அந்த ரெண்டும் எனக்கு வந்த உடனேயே தீக்குச்சிக்கு தின்னக் குடுத்துட்டேன்!"

"மணிமாறனோட பேமிலிகிட்டே போட்டோ ஆல்பம் இருக்குமா..?"

"எனக்குத் தெரியாது மேடம்.. அவர் இருந்த வீட்டு அட்ரஸுக்குப் போய் விசாரிச்சுப் பார்த்தீங்களா..?"

"போய்ப் பார்த்தேன் ரோகிணி. வீடு பூட்டியிருந்தது. வீட்ல ஹவுஸ் ஓனர்கிட்டே விசாரிச்சபோது மணிமாறன் அங்கே

குடிவரும் போதே ஒண்டியாகத்தான் வந்தாராம். தனக்கு அப்பா, அம்மா இல்லைன்னும் இருந்த மனைவியும் விஷக்காய்ச்சலில் இறந்துட்டதாகவும் சொல்லியிருக்கார். மேற்கொண்டு அந்த ஹவுஸ் ஓனர்கிட்ட பேசும்போது மணிமாறனுக்குப் பக்கத்தெருவில் ஒரு ப்ரெண்ட் இருக்கிறதாகவும், அவர் பேர் சம்பத்குமார்ன்னும் சொன்னார். நான் அந்த சம்பத்குமாரைப் பார்க்கப் போனேன். அவர் குடும்பத்தோட வெளியூர் போய்ட்டார். திரும்பி வர ஒரு வாரமாகும்ன்னு சொன்னாங்க."

"அதுக்கப்புறம் அந்த சம்பத்குமாரைப் போய்ப் பார்த்தீங்களா மேடம்..!"

"போனேன்! அவர் இன்னமும் ஊரிலிருந்து வரலை.."

"அவர் ஊரிலிருந்து வந்ததும் பேசிப் பாருங்க.. ஏதாவது தகவல் கிடைக்கும்."

"ரோகிணி..!"

"ம்.."

"டாக்டர் சொன்ன ட்ரீட்மெண்ட்டுக்கு நீ கொஞ்சம் ஒத்துழைப்பு கொடுத்தா என்ன..?"

"ஒத்துழைப்பு தர்றேன் மேடம்..! பட்.. அந்த ஒத்துழைப்பு கொடுத்த பின்னாடி நான் தற்கொலை பண்ணிக்குவேன். பரவாயில்லையா?"

19

செல்போனின் மறுமுனையில் கோதாவரி அதிர்ந்தாள்.

“ரோகிணி! ஏன் இப்படியெல்லாம் பேசறே..? டாக்டர் என்ன சொன்னாரோ, அதை நான் சொன்னேன். ஒத்துழைப்பு தர்றதும் தராததும் உன்னோட இஷ்டம். அதுக்காக தற்கொலை பண்ணிக்குவேன், அப்படி இப்படின்னு பெரிய வார்த்தையெல்லாம் பேச வேண்டாம். உன்னோட நல்ல மனசுக்கு நீ ரொம்ப நாள் வாழ வேண்டிய பொண்ணு. இப்படியெல்லாம் அச்சான்யமா பேசவேண்டாம்.”

ரோகிணி குறுக்கிட்டாள்.

“ஸாரி மேடம்.. எனக்கு இருக்கிற மன வருத்தத்தில் அப்படிப் பேசிட்டேன்..”

“நோ..ப்ராப்ளம் ரோகிணி..! டாக்டர்கிட்டே உனக்கு இதில் விருப்பம் இல்லைன்னு சொல்லிடறேன்.”

“தேங்க்யூ மேடம்..! டாக்டர் சொன்ன அந்த ப்ரப்போஸலுக்கு மட்டும்தான் என்னோட ஒத்துழைப்பு கிடையாது. பட், நான் ஹாஸ்பிடலுக்கு வருவேன். அந்த மணிமாறனுக்கு ட்ரீட்மெண்ட் கொடுக்கும்போது டாக்டருக்குப் பக்கத்தில் இருந்து, அவருக்கு பழைய நினைவுகள் திரும்பற அளவுக்கு சம்பவங்களைச் சொல்லி ஒத்துழைப்பு கொடுப்பேன்..!”

“இது போதும்..!” கோதாவரி சிரித்துவிட்டு கேட்டாள்.

“என் மேல் எந்தக் கோபமும் இல்லையே?”

“உங்க மேல எனக்கு எப்பவும் கோபம் வராது மேடம். காரணம், உங்க பேச்சில், நடத்தையில் என்னிக்குமே சுயநலம் இருந்தது கிடையாது. உங்களுக்கு கொஞ்சமும் அறிமுகம் இல்லாத ஒரு மனுஷன் குணமடையணும்ன்னு நினைக்கிற நல்ல மனசு எத்தனை பேருக்கு வரும்?”

கோதாவரி சிரித்தாள்.

“சரி.. சரி.. நீ என்னைப் பாராட்ட ஆரம்பிச்சா நிறுத்தமாட்டே! நீ உன்னோட ஆபீஸ் வேலையை கண்டினியூ பண்ணு. நாளைக்கு ஹாஸ்பிட்டல்ல பார்க்கலாம்..!”

“ஓ.கே.. மேடம்..!” ரோகிணி செல்போனை அணைத்து உள்ளங்கையில் அடக்கிக்கொண்டு திரும்ப, பாஸ்கர்ராஜ்

புன்னகையுடன் கேட்டார்."

"என்ன.. ரோகிணி.. ஏதாவது பிரச்சனையா?"

"ஒரு பிரச்சனையும் இல்ல ஸார்."

"ஒரு பிரச்சனையும் இல்லாம நீ எதுக்காக தற்கொலை பண்ணிக்கறேன்னு சொல்லணும்..?"

"ஓ.. நான் அப்படி சொல்லும்போது நீங்க பக்கத்துலதான் இருந்தீங்களா ஸார்..?"

"இதே இடத்துல இப்படியேதான் நின்னுட்டிருக்கேன். காதுல விழாமே போகுமா..?"

"அது ஒண்ணும் இல்லை ஸார்.. என்னோட ஒரு மணி நேர கணவர் மணிமாறன் ஒரு விபத்துல சிக்கி தன்னை பத்தின எல்லா நினைவுகளையும் தொலைச்சுட்டு ஹாஸ்பிடலில் அட்மிட்டாகி யிருக்கிற விஷயம் உங்களுக்குத் தெரியும். மணிமாறனுக்கு பழைய நினைவுகள் திரும்பறதுக்காக டாக்டர் அவருக்கு சைக்கோதெரபி ட்ரீட்மெண்ட் கொடுக்கும்போது, நான் அவருக்கும் எனக்கும் இடையே நடந்த சில சம்பவங்களை எடுத்துச் சொல்லி ஒத்துழைப்பு தர்றதா சொல்லியிருந்தேன். சொன்னபடி ஒத்துழைப்பு கொடுத்தேன். பட்... மணிமாறன் கிட்டேயிருந்து எந்த ரெஸ்பான்ஸும் கிடைக்கலை. அப்படி ரெஸ்பான்ஸ் கிடைக்காததாலே டாக்டர் இன்னும் கொஞ்சம் கூடுதலாய் என்கிட்டே ஒத்துழைப்பு கேட்டார். அவர் கேட்ட ஒத்துழைப்பு எனக்கு உடன்பாடில்லை. அதான் கொஞ்சம் ஹார்ஷாய் பேசிட்டேன்."

"டாக்டர் அப்படி என்ன ஒத்துழைப்பைக் கேட்டுட்டார்?"

"நான் மணப்பெண் கோலத்தில் அதாவது நாலு வருஷத்துக்கு முந்தி மணிமாறனுக்கும் எனக்கும் கல்யாணம் நடந்தபோது என்ன கலர்ல பட்டுப்புடவை கட்டியிருந்தேனோ அதே கலர் பட்டுப்புடவையைக் கட்டிக்கொண்டு அதே மாதிரி நகை அலங்காரம் பண்ணிட்டு வந்து அவருக்குப் பக்கத்துல உட்காரணுமாம்.. நாதஸ்வர இசையை டேப் ரிக்கார்டர்ல போட்டு மேரேஜ் நடக்கிற மாதிரியான ஒரு அட்மாஸ்பியரை க்ரியேட் பண்ணுவாங்களாம்."

"வெரி.. இன்ட்ரஸ்டிங்..! அப்புறம்.."

"அப்படியொரு அட்மாஸ்பியரை உருவாக்கினால் மணி மாறனோட நினைவுகள் கிளறப்பட்டு அவர் தன்னிலை அடைய எழுபது சதவீதம் வாய்ப்பு இருக்காம்..!"

"அப்படி ஒரு வாய்ப்பு இருக்கும்போது நீ ஏன் வேண்டாம்ன்னு சொன்னே..? இது ஒரு நடிப்புதானே?"

“ஸாரி ஸார்..! அது ஒரு நடிப்பாகவே இருந்தாலும் ஒரு மணப்பெண்ணாய் என்னை, அலங்காரம் பண்ணிட்டு, அந்த ஆளுக்குப் பக்கத்துல உட்கார எனக்குக் கொஞ்சம் கூட விருப்பம் இல்லை. டாக்டர் மொதல்ல பக்கத்துல உட்காரச் சொல்வார். அப்புறம் அந்த மணிமாறனை விட்டு தாலி கட்டற மாதிரியான ஒரு சூழ்நிலையை உருவாக்குவார். அதெல்லாம் தேவையா ஸார்..? ஆரம்பத்திலேயே ‘நோ’ன்னு சொல்லிட்டா பிரச்சனையில்லையே?”

“இருந்தாலும்.. மணிமாறன் ஒரு பேஷண்ட்! அவர் குணமடைய டாக்டர் கேட்கிற ஒத்துழைப்பைத் தர்றதுல என்ன தப்பு?”

“எனக்கு இஷ்டமில்லை ஸார்..”

பாஸ்கர்ராஜ் புன்னகைத்தார். “எனக்குப் பிடிக்காததே உன்கிட்டே இருக்கிற இந்தப் பிடிவாதம் தான்!”

தன் இரண்டு கைகளையும் அகலமாய் விரித்தார் பாஸ்கர்ராஜ். “உன்கிட்டே பேசி என்னால ஜெயிக்க முடியாதம்மா. நான் என்னோட கேபினுக்குப் போறேன்..” அவர் சிரித்துக்கொண்டே கிளம்பிப் போய்விட ரோகிணி தன்னுடைய அலுவலக அறையை நோக்கி நகர்ந்தாள். காரிடாரில் நடக்கும்போது எஸ்.எம்.எஸ். மெசேஜ் வந்ததற்கு அடையாளமாய் அவளுடைய செல்போன் ‘பீப்’ சத்தத்தை இரண்டுமுறை வெளியிட்டது.

‘இது யாருடைய மெஸேஜ்?’

செல்போனை எடுத்து உயிர்ப்பித்து டிஸ்ப்ளே திரையை வெளிச்சமாக்கினாள். எஸ்.எம்.எஸ். வாசகம் பளிச்சிட்டது.

இறக்காமல்

உயிரை

இழக்கும்

அதிசயம்

காதல்.

-ப்ருதிவ்.

ரோகிணி அந்த ஹைக்கூ கவிதையை மனசின் ஒரு மூளையில் ரசித்தாலும், அந்த ரசிப்பையும் மீறி கோபம் வந்தது. செல்போனில் ரிப்ளைக்காக பட்டனைத் தட்டினாள். ப்ருதிவ்வின் எண் பளிச்சிட்டு ‘காலிங்’ என்று சொன்னது. ரிங் போய் சில விநாடிகளுக்குப் பிறகு ப்ருதிவின் குரல் கேட்டது.

“குட்மார்னிங்!”

“நான் குட்மார்னிங் சொல்லப் போறது இல்லை..!”

“கோபமாய் இருக்கீங்க போலிருக்கு..”

“ரொம்ப.. ரொம்ப..”

“எதுக்காக கோபம்..?”

“எனக்கு எதுக்காக எஸ்.எம்.எஸ். பண்ணீங்க?”

“ஓ..! அந்த ஹைக்கூ கவிதையைச் சொல்றீங்களா? எனக்கு என்னோட ப்ரண்ட் ஒருத்தர் கார்த்திகேயன்னு பேரு.. அவர் அந்த ஹைக்கூ கவிதையை எஸ்.எம்.எஸ். பண்ணியிருந்தார். கவிதை ‘நச்’ன்னு இருந்தது. அதுதான் உங்களுக்கு அனுப்பினேன்..!”

“எனக்கு எதுக்காக அனுப்பணும்?”

“ஏன் உங்களுக்கு கவிதை பிடிக்காதா?”

“இதோ பாருங்க ப்ருதிவ்! உங்களுக்கும் எனக்கும் அதிகமாய் பழக்கம் கிடையாது. ஒரே ஒரு தடவை ஹாஸ்பிடல்ல பார்த்துப் பேசியிருக்கோம். தட்ஸ் ஆல். என்னோட கிட்னியை உங்க மதர்க்குப் பொருத்தியிருக்காங்கிற ஒரே ஒரு காரணத்துக்காக, நீங்களும் நானும் உரிமை எடுத்துக்கிட்டு பழக முடியாது. தேர்.. ஈஸ்.. ஏ.. லிமிட்..”

“என்ன ரோகிணி.. ஒரு சின்ன விஷயத்துக்கு போய் இவ்வளவு டென்ஷன் ஆகறீங்க..? ஒரு நல்ல பாட்டை ரசிக்கும்போது பக்கத்துல யாராவது இருந்தா, அந்த சந்தோஷத்தை அவரோடு பகிர்ந்துக்கறது இல்லையா? அது மாதிரிதான் ஒரு நல்ல கவிதையை உங்களுக்கு மெசேஜ் பண்ணி, அந்த சந்தோஷத்தை ஷேர் பண்ணிக்கிட்டேன். அது தப்புன்னு நீங்க நினைச்சா டெண்டர் மை அபாலஜி..?”

ரோகிணி கோபம் தணிந்தவளாய் கேட்டாள்.

“சரி..! என்னோட செல்போன் நெம்பர் உங்களுக்கு எப்படிக் கிடைச்சுது..?”

“டாக்டர் மதுசூதனன்கிட்டேயிருந்து வாங்கினேன். நான் கேட்டதுமே அவர் குடுத்துடலை. கொஞ்சம் ஃபோர்ஸ் பண்ணித்தான் வாங்கினேன். அவர் தரமாட்டேன்னு தான் சொன்னார். நான்தான் கம்பல் பண்ணினேன்.”

“எனக்கு ஒரு உதவி பண்றீங்களா மிஸ்டர் ப்ருதிவ்?”

“சொல்லுங்க.. காத்துட்டிருக்கேன்.”

“என்னோட செல்போன் நெம்பரை உங்களோட செல்போனி லிருந்து உடனடியாய் ‘டெலிட்’ பண்ணிடுங்க..”

“ஏன்.. ஏன்?”

“எனக்குப் பிடிக்கலை..”

“ஓ.கே.. ஓ.கே.. உங்களுக்குப் பிடிக்கலைன்னா.. நான் ‘டெலிட்’ பண்ணிடறேன்.”

“தேங்க்யூ..”

“பட்.. ஒரு விஷயம்?”

“என்ன..?”

“உங்க நெம்பரை என்னோட செல்போனிலிருந்து ‘டெலிட்’ பண்ணிடலாம். ஆனால் உங்களை என்னோட மனசிலிருந்து டெலிட் பண்ண முடியாது.”

ரோகிணிக்குள் கோபம் கண்விழித்துப் பார்த்தது.

“மிஸ்டர் ப்ருதிவ்! உங்க மனசுல நீங்க என்ன நினைச்சுட்டு இருக்கீங்க..? எனக்கு மெசேஜ் அனுப்பறதும், அதிக உரிமை எடுத்துட்டுப் பேசறதும் கொஞ்சம் கூட சரியில்லை. என்னைப் பொறுத்த வரைக்கும் நீங்க ஒரு முன்பின் தெரியாத நபர்.”

“உங்களுக்கு ஒரு விஷயம் தெரியலை ரோகிணி?”

“என்ன..?”

“முன்பின் தெரியாத ஒரு ஆணும் பெண்ணும்தான் கல்யாணம் பண்ணிக்கிட்டு கணவன் மனைவியாகறாங்க..”

“வாட்டு.. டு.. யூ.. மீன்?”

“ஐ.. மீன்.. நான் உங்களை கல்யாணம் பண்ணிக்க விரும்பறேன்..!”

சத்தியமூர்த்தியின் விழிகள் இன்னமும் வியப்பில் இருந்து விடுபடாமல் நந்தகோபாலையே இமைக்காமல் பார்த்தது.

“அங்கிள்! அந்தப் பொண்ணு பவ்யாவை உங்களுக்கு எப்படித் தெரியும்? அவளோடு பேசியிருக்கீங்களா..!”

“பேசினதில்லை.. பார்த்ததோடு சரி..!”

“எங்கே பார்த்தீங்க..?”

“புனேயில்”

“புனேவா..! பவ்யா அந்த ஊருக்கெல்லாம் போக வாய்ப்பு இல்லையே..?”

“அந்தப் பொண்ணை உனக்கு எத்தனை வருஷமாய்த் தெரியும்..!”

“இ.. இ.. இப்பத்தான்.. ஒரு வாரமா?”

“அந்தப் பொண்ணை ஒரு வாரமாத்தான் தெரியும்ன்னு

சொல்றே..! ஆனால் ஏதோ ரொம்ப வருஷகாலம் பழகியதுபோல் பவ்யா புனேக்கெல்லாம் போயிருக்க வாய்ப்பு இல்லைன்னும் சொல்றே?''

"அது.. வந்து.. அங்கிள்.. அந்தப் பொண்ணு பவ்யா தன்னோட பூர்வீகம் தர்மபுரின்னு சொன்னா.."

"பவ்யாவோட பூர்வீகம் தர்மபுரியாய் இருக்கலாம். ஆனா, நாலு வருஷத்துக்கு முந்தி அவளை புனேயில் பார்த்தேன்!"

"எந்த இடத்துல பார்த்தீங்க..?"

நந்தகோபால் இறுக்கமான முகத்தோடு சத்தியமூர்த்தியை ஏறிட்டார்.

"நான் கவர்ன்மெண்ட் சர்வீஸில் இருந்தவன்னு உனக்குத் தெரியும். புனே ஏ.ஜி. ஆபீஸில் நான் ரெண்டு வருஷம் வேலை பார்த்தேன். அங்கே எனக்கு மேலதிகாரியாய் இருந்தவர் ஷ்யாம்லால்ன்னு ஒருத்தர்.

அந்த ஷ்யாம்லால் ஒரு ஊழல் பேர்வழி. கணக்கு வழக்குகளில் மோசடி பண்ணி ஒரு பெரிய தொகையை கபளீகரம் பண்ணிட்டார். இந்த மோசடியை சீஃப் ஆடிட்டர் புருஷோத்தம்தாஸ் கண்டுபிடிச்சு தலைமைக்குத் தெரியப்படுத்த முயற்சி பண்ணிய போது, ஷ்யாம் லால் அவரை சரிக்கட்ட ஒரு காக்டெய்ல் பார்ட்டியை அரேன்ஞ் பண்ணினார். அந்த பார்ட்டியில் எங்களையும் கலந்துக்கச் சொன்னார். பிராஞ்சின் மொத்த ஊழியர்கள் ஏழு பேர் கலந்துகிட்டோம். பார்ட்டி நடந்த இடம் ஹோட்டல் சயனோரா."

சத்தியமூர்த்தி வியர்த்த முகமாய்ப் பார்த்துக் கொண்டிருக்க.. நந்தகோபால் தொடர்ந்தார்.

"அந்த பார்ட்டியில் குடிக்காதவன் நான் ஒருத்தன்தான். பார்ட்டி நடந்துகிட்டு இருக்கும்போது ஷ்யாம்லாலைத் தேடி பவ்யா வந்தா. அவள் ஷ்யாம்லாலுக்கு ஏற்கனவே பழக்கமாய் இருந்து இருக்க வேண்டும். சிரிக்கச் சிரிக்க பேசினா. பார்ட்டி ராத்திரி ஒரு மணிக்கு முடிஞ்சுது. ஷ்யாம்லால் பவ்யாவையும், அந்த சீஃப் ஆடிட்டர் புருஷோத்தம்தாஸையும் ஒரு கார்ல ஏற்றி அனுப்பி வெச்சார்.."

"அ.. அ.. அங்கிள்! நீங்க சொல்றது நிஜமா?" சத்தியமூர்த்தியின் தொண்டையிலிருந்து குரல் எழும்ப மறுத்தது.

"நான் எதுக்குப் பொய் சொல்லணும்? அந்தப் பார்ட்டியில் பவ்யா ரெண்டு மணி நேரம் இருந்தா.. அவளும் குடிச்சா, புருஷோத்தம் தாஸோட பக்கத்துல போய் உட்கார்ந்து அவரோட வழுக்கைத் தலையைத் தடவித் தடவி பேசினா.. எல்லாத்துக்கும் மேலா.."

“ஸ்டாப் இட்.. அங்கிள்..!” சத்தியமூர்த்தி தன்னை மீறிக் கத்தவும், நந்தகோபால் அவனை வியப்பாய்ப் பார்த்தார்.

“சத்தியமூர்த்தி! நீ ஏன் இவ்வளவு டென்ஷன் ஆகறே? பவ்யா உனக்கு ஒரு க்ளையண்ட்தானே?”

“ஸாரி.. அங்கிள்..! அந்தப் பொண்ணு பவ்யா தன்னோட பூர்வீகம் தர்மபுரின்னு சொல்லியிருந்தா. நீங்க அவளைப் பத்தி வேறு விதமா சொன்னதும் நான் கொஞ்சம் டென்ஷனாயிட்டேன். நீங்க சொன்ன இந்தச் சம்பவம் நடந்து எத்தனை வருஷம் இருக்கும் அங்கிள்!”

“நாலு வருஷம்..! அதுக்கப்புறம் என்ன நடந்ததுன்னும் சொல்றேன் சத்தியமூர்த்தி. புருஷோத்தம்தாஸைச் சரிக்கட்டறதுக்காக ஷ்யாம்லால் ஏற்பாடு பண்ணின மாது, மது விருந்துக்குப் பலன் கிடைக்கலை. புருஷோத்தம் தாஸுக்கு மேலே இருந்த ஒரு அதிகாரி அந்த ஊழலைக் கண்டுபிடிச்சு, அவரை சஸ்பெண்ட் பண்ணினார். கேஸ் கோர்ட்டுக்கு போச்சு. அந்த வழக்கில் நானும் ஒரு சாட்சி.”

சத்தியமூர்த்தி தலையைத் தடவிக் கொண்டு மௌனமாய் இருக்க, நந்தகோபால் அவனுடையத் தோளைத் தொட்டார்.

“அந்த பவ்யாவைப் பார்த்து டீல் பண்ணு. நாளைக்கு நீ ஏதாவது பிரச்சனையில் மாட்டிக்கப் போறே..!”

“அங்கிள்! பவ்யாவைப் பத்தி அப்பாகிட்டே ஏதாவது சொன்னீங்களா?”

“ம்.. சொன்னேன்! மௌனமாய் கேட்டுக்கிட்டார். சத்தியமூர்த்தி கிட்டே சொல்லணும்னு சொன்னார். சொல்றதுக்கு முன்னாடியே அவர் போய்ச் சேர்ந்துட்டார்..”

“அங்கிள்!”

“என்ன..?”

“இப்ப.. நான் பவ்யாவுக்கு போன் பண்ணி நீங்க சொன்னதையெல்லாம் சொல்லி, உண்மையான்னு கேட்கப் போறேன். கேட்கட்டுமா..?”

“தாராளமா கேளு..! அவ இல்லேன்னு பொய் சொன்னா செல்போனை என்கிட்டே கொடு. நான் கேக்கறேன்..!”

சத்தியமூர்த்தி தன்னுடைய செல்போனை எடுத்து எண்களைத் தட்ட ஆரம்பித்தான்.

20

சத்தியமூர்த்தி செல்போனில் எண்களைத் தட்டிவிட்டு தன் வலது காதுக்குக் பொத்தினான். மறுமுனையில் ஒரு ரிக்கார்டட் வாய்ஸ் பெண் குரலில் பேசியது.

"நீங்கள் தொடர்பு கொள்ள விரும்பிய நபர் தற்போது தொடர்பு எல்லைக்கு வெளியே உள்ளார். சற்று நேரம் கழித்துத் தொடர்பு கொள்ளவும்..!"

சத்தியமூர்த்தி நான்கைந்து முறை ரீடயல் செய்து பார்த்ததும் அதே ரிக்கார்டட் வாய்ஸ் கேட்கவும் எரிச்சலாகி செல்போனை, எறியாத குறையாய் மேஜையின் மேல் போட்டான். "சே!"

"என்ன சத்தியமூர்த்தி..?" நந்தகோபால் கேட்டார்.

"டவர் கிடைக்கலை.."

"சரி.. விடு..! நிதானமாய் போன் பண்ணிக் கேளு. நான் சொன்னதையெல்லாம் அந்தப் பொண்ணு பவ்யாவால மறுக்க முடியாது. அப்படி மறுத்தா, என்னைக் கூப்பிடு. நான் வந்து பேசிக்கறேன். வரட்டுமா..?"

சுவர்ணா காபி டம்ளரோடு நுழைந்தாள். "ஒரு நிமிஷம் உட்காருங்க.. காபி சாப்பிட்டுப் போகலாம்."

"காபியெல்லாம் வேண்டாம்மா.. அதையெல்லாம் நிறுத்தி ரொம்ப நாளாச்சு.."

"அப்ப.. கொஞ்சம்.. பாலாவது..?"

"ஒண்ணும் வேண்டாம்மா.. நான் கிளம்பறேன். மாமி எனக்காக டிபன் எடுத்து வெச்சுகிட்டுக் காத்திருப்பா.. லேட்டா போனா டிபன் ஆறிடும். அவ சூடாயிடுவா.. வரட்டுமா..?"

நந்தகோபால் மெல்ல சிரித்தபடி நகர்ந்து போனதும் சுவர்ணா, சத்தியமூர்த்தியிடம் திரும்பினாள்.

"என்னங்க..! எதிர்வீட்டு நந்தகோபால் அங்கிள் இவ்வளவு காலையில் வந்துட்டுப் போறார்.. என்ன விஷயம்..?"

இரண்டு கைகளாலும் தலை பற்றிக் கொண்டு உட்கார்ந்திருந்த சத்தியமூர்த்தி சுவர்ணாவை ஒரு தகிக்கிற பார்வை பார்த்தான்.

"அது உனக்கு ரொம்பவும் அவசியமா..?"

“இல்ல.. அவர் அந்த பவ்யாவைப் பற்றி ஏதோ சொல்லிட்டிருந்தார்..”

“ஒட்டுக் கேட்டியா..?”

“அய்யோ.. என்னங்க நீங்க..? நான் காபி போட்டு எடுத்துட்டு வரும்போது பவ்யாவைப் பற்றி பேசினது என்னோட காதுல விழுந்தது.”

“என்ன விழுந்தது..?”

“அந்த பவ்யாவைப் பார்த்து டீல் பண்ணு.. ஏதாவது பிரச்னையில் மாட்டிக்கப் போறேன்னு சொல்லிட்டிருந்தார்.”

“அவர் அப்படிச் சொன்னதுக்கு நான் என்ன பதில் சொல்ல ணுமோ அதைச் சொல்லிட்டேன். நீ போய் உன்னோட வேலையைப் பாரு..”

சுவர்ணா நகராமல் அப்படியே நின்றாள்.

“என்ன.. நான் சொன்னது.. காதுல விழலையா..? உன்னோட வேலையைப் போய்ப் பாருன்னு சொன்னேன்..”

“எ.. எ.. என்னங்க.. நான் ஒரு விஷயம் சொன்னா கோபிச்சுக்க மாட்டீங்களே..?”

“சொல்லணும்ன்னு நினைச்சிட்டேல்ல.. அப்புறம் என்ன! சொல்லு!”

“அது ஒண்ணுமில்லீங்க.. கொஞ்ச நாளாய் நம்ம குடும்பத்துக்கு நேரம் சரியில்ல.. பூர்ணிமாவுக்கு கல்யாணம் தகையல. மாமா திடீர்ன்னு போயிட்டார். அத்தையோட நிலைமையும் இப்ப சரியில்லை. எல்லாத்துக்கும் மேலாய் நீங்க முன்ன மாதிரியில்லை. உங்களுக்கு நிறைய கோபம் வருது. எதுக்கெடுத்தாலும் எரிஞ்சு விழறீங்க..”

“பட்டியல் போட்டாச்சா.. இன்னும் ஏதாவது பாக்கியிருக்கா..?”

“நான் பட்டியல் போடலைங்க.. இருக்கிற நிலவரத்தைச் சொன்னேன்.. இப்படியெல்லாம் நடக்க என்ன காரணம்ங்கிறதையும் புரிஞ்சுகிட்டேன்.”

“அடடே..! அப்படியா.. என்ன காரணம்..?” சத்தியமூர்த்தியின் குரலில் தெரிந்த இளக்காரத்தைப் புரிந்து கொள்ளாமல் சுவர்ணா சொன்னாள். “நம்ம குலதெய்வக் கோயிலுக்கு நாம மூணு வருஷமாய் போகலை. அந்த தெய்வக் குத்தம்தான் இப்ப நடக்கிற எல்லாப் பிரச்னைகளுக்கும் காரணம்.”

“குலதெய்வக் கோயிலுக்குப் போய்ட்டு வந்தா எல்லாம் சரியாயிடுமா..?”

“சரியாயிடுங்க..”

“எங்க அப்பா மஹாதேவன் உயிர் பிழைச்சு வந்துடுவாரா?”

“ஏன்.. இப்படி குதர்க்கமாய் பேசறீங்க.. எந்தப் பிரச்னையும் வராதுன்னு சொன்னேன். பூர்ணிமாவுக்கு நல்ல இடத்துல கல்யாணம் முடியும். அத்தைக்கும் உடல் தேறிடும்.”

“அப்படியா..?”

“ம்..”

“அப்படீன்னா.. போய்ட்டு வாங்க..”

“நீங்க..?”

“நான் எதுக்கு..? வெட்டியாய் கோயில் குளத்துக்கு வந்து பொங்கல் வைக்கவா.. நான் எம்.ஏ., பி.எல். படிச்சுருக்கேன்.. பத்து நாளாய் நான் கோர்ட்டுக்குப் போகலை. இனியும் போகாம வீட்லயே உட்கார்ந்துட்டு இருந்தா.. எல்லாரும் நேரா நேரத்துக்க கொட்டிக்க ஏதாவது அன்னதான சத்திரத்துக்குத்தான் போகணும்..!”

சுவர்ணாவின் முகம் கோபத்தில் சிவந்து கணவனை ஒரு நெருப்பு பார்வை பார்த்தது. சத்தியமூர்த்தி நாற்காலியைத் தள்ளிக் கொண்டு எழுந்தான். “என்ன முறைக்கிறே?”

“ஏன் இப்படி அச்சான்யமா பேசறீங்க..?”

“இருக்கிற உண்மையைத்தானே பேசினேன்..? கோயிலுக்குப் போகலைன்னா குல தெய்வத்துக்குக் கோபம் வந்துடும்ன்னு நீ சொல்றே! நான் கோர்ட்டுக்கு போகலைன்னா க்ளையண்ட்டுக்குக் கோபம் வந்துடுமே?”

“நான் உங்க கூட பேசலைங்க..”

“பேசாதே போ..!’ சத்தியமூர்த்தி எரிந்து விழுந்தான். சுவர்ணா அழுகை சீறும் கண்களோடு சமையலறையை நோக்கிப் போனானள்.

‘கோயிலுக்குப் போய்ட்டு வந்துட்டா எல்லாம் சரியாயிடுமா? பெரிசா பேச வந்துட்டா!’ வாய்க்குள் முனகிக் கொண்டே மறுபடியும் நாற்காலிக்கு வந்து சாய்ந்தான். உடம்பு முழுவதும் ரத்தம் வெப்பமாய் ஓடிக் கொண்டிருந்தது. பவ்யாவைப் பற்றி நந்தகோபால் சொல்லிவிட்டுப் போயிருந்த வார்த்தைகள் சின்னச் சின்ன குண்டுசிகளாய் மாறி இருதய மையத்தைக் குத்திக்

கொண்டிருந்தது.

'நந்தகோபால் சொன்னது உண்மையா.. பொய்யா?'

'அவர் பொய் சொல்ல வேண்டிய அவசியம் இல்லையே!'

'ஒருவேளை பவ்யா போன்ற ஜாடையில் வேறு எந்தப் பெண்ணையாவது பார்த்து இருப்பாரோ?'

'பவ்யாவிடம் பேசினால்தான் உண்மை தெரியும்!'

செல்போனை மறுபடியும் எடுத்தான் சத்தியமூர்த்தி. பவ்யாவின் எண்களைத் தட்டினான். இந்த தடவை உடனே ரிங் போயிற்று. தொடர்ந்து பவ்யாவின் குரல்.

"சொல்லுங்க!"

"நீ இப்போ எங்கே இருக்கே பவ்யா?"

"ஆர்.எஸ்.புரம் ஏரியாவில் இருக்கேன்."

"அங்கே யாரைப் பார்க்க?"

"ஒரு வீட்டுப் புரோக்கர் வீடு காட்றேன்னு சொல்லியிருந்தார். அவருக்காகத்தான் வெயிட் பண்ணிட்டிருக்கேன். ஏன் என்ன விஷயம். எதுக்காக போன் பண்ணியிருக்கீங்க. மறுபடியும் வீட்ல ஏதாவது பிரச்னையா?"

"வீட்ல ஒரு பிரச்னையும் இல்லை."

"அப்புறம்.. ஏன் உங்க குரல்ல இவ்வளவு டென்ஷன்?"

"பவ்யா.. அது.. வந்து.."

"என்ன சொல்லுங்க?"

"நான் உன்கிட்டே கொஞ்சம் பேசணும்.."

"பேசுங்க.."

"செல்போன்ல வேண்டாம்.. நேர்ல.."

"எங்கே மீட் பண்ணலாம். சொல்லுங்க!"

"ஏதாவது.. ஒரு கூட்டம் இல்லாத ரெஸ்டாரெண்ட்ல.."

"ஏர்போர்ட்டுக்குப் பக்கத்தில் இருக்கிற ரெஸ்டாரெண்ட்டுக்குப் போயிடலாமா?"

"சரி.."

"எப்போ?"

"இப்பவே!"

“இப்பவேவா? அப்படியென்ன தலை போகிற விஷயம்?”

“தலை போகிற விஷயம் இல்லை பவ்யா..”

“பின்னே?”

“மானம் போகிற விஷயம்!”

“நீங்க பேசறது எனக்குப் புரியலை.”

“இன்னும் ஒரு மணி நேரத்துல உனக்குப் புரியும்.” சொல்லி செல்போனை அணைத்த சத்தியமூர்த்தி பரபரவென்று ட்ரஸ் செய்து கொண்டு மேஜையின் மேல் இருந்த ஸ்கூட்டர் சாவியை எடுத்தபடி திரும்பினான். பூர்ணிமா அறை வாசலில் நின்றிருந்தாள்.

“அண்ணா!”

“ம்..”

“டிபன் ரெடியாயிருக்கு.”

“அதை நீயும் உன்னோட அண்ணியும் கொட்டிக்குங்க..” சொன்னவன், வாசலில் நின்றிருந்த ஸ்கூட்டரை நோக்கி வேகமாய்ப் போனான்.

செல்போனில் ப்ருதிவ் சொன்னதைக் கேட்டு ஒரு விநாடி அதிர்ந்து போன ரோகிணி மறுவிநாடியே அந்த அதிர்ச்சியை ஜீரணித்துக் கொண்டு கேட்டாள்.

“என்ன சொன்னீங்க?”

“எனக்கு எதையுமே மூடி மறைக்கத் தெரியாது ரோகிணி. அயாம் ஆல்வேஸ் ஓப்பன் ஹார்ட்டட். நான் உங்களைக் கல்யாணம் பண்ணிக்க விரும்பறேன்.”

“ஸாரி..”

“எதுக்காக ஸாரி?”

“எனக்கு அந்த அலங்கோலமெல்லாம் அரங்கேறி முடிஞ்சாச்சு.”

“அந்த விஷயமும் எனக்குத் தெரியும். அள்ளித் தெளிச்ச கோலம் மாதிரி ஒரு கல்யாணம் நடந்ததும், கல்யாணம் நடந்த ஒரு மணிநேரத்துக்குள்ளே நீங்க தாலியைக் கழற்றி மாப்பிள்ளைக் கையில் கொடுத்து ‘டாட்டா’ ‘பை.. பை’ சொல்லிட்டு வந்ததும் எனக்குத் தெரியும்.

“எப்படித் தெரியும்.”

“எப்படியோ தெரியும்..”

“டாக்டர் மதுசூதனன் சொல்லியிருப்பார்ன்னு நினைக்கிறேன்.”

“சரியாய் கெஸ் பண்ணிட்டீங்க..”

“விஷயம் தெரிஞ்சுமா என்னைக் கல்யாணம் பண்ணிக்க விரும்பறீங்க?”

“நடந்தது கல்யாணம் இல்லை, ஒரு அலங்கோலம்னு நீங்களே சொல்லிட்டீங்களே?”

“மறுபடியும் ஒரு அலங்கோலம் நடக்கணுமான்னு பார்க்கறேன்.”

“இதோ பாருங்க ரோகிணி! டாக்டர் மதுசூதனன் உங்களைப் பத்தின எல்லா விஷயங்களையும் என்கிட்ட சொல்லிட்டார். நாலு வருஷத்துக்கு முந்தி உங்களுக்கு கல்யாணம் நடந்ததும், தாலி கட்டி சரியாய் ஒரு மணி நேரத்துக்குள்ளே உங்க கணவர் உங்களுக்குச் சேர வேண்டிய ஒரு சொத்து விபரத்தைப் பற்றிக் கேட்டு இருக்கார். அந்த சொத்து சம்பந்தமான டாக்குமெண்ட்ஸ் கைக்கு வந்தாத்தான் சாந்திமுகூர்த்தம்னு அவர் சொல்லவும், அதே நிமிஷம் நீங்க உங்க கழுத்தில் இருந்த தாலிக்கயிற்றைக் கழற்றி அவரோட முகத்துல வீசி எறிஞ்சுட்டு வந்துட்டீங்க. நீங்க அன்னிக்கு செஞ்சது நியாயம்தான். உங்க கணவர் மணிமாறன் ஒரு சுயநலக்காரனா மாறியிருக்கக் கூடாது. என்னைப் பொறுத்த வரைக்கும் உங்களுக்கு நடந்தது கல்யாணம் இல்லை. அது ஒரு கனவு. அந்தக் கனவை மறந்துட்டு நீங்க ஏன் ஒரு புதுவாழ்க்கைக்கு பிள்ளையார் சுழி போடக்கூடாது?”

“எனக்கு இந்த வாழ்க்கையே பிடிச்சிருக்கு. எந்த ஒரு புது வாழக்கையும் வேண்டாம்.”

“பொறுங்க ரோகிணி! இப்ப அவசரப்பட்டு எந்த ஒரு முடிவையும் சொல்ல வேண்டாம். நிதானமா யோசனை பண்ணுங்க. என்னைப் பத்தி வெளியே விசாரிங்க. எனக்கு மார்க் போடுங்க. நான் நூற்றுக்கு நூறு மார்க் வாங்கியிருந்தா மட்டும் என்னோட அப்ளிகேஷனை கன்சிடர் பண்ணுங்க.. சரியா ஒரு வாரம் கழிச்சு போன் பண்றேன். அப்ப உங்க பதிலைச் சொல்லுங்க. அந்த பதில் எனக்கு பாஸிட்டிவ்வா இருந்தாலும் சரி.. அதை நான் சந்தோஷமாய் ஒத்துக்கறேன். ஒருவேளை நெகட்டீவ்வாய் இருந்துட்டா.. அதுக்கப்புறம் நான் உங்களுக்கு போன் பண்ணமாட்டேன். உங்களைக் கன்வின்ஸ் பண்ணவும் முயற்சிக்க மாட்டேன். வழியில் எங்கேயாவது பார்த்தால் கூட ஒரு ‘ஹலோ’ சொல்லிட்டுப் போயிட்டிருப்பேன்.”

“மிஸ்டர் ப்ருதிவ்.. நான் வந்து..”

“வேண்டாங்க ரோகிணி.. இப்ப எதையுமே சொல்லாதீங்க. சரியா ஒரு வாரம் கழிச்சு இதே நேரத்துக்கு போன் பண்ணுவேன். அப்ப உங்க பதிலைச் சொல்லுங்க. செல்லை இப்ப ஆஃப் பண்றேன்.”

மறுமுனையில் ப்ருதிவ் செல்போனை அணைத்துவிட, ரோகிணியும் செல்லை அணைத்துவிட்டு தன்னுடைய அலுவலக கேபினுக்குள் நுழைந்தாள். கம்ப்யூட்டருக்கு முன்பாய் உட்கார்ந்தாள். மீதியிருந்த ப்ராஜக்ட் ரிப்போர்ட்டை முடிப்பதற்குள் நிறைய தப்பு செய்தாள். மூளை ஈடுபாட்டோடு ஒத்துழைக்க மறுத்தது. பக்கத்து இருக்கையில் உட்கார்ந்திருந்த அவளுடைய கொலீக் ஆதிரை தோளைத் தொட்டாள்.

“ரோகிணி! நீ கொஞ்சம் ரெஸ்டலஸ்ஸா இருக்கேன்னு நினைக்கிறேன். ஏதாவது பிரச்னையா?”

“அதெல்லாம் ஒண்ணும் இல்லை. காலையிலிருந்து லேசா தலைவலி! தேவையில்லாமே ஒரு போன் கால் வந்தது. தலைவலி அதிகமாயிடுச்சு.”

“கேண்டீனுக்குப் போய் ஒரு காபி சாப்பிட்டு வரலாமா?”

‘வேண்டாம்’ என்று சொல்லி நினைத்த ரோகிணி சிறிது தூரம் நடந்து விட்டு வந்தால் மனத்தில் உள்ள புழுக்கம் குறையும் என்ற எண்ணத்தில் தலையாட்டினாள்.

“சரி வா!” கம்ப்யூட்டரை ஷட்டவுன் செய்துவிட்டு, எழுந்தாள்.

இருவரும் காபினை விட்டு வெளியே வந்து சற்று தூரத்தில் இருந்த கேண்டீனை நோக்கி நடக்க ஆரம்பித்தார்கள். நடக்க நடக்கவே ஆதிரை கேட்டாள்.

“உன்னைப் பார்க்க வந்த கெஸ்ட் யாரு?”

“ஒரு பிரஸ் ரிப்போர்ட்டர். ஏதோ ஒரு விருதுக்கு என்னை செலக்ட் ப்ணணியிருக்காங்களாம். அதைச் சொல்லிட்டுப் போக வந்தா.”

“என்ன விருது?”

“மஹிளா ரத்னா?”

“ப்ரஸ்டீஜியஸ் அவார்ட் ஆச்சே?”

“நான் வேண்டாம்னு சொல்லிட்டேன்.”

“அட.. ஏன்?”

“நான் என்னைத் தம்பட்டம் போட்டுக்க விரும்பலை. என் மேல

எந்த வெளிச்சமும் விழுந்துடக் கூடாதுன்னு நான் ரொம்பவும் ஜாக்கிரதையாய் இருக்கேன்.''

''விருது உன்னைத் தேடி வரும்போது நீ ஏன் வேண்டாம்னு சொல்லணும்.''

''நான் சில நல்ல காரியங்கள் பண்ணியிருக்கேன்னா அது என்னோட மனத்திருப்திக்குத்தான். விருதுங்கிறது ஒரு ஜிகினாத்தாள் ஒட்டின தொப்பி. அதைத் தலையில் வெச்சுக்க நான் விரும்பலை.''

பேசிக் கொண்டே நடந்ததில் கேண்டீன் வந்தது. ஆபீஸ் ஊழியர்களின் கூட்டம் ஓரளவுக்கு இருந்தது.

''ஆதிரை! உனக்கு என்ன டீயா.. காபியா?''

''காபி..''

''நீ போய் டேபிள்ல உட்கார். நான் டோக்கன் வாங்கிட்டு வந்துடறேன்.'' சொல்லிவிட்டு ரோகிணி டோக்கன் கவுண்டரை நோக்கிப் போக, ஆதிரை காலியாய் இருந்த ஒரு மேஜையைத் தேடிப்பிடித்து உட்கார்ந்தாள்.

உட்கார்ந்த அதே விநாடிஅவளுடைய கையிலிருந்த செல்போன் ரிங் டோனை வெளியிட்டது. அழைப்பது யார் என் பார்த்து விட்டு காதுக்குக் கொடுத்தாள். குரலைத் தாழ்த்தினாள்.

''சொல்லுங்க.. ப்ருதிவ்!''

''உன்னோட கொலீக் ரோகிணி இப்போ என்ன மூடில் இருக்கா?''

21

ஆதிரை செல்போனில் குரலைத் தாழ்த்தினாள்.

“ப்ருதிவ்! நானும் ரோகிணியும் இப்போ ஆபீஸ் கேண்டீனில் இருக்கோம். ரோகிணி காபி டோக்கன் வாங்கறதுக்காக கவுண்டருக்குப் போயிருக்கா!”

“உன்கிட்ட பேசலாமா?”

“ஒரு ரெண்டு நிமிஷம் பேசலாம். அதுக்குள்ள அவ டோக்கனை வாங்கிட்டு வந்துடுவா!”

“சரி.. ரோகிணி இப்ப நல்ல மூடில் இருக்காளா.. இல்லை.. அப்செட்டா?

“என்னோட போன் காலைப் பற்றிச் சொன்னாளா?”

“சொல்லலை! ப்ரஸ்ஸிலிருந்து யாரோ ஒரு பொண்ணு வந்தாளாம். ரோகிணிக்கு ஏதோ விருது தர்றதைப் பற்றிப் பேசிட்டுப் போனாளாம்.”

“ரோகிணிக்கு விருதா..! சந்தோஷப்பட வேண்டிய விஷயம் தானே?”

“அவளுக்குச் சந்தோஷம் இல்லையே! தனக்கு எந்த ஒரு பப்ளிசிட்டியும் வேண்டாம்னு சொல்றா! அதேபோல் தன்னோட மறுமணத்தைப் பற்றிப் பேசறதையும் அவ விரும்பறது இல்லை.”

“இதோ பார் ஆதிரை! நீ என்ன செய்வியோ ஏது செய்வியோ எனக்குத் தெரியாது. நான் ரோகிணியைக் கல்யாணம் பண்ணிக்க விரும்பறேன். நீதான் அவளோட மனசை மாத்தணும்.”

“ப்ருதிவ்! ரெண்டு மூணு தடவை ரோகிணிகிட்டே அவளோட மறுமணத்தைப் பத்திப் பேசிப் பார்த்தேன். உடைஞ்ச கண்ணாடிப் பாத்திரம் இனி ஒட்டாதுன்னு சொல்லிட்டா.. அவளுடைய முதல் கல்யாணம் தொடர்பான சம்பவங்கள் இன்னமும் மனசுக்குள்ளே நெருப்பாட்டம் இருக்குன்னு சொல்றா. எல்லாத்துக்கும் மேலாய் ஆண்களைப் பற்றிய அவளோட கணிப்பு கொஞ்சம் வித்தியாசமாக இருக்கு.”

“வித்தியாசம்னா?”

“அவளைப் பொறுத்தவரைக்கும் ஆண்கள் ரெண்டு வகையாம். ஒருவகை மோசமானவர்களாம். இன்னொரு வகை மிக மிக

மோசமானவர்களாம்.''

“போச்சுடா!''

“நிலைமை இப்படி இருக்கும்போது என்னால அவளை எப்படி ரீமேரேஜுக்கு கன்வின்ஸ் பண்ண முடியும்?''

“இதோ பார்.. ஆதிரை! நீ என்னோட நண்பனுக்கு மட்டும் சிஸ்டர் இல்லை எனக்கும்தான்! ரோகிணி வேலை பார்க்கிற அதே ஆபீஸ்லதான் நீயும் வேலை பார்க்கிறேன்னு தெரிஞ்சதும் நான் எவ்வளவு சந்தோஷப்பட்டேன் தெரியுமா? ரோகிணிகிட்டே நீ சமயம் பார்த்து பேசி என்னைப் பத்தி எடுத்துச் சொல்லு!''

“ப்ருதிவ்!''

“என்ன?''

“ரோகிணி காபி டம்ளர்களோடு வந்துட்டிருக்கா. நான் அப்புறமா உங்களை காண்டாக்ட் பண்றேன்.''

“ஓ.கே.. ஓ.கே..!''

ஆதிரை செல்போனை அணைத்துக் கைப்பைக்குள் போட்டுக் கொள்ள, ரோகிணி காபி டம்ளர்களோடு மேஜையை நெருங்கினாள்.

“என்ன அதுக்குள்ள போனா?''

“ம்..''

“யாரு?''

“வீட்லயிருந்து அம்மா! மாப்பிள்ளை வீட்டுக்காரங்க லெட்டர் போட்டு இருக்காங்களாம்.''

“அட! நான் கூட மறந்தே போயிட்டேன். போனவாரம் திருச்சியிலிருந்து யாரோ உன்னைப் பெண் பார்க்க வந்தாங்க இல்லையா? அந்த பார்ட்டிதானா?''

“ஆமா!''

“என்ன ஓ.கே. சொல்லிட்டாங்களாமா?''

“டபுள் ஓ.கே.வாம்! ஆனா கல்யாணத்தை க்ராண்டாய்ப் பண்ணி இன்னும் ஒரு முப்பது பவுன் நகையைச் சேர்த்துடப் போடணுமாம்!'' ஆதிரையின் வாயிலிருந்து பொய் சரமாரியாய் வந்தது.

ரோகிணி காபி டம்ளரை உதட்டுக்குக் கொடுத்து ஒரு வாய் விழுங்கி விட்டு கேட்டாள். “இதுக்கு உங்க வீட்ல என்ன சொல்றாங்க?''

“அம்மாவும் அண்ணனும் சரின்னு தயாராய் இருக்காங்க. எனக்குத்தான் இஷ்டமில்லை.''

“ஏன்?”

“மாப்பிள்ளை வீட்டுக்காரங்க என்னை ஒரு பொருட்டாய் மதிக்கலையே! கல்யாணத்தை க்ராண்டாய் பண்ணி ஒரு முப்பது பவுன் நகையைச் சேர்த்துப் போடணும்னு சொல்றவங்க இந்த கல்யாணத்துல எனக்கு ரெண்டாவது இடத்தைத் தானே கொடுத்து இருக்காங்க. எனக்கும் என்னோட படிப்புக்கும் எந்தக் குடும்பம் முதலிடம் தருதோ அந்த வீட்டுக்கு மருமகளாய்ப் போகத்தான் எனக்கு ஆசை.”

“அப்படிப்பட்ட குடும்பம் கிடைக்கும்னு நினைக்கிறியா?”

“ஏன் கிடைக்காது?”

“அப்படி ஒரு எதிர்பார்ப்பு உனக்குள்ளே இருக்கும்னா நீ காலம் பூராவும் மிஸ் ஆதிரையாய் இருக்க வேண்டியதுதான்!”

“ரோகிணி... உனக்கு உன்னோட வாழக்கையில் ஏற்பட்ட ஒரு கசப்பு அனுபவத்தின் காரணமாய் எல்லா ஆண்களையும் ஒரே கோணத்துல பார்த்துட்டிருக்கே. ஒரு பொண்ணோட உணர்வுகளைப் புரிஞ்சுக்கிற மாதிரி கொஞ்சம் அரிதாய்க் கிடைப்பாங்க. தட்ஸ் ஆல்..!”

“அப்படிப்பட்ட ஆணை நீ மியூசியத்துலகூட பார்க்க முடியாது!”

“தேர் ஆர் சம் ஜென்டில்மேன்!”

“சான்ஸே கிடையாது!”

“சரி.. அப்படிப்பட்ட ஒருத்தர் கிடைச்சா நீ அவரைக் கல்யாணம் பண்ணிக்கத் தயாரா?”

“ஏய்.. ஆதிரை! கல்யாணம் உனக்குத்தான் எனக்கில்லை!”

“ஐ.. அக்ரி! கல்யாணம் எனக்குத்தான் நான் மறுக்கலை. இருந்தாலும் உனக்கு அப்படியொரு வாய்ப்பு வந்தா நீ கல்யாணம் பண்ணிக்கத் தயாரா?”

“நான் வாழ்க்கை என்கிற மார்க்கெட்டில் செகண்ட் ஹாண்ட். இந்த ஒரு க்வாலிஃபிகேஷனுக்காகவே வர்றவன் ஓட்டம் பிடிப்பான்.”

“ரோகிணி! உனக்கு நடந்தது கல்யாணமேயில்லை. அது உடம்பில் ஏற்பட்ட ஒரு சின்ன சிராய்ப்பு! அந்த சிராய்ப்புகூட என்னிக்கோ ஆறிடுச்சு.”

ரோகிணி காபி டம்ளரை மேஜையின் மேல் வைத்து விட்டு ஆதிரையை ஒரு உஷ்ணப்பார்வை பார்த்தாள்.

“என்ன நீ! நான் உன்னோட கல்யாணத்தைப்பத்தி பேசினா நீ எனக்கு மாப்பிள்ளை பார்க்கிற விஷயத்தில் ஆர்வமாய்

இருக்கே! இனிமே நீ என்னோட கல்யாண விஷயமாய் பேசறதாய் இருந்தா பாதி காபியை இப்படியே வெச்சுட்டு ஆபீசுக்கு கிளம்பிப் போயிடுவேன்.''

ஆதிரை புன்னகைத்தாள்.

''வேண்டாம் ரோகிணி! பாதி காபியை நீ அநாதையாய் விட்டுட்டுப் போன பாவம் எனக்கு வேணாம். பட், எனக்கு ஒரு நம்பிக்கை இருக்கு!''

''என்ன?''

''கூடிய சீக்கிரம் உனக்கு கல்யாணம் நடக்கப் போகுது.''

''கனவுகூடக் காணாதே!'' மீதி காபியைக் குடித்துவிட்டு எழுந்தாள் ரோகிணி.

ஏர்போர்ட்டுக்கு அருகேயிருந்த ரெஸ்டாரெண்டில் காத்திருந்தான் சத்தியமூர்த்தி. அந்தக் காலை பத்து மணி வேளையில் ரெஸ்டாரெண்ட் கூட்டமின்றி ஒரு பாலைவன அமைதியோடு தெரிந்தது. தொலைவில் இருந்த ஏர்போர்ட் ரன்வேயில் ஒரு விமானம் வேகமாய் ஓடி வானத்தை நோக்கித் தவ்வியது.

பேரர் இரண்டாவது தடவையாக எதிரில் வந்து நின்றான்.

''ஸார்.. ஆர்டர்.. ப்ளீஸ்.''

''கொஞ்ச நேரம் போகட்டும்.''

''வெயிட்டிங் ஃபார் சம்படி?''

''எஸ்!''

''நோ ப்ராப்ளம் ஸார்! ஐ வில் கம் ஆஃப்டர் சம் டைம்!''

வெயிட்டர் நகர்ந்து போக, சத்தியமூர்த்தி தன் செல்லை உயிர்பித்து பவ்யாவைத் தொடர்பு கொண்டான்.

''என்ன லேட்?''

''வந்துட்டிருக்கேன்.. ஆன்.. த.. வே.. ஹெவி டிராபிக்.''

''இப்போ எங்கே இருக்கே?''

''நியரிங் மெடிக்கல் காலேஜ்..''

''இன்னும் ஒரு அஞ்சு நிமிஷத்துக்குள்ளே வந்துடுவியா?''

''ம்.. வந்துடுவேன்..! ஆமா.. ஏன் இவ்வளவு டென்ஷனாய் இருக்கீங்க..? என்ன ப்ராப்ளம்?''

''ப்ராப்ளம் இல்லை.. பிரளயம்.''

“மறுபடியும் வீட்ல சண்டையா? நீங்க வாயை வெச்சுக்கிட்டு சும்மா இருக்க மாட்டீங்களே..? சரி, போனது போகட்டும். நான் உங்க பக்கத்துல வந்து உட்கார்ந்துட்டா எல்லா டென்ஷனும் காணாமப் போயிடும். இன்னும் அஞ்சே நிமிஷத்துல உங்க பக்கத்துல இருப்பேன்.”

“வா!” செல்போனை அணைத்துவிட்டு இரண்டு கைகளாலும் மொட்டைத் தலையை அழுத்திப் பிடித்துக் கொண்டான்.

‘பவ்யாவைப் பற்றி நந்தகோபால் அங்கிள் சொன்னது உண்மையா.. பொய்யா?’

‘அவர்.. ஏன் பொய் சொல்ல வேண்டும்?’

‘கண்களால் காண்பதும் பொய் காதால் கேட்பதும் பொய் தீர விசாரிப்பதே மெய்ன்னு ஒரு பழமொழி இருக்கு.. அதன்படி பவ்யாகிட்டே தீர்க்கமாய் விசாரிச்சுட வேண்டியதுதான்.’

சத்தியமூர்த்தி யோசனைகளில் மிதந்து கொண்டு இருக்கும்போதே ரெஸ்டாரெண்ட்டுக்கு முன்பாய் அந்த கால் டாக்ஸி வந்து நின்றது.

பவ்யா இறங்கினாள். பிங்க் நிற ஷிபான் சேலையில் ஒரு பெரிய ரோஜா புஷ்பம் போல் தெரிந்தாள். காற்றில் தலைமுடி கலைந்து இருந்தாலும் அதுவே அவளுக்கு கூடுதல் அழகைக் கொடுத்தது.

ஒரு துள்ளலோடு சத்தியமூர்த்திக்குப் பக்கத்தில் வந்து தோளை உரசியபடி உட்கார்ந்தாள். சுற்றும் முற்றும் பார்த்துவிட்டு யாரும் கவனிக்கவில்லை என்பதை உறுதி செய்து கொண்டு சத்தியமூர்த்தியின் தலையைத் தடவினாள்.

“என்னோட மொட்டை அத்தானுக்கு என்ன டென்ஷன்?” சத்தியமூர்த்தியிடம் எந்த சலனமும் இல்லை.

“என்னாச்சு?” அவனுடைய கன்னத்தை இழைத்தாள்.

“பவ்யா!”

“ம்..”

“உன்கிட்டே பேசணும்.”

“பேசுங்க! அதுக்குத்தானே வந்திருக்கேன்.”

“உனக்கும் எனக்கும் எத்தனை வருஷப் பழக்கம்?” சத்திய மூர்த்தி மேஜையின் ஓரத்தை இடதுகை விரல்களால் கீறிக்கொண்டே கேட்டான். தலை குனிந்திருந்தது.

“ரெண்டு வருஷம்?”

“உனக்கு சொந்த ஊர் தர்மபுரிதானே?”

“அதுல என்ன சந்தேகம்?”

“நீ எப்பவாவது புனே போயிருக்கியா?”

“புனே?”

“ம்.. மும்பைக்குப் பக்கத்தில் இருக்கிற புனே!”

“இ.. இ.. இப்ப.. எதுக்காக இந்தக் கேள்வி?”

“நான் கேட்ட கேள்விக்கு பதில் வரலையே?’

“ம்.. புனே போயிருக்கேன்.”

“எதுக்கு?”

“என் ப்ரெண்ட் ஒருத்தி அங்கே இருக்கா.. அவளைப் பார்க்கப் போனேன்.”

“சரி! உனக்கு ஸ்யாம்லாலைத் தெரியுமா?”

“யா.. யாரது?”

“புனே ஏ.ஜி. ஆபீஸில் அவர் ஒரு அதிகாரி. கணக்கு வழக்குகளில் ஊழல் பண்ணி ஒரு பெரிய தொகையை கையாடிட்டார். அதை மோப்பம் பிடிச்சுட்ட தலைமை அதிகாரியான புருஷோத்தமனை சரி பண்ண ஷ்யாம்லால் புனே ‘சயனோரா’ ஹோட்டலில் ஒரு காக்டெய்ல் பார்ட்டி நடத்தினார். அந்தப் பார்ட்டியில் நீயும் கலந்துகிட்டே! உண்மையா இல்லையா?”

பவ்யா முகம் வியர்த்தவளாய் மௌனம் சாதித்தாள். சத்தியமூர்த்தி அவளை ஏறிட்டான்.

“என்ன பேச்சையே காணோம்?”

“இதையெல்லாம் உங்களுக்கு யார் சொன்னது?”

“அந்த பார்ட்டியில் கலந்துகிட்ட ஒருத்தர்.”

“யாரவர்?”

“அது உனக்குத் தேவையில்லாதது. நீ அந்த பார்ட்டியில் கலந்துகிட்டியா இல்லையா?”

பவ்யா மௌனிக்க சத்தியமூர்த்தி குரலை உயர்த்தினான்.

“சொல்லு.. கலந்துகிட்டியா.. இல்லையா?”

“க.. க.. கலந்துகிட்டேன்.”

“எதுக்காக?”

“ஷ்யாம்லால் எனக்கு வேண்டியவர். ‘ஆபீஸ்ல ஒருத்தருக்கு ப்ரமோஷன் கிடைச்சதுக்காக பார்ட்டி நடக்குது.. வா’ன்னு சொன்னார். போனேன். அது காக்டெய்ல் பார்ட்டின்னு எனக்குத்

தெரியாது.''

சத்தியமூர்த்தி கையமர்த்தினான்.

"பொய் பேச ஆரம்பிச்சுட்டே! ஒரு வக்கீல்கிட்டே எந்தப் பொய்யும் எடுபடாது.''

"நான் எதுக்காக பொய் சொல்லணும். உண்மையைத்தான் சொல்லிட்டிருக்கேன்.''

"சரி.. பார்ட்டி முடிஞ்சதும் புருஷோத்தம்கூட ஒரே காரில் போனியே.. அது கூட பொய்யா?''

"ஓ! ஷிட்! இதையெல்லாம் உங்களுக்கு யார் சொன்னது?''

"நீ என்னைக் கேள்வி கேட்க வேண்டாம். நான் கேட்கிற கேள்விகளுக்கு மட்டும் பதில் சொல்லு! கடந்த ரெண்டு வருஷ காலமாய் நீயும் நானும் பழகறோம். மணிக்கணக்காய் உட்கார்ந்து எத்தனையோ விஷயங்களைப் பேசறோம். நீ என்னிக்காவது புனேயில் இருந்ததைப் பற்றி என்கிட்டே ஒரு வார்த்தை சொல்லியிருக்கியா?''

பவ்யா முகம் இறுகி சத்தியமூர்த்தியை ஒரு வெப்பப் பார்வை பார்த்தாள்.

"என்ன.. பதில் சொல்லாமே முறைக்கிறே?''

"இப்ப உங்களுக்கு என்ன வேணும்?''

"புனேயில் நடந்த சம்பவங்கள் எல்லாம் உண்மையா இல்ல பொய்யா?''

"அது உண்மையோ.. பொய்யோ.. அதெல்லாம் இப்ப எதுக்கு? என்னோட பழசையெல்லாம் நீங்க கிளறிப் பார்க்க வேண்டாம். அதே போல் நானும் உங்க ஃப்ளாஷ்பேக்கைக் கிளறலை. ஏதோ ஒருத்தரையொருத்தர் பார்த்தோம். பிரியப்பட்டோம். சந்தோஷமாய் இருந்தோம். இனிமேலும் அதே சந்தோஷத்தோடு இருப்போம்.''

சத்தியமூர்த்தி கோபத்தோடு நிமிர்ந்தான்.

"இதுக்கு என்ன பேர் தெரியுமா?''

"என்ன?''

"விபச்சாரம்.''

22

பவ்யாவின் கண்களில் கனல் பறந்தது. சத்தியமூர்த்தியை முகம் சிவக்கப் பார்த்தாள். "என்ன சொன்னீங்க..?"

"விபச்சாரம்ன்னு சொன்னேன். இதைவிட மோசமான வார்த்தை ஏதாவது இருந்தா தேடிப் பார்த்துட்டு வந்து நாளைக்குச் சொல்றேன்!"

பவ்யா தீப்பொறிப் பார்வையோடு தன் வலது கையின் சுட்டு விரலை உயர்த்தினாள்.

"கொஞ்சம் டீசண்டாய் பேசறது நல்லது."

"அப்படிப் பேசறதுக்கு இது ஒண்ணும் டீஸண்டான விஷயம் இல்லையே.. உன்னோடு பழகிய நாட்களை நினைச்சா ஏதோ சாக்கடைக்குள்ளே விழுந்துட்ட மாதிரி இருக்கு.."

"வேண்டாம்.. பேசாதீங்க.."

"அப்படித்தான் பேசுவேன்.. உள்ளதைப் பேசினா உத்தம பத்தினிக்கு உடம்பெல்லாம் எரியுதோ..?"

"வேண்டாம். அப்புறம் மரியாதை கெட்டுடும். உங்களைப் பத்தி நான் பேச ஆரம்பிச்சா. இந்த அட்மாஸ்பியரே நாறிடும்."

"என்னடி மிரட்டறே..?"

"நான் மிரட்டலை.. உண்மையைச் சொல்லிட்டிருக்கேன்..!"

"என்ன உண்மை?"

"உங்கப்பா மஹாதேவன் எப்படிச் செத்துப் போனார்ன்னு நம்ம ரெண்டு பேருக்கு மட்டுந்தான் உண்மை தெரியும். என்னை ஏதாவது சீண்டினால் அப்புறம் அது எல்லார் காதுக்கும் போயிடும்."

"என்னடி..! ப்ளாக்மெயில் பண்றியா?" சத்தியமூர்த்தி ஆவேசத்தின் உச்சிக்குப் போய் நாற்காலியைத் தள்ளிக் கொண்டு எழுந்தான். அதே வேகத்தில் அவளுடைய கழுத்தை எட்டிப் பிடித்தான்.

அதே விநாடி...

சத்தியமூர்த்தி முதுகில் குரல் கேட்டது.

"அண்ணா..!"

திரும்பினான்.

பூர்ணிமா நின்றிருந்தாள். சத்தியமூர்த்தி அதிர்ந்து போனவனாய் விழிகள் விரியப் பார்த்தான். "பூர்ணிமா..! நீயா..! இங்கே எங்கே வந்தே?"

"அண்ணா..! இங்கே பக்கத்துல இருக்கிற சி.ஐ.டி. காலேஜில் ஒரு ஈவன்ட்.. என் ப்ரெண்ட்ஸ்களோடு வந்தேன். திடீர்ன்னு அவங்களைக் காணோம். இங்கே ரெஸ்டாரெண்ட் பக்கம் வந்திருப்பாங்களோன்னு பார்க்க வந்தேன். ஆமா.. நீ ஏன் இவங்களோடு சண்டை போட்டுக்கிட்டு இருக்கே? உன்னோட க்ளையண்ட் தானே இவங்க..?"

"அது.. வந்து.. வந்து.."

பூர்ணிமா பவ்யாவிடம் திரும்பினாள். "பவ்யா! உங்களுக்கும் அண்ணனுக்கும் என்ன பிரச்னை? எதுக்காக இவ்வளவு தூரம் வந்து ஒரு ரெஸ்டாரெண்ட்ல உட்கார்ந்து சண்டை போட்டுக்கிட்டு இருக்கீங்க..? எதுவாக இருந்தாலும் வீட்லயே பேசியிருக்கலாமே?"

"அதை உன்னோட அண்ணன்கிட்டே கேளு."

"என்னண்ணா.. இது..? நீ ஒரு லாயர்! இப்படியா இன்டீஸண்டா பிஹேவ் பண்றது? ரெஸ்டாரெண்ட்ல எத்தனை பேர் வேடிக்கை பார்க்கறாங்க பார்?"

சத்தியமூர்த்தி குரலைத் தாழ்த்தினான்.

"பூர்ணிமா..! நீ போ.. உனக்கு இது தேவையில்லாத விஷயம்..!"

"என்னது! தேவையில்லாத விஷயமா..? அண்ணா..! உங்க ரெண்டு பேரோட சண்டை ஆரம்பமாகும்போதே நான் ரெஸ்டா ரெண்ட்டுக்கு வந்துட்டேன். விபச்சாரம், சாக்கடை அது இதுன்னு ஏதேதோ பேசிக்கிட்டீங்க. அதெல்லாம் என்னோட மனசுக்கு விபரீதமாய் படலை. ஆனா கடைசியாய் பவ்யா சொன்னதுதான் மனசுக்குள்ளே நெருடலாய் இருக்கு. பவ்யா என்ன சொன்னாங் கன்னு சொல்லட்டுமா..? 'உங்கப்பா மஹாதேவன் எப்படி செத்துப் போனார்ன்னு நம்ம ரெண்டு பேருக்கு மட்டுந்தான் உண்மை தெரியும். என்னை ஏதாவது சீண்டினால் அப்புறம் அது எல்லார் காதுக்கும் போயிடும்..!' "

"அவ ஏதோ உளர்றா..! நீ மொதல்ல வீட்டுக்குப் போ."

பவ்யா இரண்டடி முன்னால் வந்தாள்.

"பூர்ணிமா..! நீ போகாதே. உண்மை என்னன்னு நான் சொல்றேன்."

“பவ்யா! சொல்லாதே!”

“சொன்னாத்தானே நீங்க எப்படிப்பட்ட புண்ணியாத்மான்னு உங்க தங்கச்சிக்குத் தெரியும்.”

“வேண்டாம்.. பவ்யா..! ப்ளீஸ்..”

பவ்யா சிரித்தாள்.

“என்னங்க இது..! நானே ஒரு ப்ராஸ்ட்யூட். ஒரு சாக்கடை. என்கிட்டே வந்து இப்படி கெஞ்சறீங்க..?”

சத்தியமூர்த்தியின் தலைக்குள் ஒரு பிரளயம் நிகழ்ந்த உணர்வு. பவ்யாவின் மேல் பாய்ந்து கழுத்தைப் பற்றினான்.

“நீ உயிரோடு இருந்தாத்தானே சொல்லுவே?”

பூர்ணிமா குறுக்கே பாய்ந்தாள்.

“அண்ணா..! அவளை விடு..!”

“நீ.. போ.. அந்தப் பக்கம்..” பூர்ணிமாவைத் தள்ள முயன்றான். முடியவில்லை.

“அண்ணா..! பவ்யாவை ஒண்ணும் பண்ணிடாதே! எனக்கு எந்த உண்மையும் தெரிய வேண்டாம்.. அவளை விட்டுடு..!”

“இவளை விடறதா..? இவளை உயிரோடு விட்டா நான் நிம்மதியாய் இருக்க முடியாது. வீட்டுக்குள்ளே பாம்பு இருக்குன்னு தெரிஞ்ச பின்னாடி அந்த வீட்ல படுத்துத் தூங்க முடியுமா?” சத்தியமூர்த்தி மூர்க்கமாய் பேசிக் கொண்டே எதிர்பாராத ஒரு விநாடியில் பவ்யாவை ஓங்கி அறைந்தான். அந்த அறையில் நிலைகுலைந்து போன பவ்யா ஒரு டேபிளையும் சேரையும் உருட்டியபடி மல்லாந்து விழுந்தாள். பின்னந்தலை எதிலேயோ இடித்துக்கொண்டு ஒரு ரத்த ஊற்றை உற்பத்தி செய்ய, பூர்ணிமா ஓடிப்போய் அவளைத் தூக்கினாள். கைகளில் ரத்தம் வழிந்து சொதசொதத்தது.

“பவ்யா.. பவ்யா..!” பூர்ணிமா பதற்றமாய் கூப்பிட்டுக் கொண்டிருக்கும்போதே, பவ்யாவின் கண்கள் நிலைக்க ஆரம்பித்தது, தலை ஒரு பக்கமாய் சாய ஆரம்பித்தது.

“அண்ணா! இவளைக் கொஞ்சம் தூக்கு.. பக்கத்தில் இருக்கிற கோவை மெடிக்கல் சென்டர்க்கு கொண்டு போயிடலாம்” சொல்லிக் கொண்டே திரும்பியவள் திடுக்கிட்டாள்.

சத்தியமூர்த்தி ரெஸ்டாரெண்ட்டை விட்டு வெளியேறி வாசலில் நிறுத்தியிருந்த தன்னுடைய ஸ்கூட்டரை உதைத்துக்

கொண்டிருந்தான்.

"அண்ணா..! நில்லு..!"

ஸ்கூட்டர் உயிர் பிடித்துக்கொள்ள பூர்ணிமாவை ஏறிட்டான். "அவளுக்கு என்ன பண்ணனுமோ.. அதைப் பண்ணிட்டு வீடு வந்து சேர்."

ஸ்கூட்டர் ஒரு ஏவுகணையாய் புறப்பட்டுப் போய்விட.. பூர்ணிமா அப்படியே உறைந்து போய் நின்றாள். ரெஸ்டாரெண்டில் இருந்த ஆட்கள் அவளை மெல்லச் சூழ்ந்தார்கள். எல்லாருடைய கண்களிலும் ஒரு விரோதப் பார்வை.

"என்னம்மா..! அண்ணனும் தங்கச்சியும் சேர்ந்து ஒரு பொண்ணை இப்படி அடிச்சுப் போட்டிருக்கீங்க..? உங்களுக்குள்ளே என்னதான் பிரச்னை இருந்தாலும் அதுக்காக இப்படியா.. காட்டுமிராண்டித்தனமாய் நடந்துக்கிறது..?"

பூர்ணிமா திடுக்கிட்டாள். "அய்யோ! நீங்க நினைக்கிற மாதிரி எனக்கும், அந்தப் பொண்ணுக்கும் எந்தப் பிரச்னையும் இல்லை. என் அண்ணனோட க்ளையண்ட் அந்தப் பொண்ணு. அவங்களுக்குள்ளே தான் ஏதோ பிரச்னை..!"

கும்பலில் ஒருவர் கத்தினார். "என்னம்மா புதுசா கதை சொல்றே.. உன் அண்ணனோட சேர்ந்துக்கிட்டு நீயும் தானே அந்தப் பொண்ணை அடிச்சே?"

"இல்லீங்க..! நான் தடுக்கப் போனேன்.." பூர்ணிமா கண்களில் நீரோடு சொல்லிக் கொண்டிருக்கும்போதே ரெஸ்டாரெண்டின் மானேஜர் கையில் செல்போனோடு அவளை நெருங்கினார்.

"அந்தப் பொண்ணு செத்துட்டா. நான் போலீஸுக்கு இன்ஃபார்ம் பண்ணிட்டேன். இன்னும் கொஞ்ச நேரத்துல போலீஸ் வந்துடும். நீ எதைச் சொல்றதாய் இருந்தாலும் அவங்ககிட்டே சொல்லிக்க.."

பூர்ணிமாவின் உச்சந்தலையில் யாரோ ஆணியை அடித்து இறக்கினார்கள். ரத்தக்கறை படிந்த கைகளை ஆட்டிமறுத்தாள்.

"ஸ.. ஸ.. ஸார்.. நான் எந்தத் தப்பும் பண்ணலை.."

"சரி.. உன்னோட அண்ணனை இங்கே வரச் சொல்லு.. அவன் உண்மையிலே உன் கூடப் பிறந்தவனாய் இருந்தால் உன்னை இப்படி விட்டுட்டு ஓடுவானா..?"

"ஸார்..! அவர் என்னோட அண்ணன்தான். அவர் ஒரு லாயர். பேரு சத்தியமூர்த்தி."

“என்னது..! அவன் ஒரு லாயரா..? அவனோட மொட்டைத் தலையையும் அவனையும் பார்த்தா ஒரு ரௌடி மாதிரி இருந்தான். அவனுக்கு செல் இருக்கா..?”

“இருக்கு..!”

“நெம்பர் சொல்லு..!”

பூர்ணிமா உலர்ந்து போன உதடுகளை ஈரப்படுத்திக் கொண்டு சத்தியமூர்த்தியின் செல் நெம்பரைச் சொல்ல ரெஸ்டாரெண்ட் மானேஜர் தன்னுடைய செல்போனில் அந்த எண்களை டயல் செய்து காதுக்கு ஏற்றினார். முகம் மாறினார்.

“செல்போனை ‘ஸ்விட்ச் ஆஃப்’ பண்ணி வெச்சிருக்கான்” கும்பலில் கோபமான வார்த்தைகள் கிளம்பின.

“அவன் ஒரு பொறம்போக்கு..!”

“இந்தப் பொண்ணை போலீஸ் ஸ்டேஷனுக்கு கூட்டிப் போய் விசாரிக்கிற விதத்துல விசாரிச்சா எல்லா உண்மைகளும் வெளியே வந்துடும்.”

“அதோ! போலீஸ் வந்தாச்சு..”

பூர்ணிமா நிமிர்ந்தாள்.

போலீஸ் ஜீப் ஒன்று ரெஸ்டாரண்ட் வாசலில் வந்து நிற்க, ஒரு இன்ஸ்பெக்டரும் இரண்டு கான்ஸ்டபிள்களும் கீழே இறங்கி ரெஸ்டாரெண்ட்டுக்குள் வந்து கொண்டிருந்தார்கள்.

பூர்ணிமாவுக்கு அடிவயிறு கலங்கியது.

ரோகிணி, டாக்டர் பலராமன் இருந்த அறைக்கதவைத் தட்டிவிட்டு அவருடைய “எஸ்.. ப்ளீஸ் கம் இன்..” குரல் கேட்டதும் கதவைத் தள்ளிக் கொண்டு போனாள்.

“குட் ஈவினிங் டாக்டர்..!”

ஸ்கேன் ஸ்டில்களை லைட்பாக்ஸில் போட்டுப் பார்த்துக் கொண்டிருந்த பலராமன் தலையை உயர்த்தி முகத்தில் வியப்புக் காட்டினார்.

“ஓ.. ரோகிணி..! வாம்மா..!”

“பிஸியாய் இருக்கீங்களா டாக்டர்..?”

“நோ.. நோ.. ஒரு ஸ்கேன் ரிப்போர்ட்டை ‘க்ராஸ் செக்’ பண்ணிட்டிருந்தேன். தட்ஸ் ஆல்.. அந்த வேலையையும் முடிஞ்சது.

உட்கார்ம்மா..!”

ரோகிணி அவருக்கு முன்பாய் இருந்த நாற்காலியில் உட்கார்ந்தாள். டாக்டர் ஸ்கேன் ரிப்போர்ட்டைத் தள்ளி வைத்து விட்டு நிமிர்ந்தார்.

“ஃப்ளாஸ்கில் காபி சூடாய் இருக்கு.. சாப்பிடறியாம்மா?”

“வேண்டாம் ஸார்..! இப்பத்தான் என்னோட ப்ரண்ட் ஒருத்தி ஹரிதான்னு பேரு. தன்னோட பிரமோஷனுக்காக ஒரு ஹோட்டல்ல ட்ரீட் கொடுத்தா அப்படியே வர்றேன்.. கோதாவரி மேடம் வந்தாங்களா டாக்டர்?”

“ம்.. வந்தாங்க.. இப்பத்தான் பேசிட்டுக் கிளம்பிப் போனாங்க.”

பல விநாடிகள் மௌனித்த ரோகிணி பிறகு சன்னமான குரலில்,“ஸாரி டாக்டர்!” என்றாள்.

“ஸாரியா..! எதுக்கம்மா ஸாரி?”

“இல்ல டாக்டர்..! அந்த மணிமாறனுக்கு சைக்கோ தெரபி ட்ரீட்மெண்ட் கொடுக்கிற விஷயத்தில் நான் கொஞ்சம் ஹார்ஷா பேசிட்டேன்..!”

“ஓ..! நீ அதைச் சொல்றியா..? இதோ பாரம்மா, அந்த மணிமாறனுக்கு ட்ரீட்மெண்ட் தர்ற விஷயத்தில் நீ இவ்வளவு தூரம் கோவாப்ரேட் பண்றதே பெரிய விஷயம். இங்க நான் தெரியாத்தனமா ஒரு யோசனையைச் சொல்லிட்டேன். அதனால உன்னோட மனசு எவ்வளவு வேதனைப்படும்கிறதை உணர நான் மறந்துட்டேன்.”

“இல்ல டாக்டர்..! இந்த விஷயத்தில் தப்புப் பண்ணியது நான்தான். மணிமாறன் எனக்குத் தாலிகட்டி ஒரு மணி நேரம் கணவராய் இருந்தவர். தாலி கட்டிய ஒரு மணி நேரத்துக்குள்ளே அவர் பண்ணிய அடாவடித்தனத்தாலே தாலியைக் கழற்றி அவர் கையில குடுத்துட்டு வந்தேன். அது என்னோட தனிப்பட்ட கோபம். அந்தக் கோபத்தை இப்போ மணிமாறன் என்கிற ஒரு பேஷண்ட்டிடம் காட்றது தப்பு. ஒரு பேஷண்ட் குணமடையணும்ன்னுதான் டாக்டர் விரும்புவார். அப்படி விரும்பற உங்களுக்கு ஒத்துழைப்பு தர்றதா முடிவு பண்ணிட்டேன்..!”

டாக்டர் பலராமன் கண்ணாடியைக் கழற்றி கையில் வைத்துக் கொண்டு முகம் மலரச் சிரித்தார்.

“ரொம்ப சந்தோஷம் ரோகிணி.. இப்படியொரு பதிலை நான் உன்கிட்டயிருந்து எதிர்பார்க்கலை. கோதாவரிகிட்டே சொன்னா ரொம்பவும் சந்தோஷப்படுவாங்க..!”

“மணிமாறன் இப்போ எப்படியிருக்கார் டாக்டர்?”

“ஒரு முன்னேற்றமும் இல்லைம்மா.. அட்மிட்டான நாள்ல எப்படியிருந்தாரோ அதே மாதிரி தான் இருக்கார். எப்படித்தான் பேச்சுக் குடுத்துப் பார்த்தாலும் அவருக்குத் தன்னை யார்ன்னே தெரியலை. மெமரீஸை அவரால் ரீகலெக்ட் பண்ண முடியலை. மற்றபடி நல்லா சாப்பிடறார். தூங்கறார் டி.வி. பார்க்கிறார்.”

“அவரைப் பார்க்கலாமா.. டாக்டர்?”

“இது என்னம்மா கேள்வி..? தாராளமாய்ப் பார்க்கலாம் வா..!” டாக்டர் பலராமன் நாற்காலியைத் தள்ளிக் கொண்டு எழுந்தார். இருவரும் அறையை விட்டு வெளியே வந்து வராந்தாவில் நடக்க ஆரம்பித்தார்கள். ரோகிணியிடம் டாக்டர் கேட்டார்.

“உன்னோட ஸாஃப்ட்வேர் கம்பெனி வேலையெல்லாம் எப்படி இருக்கு..?”

“நல்லாப் போயிட்டிருக்கு டாக்டர்.”

“இன்னிக்கு சென்னை, மும்பை மாதிரி ஒரு ஹைடெக் சிட்டியாய் மாறிட்டு வருது. எங்கே பார்த்தாலும் கண்ணாடிச் சுவர் கட்டிடங்கள். விஞ்ஞானம் நம்மை எங்கேயோ இழுத்து போயிட்டிருக்கு..!” டாக்டர் சிரித்து சொல்லிக் கொண்டிருக்கும்போதே அந்த நர்ஸ் எதிர்ப்பட்டாள். குரலில் பதட்டம்.

“டாக்டர்..! ஸ்பெஷல் வார்டு ரூம் நெம்பர் பதினேழில் அட்மிட்டா யிருக்கும் பேஷண்ட்டுக்கு ஃபிட்ஸ் வந்து கண்ட்ரோலுக்கு வரலை டாக்டர்..”

“டியூட்டி டாக்டர் எங்கே போனார்?”

“அவர் இன்னும் வரலை டாக்டர்.”

பலராமன் ரோகிணியிடம் திரும்பினார். “நீ மணிமாறனோட ரூமுக்குப் போயிட்டிரும்மா.. நான் ஒரு பத்து நிமிஷத்துல வந்துடறேன்..!”

“நீங்க பேஷண்ட்டை அட்டெண்ட் பண்ணிட்டு மெதுவாவே வாங்க டாக்டர்..!”

ரோகிணி சொல்லிவிட்டு எதிர்ப்புற வராந்தாவில் நடந்து முதல் மாடியில் இருந்த ‘நியூரோ’ செக்‌ஷனுக்கு வந்தாள். செக்‌ஷனின் கேரிடாரில் நடைபோட்டு மணிமாறன் அட்மிட்டாகியிருந்த அறைக்கு முன்பாய் வந்து நின்றாள். வெறுமனே சாத்தியிருந்த கதவைத் தள்ள முயன்ற ரோகிணி, உள்ளே பேச்சுக்குரல் கேட்கவே

அப்படியே நின்றாள்.

ஒன்று கோதாவரியின் குரல்.

இன்னொன்று மணிமாறனின் குரல்.

“எனக்கென்னவோ நம்பிக்கையில்லை மணிமாறன்..! ரோகிணியோட கேரக்டரைப் பற்றி எனக்கு நல்லாவே தெரியும்..!” இது கோதாவரி.

“எனக்கு நம்பிக்கை இருக்கு மேடம்..! எறும்பு ஊற ஊறக் கல்லும் தேயும்னு சொல்லுவாங்க.. ரோகிணி ‘ட்ரீட்மெண்ட்’ என்கிற பேரில் என்னைப் பார்க்க வந்துட்டு இருந்தாலே போதும். அவ மனசை நான் மாத்திடுவேன். நீங்க பார்த்துட்டு இருங்க. நான் ரெண்டாவது தடவையா ரோகிணியோட கழுத்தில் தாலிகட்டி அவளோடு வாழக்கை நடத்தப் போறேன்!” -இது மணிமாறன்.

“எறும்பு ஊற ஊற கல்லும் தேயும்ன்னு நீங்க சொல்றீங்க! எறும்பே தேய்ஞ்சுட்டா என்ன பண்றதுன்னு நான் கவலைப் படறேன்.”

“மேடம்! நீங்களும் டாக்டர் பலராமனும் எனக்கு பக்கபலமாய் இருக்கும்போது நான் எதுக்காக கவலைப்படணும்..?”

ரோகிணி கோபத்தோடு கதவைத் தள்ளினாள். அது வேகமாய் பின்வாங்கி சுவரோடு போய் மோதியதில் அறை அதிர்ந்தது.

23

ரோகிணி கோபத்தோடு உள்ளே நுழைவதைப் பார்த்து கோதாவரி திகைக்க, மணிமாறன் அதிர்ந்து போய் கட்டிலினின்றும் எழுந்தான்.

"வா.. ரோகிணி.." கோதாவரி திணறலாய் சொல்ல, அவளை ஒரு அக்னி பார்வை பார்த்தாள் ரோகிணி.

"மேடம்.. இது என்ன ட்ராமா..?"

"ட்ராமாவா..! நீ என்ன ரோகிணி சொல்றே?"

"மேடம்..! மேற்கொண்டு பொய் பேசாதீங்க.. நான் எல்லாத்தையும் கேட்டுட்டேன். நல்லாயிருக்கிற அந்த ஆளை ஒரு பேஷண்ட்டாய் மாற்றி நீங்களும் டாக்டரும் பண்ணின மோசடி இப்போ வெளிச்சத்துக்கு வந்துடுச்சு. இது உங்களுக்கே நியாயமாய் படுதா..?"

கோதாவரி முகம் மாறியவளாய் பதட்டத்தோடு ரோகிணியின் கைகளைப் பற்றிக் கொண்டாள்.

"ஸாரி.. ரோகிணி.. அது.. வந்து.. நீயும், மணிமாறனும் மறுபடியும் வாழ்க்கையில் இணையணும்னு நினைச்சு டாக்டரும் நானும் இப்படியொரு..?"

மணிமாறன் இப்போது குறுக்கிட்டான்.

"டாக்டர் மேலேயும், மேடம் கோதாவரி மேலேயும் எந்தத் தப்பும் இல்லை ரோகிணி. நான் உன்னோடு சேர்ந்து வாழ ஆசைப்படறதாய் அவங்ககிட்டே சொன்னேன். மொதல்ல அவங்க ஒத்துக்கலை. டாக்டர் பலராமன் நான் ஒரு சுய உணர்வு இழந்த பேஷண்டாய் நடிக்கிறதை விரும்பலை. நான் கெஞ்சிக் கேட்டதுக்கு அப்புறம் அரை மனசோடு ஒத்துக்கிட்டார். எல்லாத்துக்கும் மேலாய்.."

மணிமாறன் பேச்சை கோபமாய் கையை உயர்த்தி அமர்த்தினாள் ரோகிணி.

"நீ எப்படிப்பட்ட ஆளுன்னு எனக்குத் தெரியும். தாலிகட்டின ஒரு மணி நேரத்துக்குள்ளே எனக்குச் சேர வேண்டிய சொத்து விவரம் சரியா இருக்கான்னு பார்க்கிறதுக்காக டாக்குமெண்ட்ஸ் கேட்டவன் நீ. டாக்குமெண்ட்ஸ் 'இல்லை'ன்னு சொன்னதும் அத்தனைக் கூட்டத்துக்கு மத்தியில் 'டாக்குமெண்ட்ஸ் எப்ப கைக்கு வருதோ அப்பத்தான் சாந்தி முகூர்த்தம்'ன்னு சொன்னவன் நீ. இப்பவும்

என்கிட்டே அந்த டாக்குமெண்ட்ஸ் இல்லை.. என்கூட சேர்ந்து நீ எப்படி வாழ முடியும்..!"

"ஸாரி ரோகிணி..! அன்னிக்கு நான் இருந்த மனநிலையில் அப்படிப் பேசிட்டேன். அதைத் தப்புன்னும் உணர்ந்துட்டேன்.."

"உணர்ந்துட்டா.. எல்லாம் சரியாயிடுமா..? நான் எதையும் மறக்கல. என்னால் மறக்கவும் முடியாது .."

கோதாவரி இடைமறித்தாள். "இதோ பார் ரோகிணி..! மனிதர்கள் தப்பு செய்றது இயற்கை. மணிமாறன் தான் பண்ணின தப்பை உணர்ந்துட்டார். நீயும் அதைப் பெருந்தன்மையோடு ஒத்துக்கிட்டு, மன்னிக்கிறதுதான் உனக்கும் பெருமை..!"

"ஸாரி மேடம்..! அந்த ஆளை மன்னிக்கிற அளவுக்கு எனக்குப் பெருந்தன்மை கிடையாது. என்னைப் பொறுத்தவரைக்கும் இது எப்பவோ முடிந்து போன விவகாரம். விரிசல் விட்ட கண்ணாடி டம்ளர்."

"நல்ல உதாரணம்.." அறை வாசலில் ஒலித்த குரல் கேட்டு ரோகிணி திரும்பிப் பார்த்தாள்.

டாக்டர் பலராமன் நின்றிருந்தார்.

"ஒரு வார்த்தை சொன்னாலும் சரியாய் சொல்லியிருக்கேம்மா..! மணிமாறன் விருப்பப்பட்டாலும் நீ இதுக்கு சம்மதிக்கமாட்டேன்னு என்னோட மனசுக்கு அன்னிக்கே பட்டது. பட்... மணிமாறன் தான் கேட்கலை. உன்கூட சேர்ந்து மறுபடியும் வாழணும்ன்னு ஆசைப்பட்டார். கோதாவரியும் அவர்க்கு ஆதரவாய் போனதால நானும் இந்த சைக்கோதெரபி ட்ரீட்மெண்ட்டுக்கு ஒத்துக்கிட்டேன். கல்லை வீசிப் பார்ப்போம். மாங்காய் விழுந்தா ஓ.கே. என்கிற பாலிஸியில்தான் நான் ட்ரீட்மெண்ட் எடுத்தேன். இந்த ட்ராமா இவ்வளவு சீக்கிரத்துல வெளிச்சத்துக்கு வரும்ன்னு நான் நினைச்சுப் பார்க்கலை. ஒரு டாக்டராய் இருந்துட்டு நான் இதுக்கு ஒப்புதல் கொடுத்து இருக்கக் கூடாது. ஐம்.. ஸாரி ரோகிணி..!

"நோ.. டாக்டர்..! நீங்க என்கிட்ட மன்னிப்புக் கேட்க வேண்டிய அவசியம் இல்லை. ஏன்னா.. நீங்களும் மேடமும் எனக்கு நல்லது பண்ணத்தான் நினைச்சிருக்கீங்க. ஒருத்தர்க்கு உதவி பண்றதுக்கு முந்தி அவர் எப்படிப்பட்டவர்ன்னு தெரிஞ்சுக்கிட்டு உதவி பண்றது நல்லது. ஹி..ஈஸ் நாட்.. எ.. ரைட்.. பர்ஸன்.. டூ கெட் எ ஹெல்ப் ஃப்ரம் யுவர் சைட். தாலிகட்டின ஒரு மணி நேரத்துக்குள்ளேயே தான் யார்ன்னு நிரூபணம் பண்ணினவர் இந்த ஆள்..!" ஆவேசத்தோடு வியர்வை அரும்பிய முகத்தோடு பேசிய ரோகிணி சில விநாடிகள் அமைதியாய் இருந்துவிட்டு டாக்டரை ஏறிட்டாள்.

“நான் கிளம்பறேன் டாக்டர்.. இங்கே நின்னுட்டு இருக்கிற ஒவ்வொரு நிமிஷமும் எனக்கு அவமானமாய் இருக்கு. நான் ஏதோ பண்ணக்கூடாத தப்பை பண்ணிட்ட மாதிரி ஒரு உணர்ச்சி. மொதல்ல இந்த ஆளை வெளியே அனுப்புங்க.. அப்பத்தான் இந்த ஹாஸ்பிடல் சுத்தமாகும்..!” படபடவென்று பேசிய ரோகிணி எய்த அம்பாய் அறையினின்றும் வெளிப்பட்டு வராந்தாவில் நடந்தாள்.

போலீஸ் ஸ்டேஷன்.

பெரிய மீசை வைத்துக் கொண்டு நடுத்தர வயதுள்ள அந்த இன்ஸ்பெக்டர் மேஜையின் முனையில் உட்கார்ந்து கொண்டு, எதிரே ஸ்டூலில் கலவரமாய் உட்கார்ந்திருந்த பூர்ணிமாவிடம் கேலியும் கிண்டலும் கலந்த தொனியில் பேசிக் கொண்டிருந்தார்.

“பவ்யாவை கீழே தள்ளி விட்டது நீயா.. இல்லை உன்னோட அண்ணனா.. இல்லை அவளாவே கீழே விழுந்து செத்துப் போயிட்டாளா..?”

“ஸார்..! அண்ணனுக்கும் அவளுக்கும் ஏதோ ஒரு பிரச்னை இருக்கப் போய் ரெண்டு பேரும் வாக்குவாதம் பண்ணிட்டிருந்தாங்க. அந்த நேரத்துலதான் நான் போனேன். ரெண்டு பேரையும் சமாதானப்படுத்த முயற்சி எடுத்துக்கிட்ட நேரத்துலதான் பவ்யா எதிர்பாராதவிதமாய் கீழே விழுந்து தலையில் அடிபட்டு..”

“அப்படீன்னா.. பவ்யா வேணும்னே கீழே விழுந்து தற்கொலை பண்ணிகிட்டாளா..?”

“ஸார்..! நடந்த சம்பவத்தை உங்களுக்கு எப்படிப் புரிய வைக்கிறதுன்னு எனக்குத் தெரியலை..”

“ஒரு காரியம் பண்ணு.. இன்னிக்கு ராத்திரி பூராவும் நான் ஃப்ரீ..! நடந்த சம்பவத்தை புரிய வைக்க ஸ்பெஷல் க்ளாஸ் எடு. அப்பவாவது எனக்குப் புரியுதான்னு பார்க்கலாம்.”

“ஸார்.. கொஞ்சம் டீஸண்டாய் பேசுங்க..”

இன்ஸ்பெக்டர் சிரித்தார். “இந்த நிமிஷம் வரைக்கும் நான் டீஸண்ட்டாய்த்தான் பேசிட்டிருக்கேன். நீ உண்மையை ஒத்துக்கலைன்னா அதுக்கப்புறம்தான் என்னோட டீஸன்ஸி காணாமே போயிடும். சொல்லு உன்னோட அண்ணனுக்கும் பவ்யாவுக்கும் என்ன பிரச்னை..?”

“எனக்குத் தெரியாது ஸார்.”

“சிட்டிக்குள்ளே அவ்வளவு ரெஸ்டாரெண்ட்ஸ் இருக்கும்போது சிட்டியை விட்டு இவ்வளவு தூரம் தள்ளியிருக்கிற ரெஸ்டாரண்ட்டுக்கு அவங்க ஏன் வரணும்?”

“ஸார்..! அந்தப் பொண்ணு பவ்யா என் அண்ணனோட க்ளையண்ட். கேஸ் சம்பந்தப்பட்ட விஷயமாய் பேசறதுக்காக அப்படிப் போயிருக்கலாம்.”

“கேஸ் சம்பந்தப்பட்ட விஷயம்ன்னா ரெண்டு பேர்க்கும் சண்டை வர வாய்ப்பு இல்லையே..! நான் என்ன நினைக்கிறேன்னா ரெண்டு பேர்க்கும் ஏதாவது இல்லீகல் காண்டாக்ட் இருந்து அது விஷயமாய் பிரச்னை ஏதாவது உருவாகி..”

“என்னோட அண்ணன் ஒண்ணும் அப்படிப்பட்டவர் கிடையாது.”

“இதோ பாரம்மா.. நீ சர்ட்டிஃபிகேட் தர்ற அளவுக்கு உன்னோட அண்ணன் ஒண்ணும் யோக்யன் கிடையாது. அவன் ஒரு யோக்யனாய் இருந்தா உன்னை விட்டுட்டு ஓடிப் போயிருக்க மாட்டான்.”

பூர்ணிமா கோபமாய் ஏதோ பேச வாயெடுத்த விநாடி, ஸ்டேஷன் வாசலில் ஆட்டோ வந்து நிற்கும் சத்தம் கேட்டது. திரும்பிப் பார்த்தாள்.

அண்ணி சுவர்ணாவும் ஆடிட்டர் நந்தகோபாலும் ஆட்டோவினின்றும் இறங்கி வேகவேகமாய் உள்ளே வந்து கொண்டிருந்தார்கள்.

பூர்ணிமா கண்ணீரோடு எழுந்து நின்று “அண்ணி!” என்று குரல் தழுதழுக்க, சுவர்ணா பாய்ந்து வந்து அவளை எட்டிப் பிடித்துக் கொண்டாள்.

“இதெல்லாம் என்ன பூர்ணிமா..?”

“அண்ணி! எனக்கு ஒண்ணும் புரியலை. நான் எந்தத் தப்பும் பண்ணலை. அண்ணனுக்கும் அந்த பவ்யாவுக்கும் ஏதோ பிரச்னை நடந்தது. அண்ணன் அவளை அடிக்கப் போனார். நான் தடுத்தேன். அந்த களேபரத்தில் பவ்யா கீழே விழுந்து தலையில் அடிபட்டு.. செ..த்..து..ட்..டா..” பூர்ணிமா சொல்லிவிட்டு அழ ஆரம்பிக்க, நந்தகோபால் கோபத்தோடு இன்ஸ்பெக்டருக்கு முன்பாய் போய் நின்றார்.

“ஸார்..! அந்தப் பொண்ணு எந்தத் தப்பும் பண்ணாதபோது அவளை எதுக்காக அரஸ்ட் பண்ணியிருக்கீங்க?”

“நீங்க யாரு?”

“என் பேர் நந்தகோபால். நான் ஒரு ஆடிட்டர்..! பூர்ணிமா வீட்டுக்கு எதிர் வீட்ல இருக்கேன். அந்த பேமிலிக்கு வேண்டப்பட்டவன்.”

“அப்படியா..! ரொம்ப சந்தோஷம்..! நான் இப்போ என்ன பண்ணனும்..?”

“இந்தப் பொண்ணைப் பத்தி எனக்கு நல்லாத் தெரியும். இவ

எந்தத் தப்பும் பண்ணியிருக்க மாட்டா. இவளை உடனே ரிலீஸ் பண்ணுங்க.''

“ஸாரி.. ஸார்.. அது முடியாத காரியம்! பவ்யாவோட மரணத்துக்கு அண்ணனும் தங்கையும் காரணமாய் இருந்திருக்காங்க. அதைப் பார்த்ததுக்கு சாட்சியமாய் ‘ஐ விட்னஸ்’ இருக்காங்க..''

“சரி..! ஜாமீனிலாவது அனுப்புங்க..''

“ஜாமீன் தர வேண்டியது கோர்ட். நான் இல்லை.''

“ஸார்.. பூர்ணிமா காலேஜில் படிக்கிற பெண். நீங்க இப்ப எடுத்து இருக்கிற நடவடிக்கையால அவளோட படிப்பு கெட்டுடும். பிரச்னை சத்தியமூர்த்திக்கும் அந்தப் பெண் பவ்யாவுக்கும்தான். அந்தப் பிரச்னை என்னன்னும் எனக்குத் தெரியும்.''

இன்ஸ்பெக்டர் நிமிர்ந்து உட்கார்ந்தார்.

“பிரச்னை என்னன்னு உங்களுக்குத் தெரியுமா?''

“தெரியும்.''

“அப்ப சொல்லுங்க..!''

நந்தகோபால் இரண்டு நிமிடங்களை எடுத்துக் கொண்டு புனேயில் பவ்யா சம்பந்தப்பட்ட சம்பவங்களை சுருக்கமாய் சொல்ல, இன்ஸ்பெக்டர் தொப்பியை கழற்றி தன் வழுக்கைத் தலையின் முன்பகுதியைக் கீறிக் கொண்டார்.

“நீங்க சொல்றதைப் பார்த்தா அந்தப் பெண் ஒரு கால்கேர்ளாய் இருந்திருப்பாள் போலிருக்கே..?''

“அவ அப்படிப்பட்ட பொண்ணுதான் ஸார்.''

“இந்த விவரங்களையெல்லாம் நீங்க இன்னிக்குக் காலையில் சத்தியமூர்த்திகிட்டே சொன்னீங்க?''

“ஆமா..!''

“அவர்க்கு கோபம் வந்தது?''

“ஆமா..! சத்தியமூர்த்திக்கு கோபம் வந்தது. நான் சொன்னதெல்லாம் உண்மையான்னு தெரிஞ்சுக்கிறதுக்காக உடனே அந்த பவ்யாவுக்கு போன் பண்ணினார். டவர் கிடைக்கலை..!''

“அப்புறம்..?''

“மறுபடியும் ரெண்டு தடவை ட்ரை பண்ணிப் பார்த்துட்டு கோர்ட்டுக்குக் கிளம்பிப் போயிட்டார்.''

“பட்.. அவர் கோர்ட்டுக்குப் போகலை.. செல்போன்ல பவ்யாவைப் பிடிச்சு அவளை ஏர்போர்ட்டுக்குப் பக்கத்தில் இருக்கிற

ரெஸ்டாரண்டுக்கு வரச் சொல்லி விட்டு தானும் போயிருக்கார்.''

"யூ.. மே.. பி.. கரெக்ட் ஸார்..! சத்தியமூர்த்தி ரெஸ்டாரண்டில் பவ்யாகிட்ட அந்தப் புனே சம்பவத்தைப் பத்திக் கேட்டு இருக்கணும். அது சம்பந்தமாய் ரெண்டு பேர்க்கும் வாக்குவாதம் ஏற்பட்டு இப்படியொரு விபரீதம் நடந்து இருக்கலாம்.''

"எது எப்படி இருந்தாலும் சம்பவம் நடந்தபோது அண்ணன் தங்கை ரெண்டு பேரும் ஸ்பாட்ல இருந்து இருக்காங்க.. அது உண்மையா.. இல்லையா..?''

"உண்மைதான் ஸார்..! பட்.. பூர்ணிமாவுக்கும் அந்தச் சம்பவத் துக்கும் தொடர்பு இல்லை. அவளை நீங்க ரிலீஸ் பண்ணிடுங்க.''

"ரிலீஸ் பண்றேன்.. அந்த சத்தியமூர்த்தி வந்து போலீஸ்ல சரண்டராகட்டும்..''

"ஸார்..! நீங்க இப்படி பிடிவாதம் பிடிக்கிறது கொஞ்சம் கூட சரியில்லை.''

"இது பிடிவாதம் இல்லை.. சட்டம்..! நீங்க படிச்சவர். ஒரு ஆடிட்டர்ன்னு சொல்றீங்க.. உங்களுக்குத் தெரியாததா..?''

நந்தகோபால் சோர்வோடு சுவர்ணாவிடம் வந்தார். "அம்மா.. சுவர்ணா..! இனிமே இந்த இன்ஸ்பெக்டர்கிட்டே பேசி எந்தப் பிரயோஜனமும் இல்லை. வா.. நாம.. ஒரு நல்ல லாயரைப் பார்ப்போம்.''

சுவர்ணா கண்ணீர் மிதக்கும் விழிகளோடு அவரை ஏறிட்டாள். "அங்கிள்! லாயரைக் கூட்டிட்டு வந்தா பூர்ணிமாவை விட்டுடுவாங்களா?''

"எனக்குத் தெரிஞ்ச லாயர் ஒருத்தர் இருக்கார்.. அவர்கிட்டே போய்ப் பேசிப் பார்ப்போம். ஆனா.. அதுக்குள்ளே சத்தியமூர்த்தியே வந்து போலீஸ்ல சரண்டர் ஆயிடுவார்..!''

சுவர்ணா கண்ணீரை விழுங்கிக் கொண்டு கசப்பாய் சிரித்தாள். "உங்களுக்கு அந்த நம்பிக்கை இருக்கா அங்கிள்..?''

"ஏம்மா.. அப்படிக் கேட்கிறே..? பண்ணாத தப்புக்காக கூடப் பிறந்தவ போலீஸ்ல மாட்டிக்கிட்டு இருக்கும்போது எந்த அண்ணனாவது சும்மா இருப்பானா..? கண்டிப்பா உம் புருஷன் வந்துடுவார்.''

"வரமாட்டார்.''

"வரமாட்டார்ன்னு எப்படீம்மா அவ்வளவு உறுதியா சொல்றே?''

"அவரைப் பத்தித்தான் எனக்குத் தெரியுமே?''

24

நந்தகோபால், சுவர்ணாவை ஒரு வியப்புப் பார்வை பார்த்தார்.

"உன்னோட புருஷனைப் பத்தி நீயே இப்படிச் சொன்னா எப்படீம்மா?"

"அங்கிள்..! அவர் எனக்குத் தாலி கட்டின நிமிஷத்தில் இருந்தே எனக்குத் தெரியும். தான், தன் சுகம்ன்னு இருக்கிற டைப் அவர்.. கூடப் பிறந்த சிஸ்டர் போலீஸ்ல மாட்டிக்கிட்டாளே என்ற பதைபதைப்பு கொஞ்சம் கூட இருக்காது. நாம இனிமே நம்ப வேண்டிது ஒரு நல்ல லாயரைத்தான். அவரையல்ல..!"

"நீ என்னம்மா சொல்றே.. இப்படியும் ஒரு அண்ணன் இருப்பானா?"

"அதான் பார்க்கறீங்களே!"

"நல்லவேளை.. மஹாதேவன் இந்தக் கொடுமையை எல்லாம் பார்க்காமே போய்ச் சேர்ந்துட்டார்."

"அது ஒண்ணுதான் இப்போதைக்கு ஆறுதல் சார்! நீங்க சொன்ன அந்த லாயர் யார்?"

"சாய்பாபா காலனியில் அவர் இருக்கார்ம்மா. பேரு அண்ணாஜிராவ்.. ரொம்பவும் அனுபவப்பட்டவர்."

"இப்ப அவர் வீட்ல இருப்பாரா?"

"இருப்பார்..! எதுக்கும் அவரை செல்போனில் காண்டாக்ட் பண்ணிப் பேசிடறேன்.." சொன்ன நந்தகோபால், தன் செல்போனை எடுத்து காலர்ஸ் லிஸ்டில் இருந்த லாயர் அண்ணாஜிராவின் செல்போன் எண்களைத் தேடிப் பிடித்து பட்டனைத் தட்டினார். எதிர் முனையில் அண்ணாஜிராவ் கிடைக்க பேசிவிட்டு சுவர்ணாவிடம் திரும்பினார்.

"அவர் உடனே வரச் சொல்றார்ம்மா.." நந்தகோபால் செல்போனை அணைத்து ஜிப்பா பாக்கெட்டுக்குள் போட்டுக் கொண்டே அந்தப் பக்கம் காலியாய் போன ஆட்டோ ஒன்றை நிறுத்தினார். இருவரும் ஏறிக்கொள்ள ஆட்டோ கிளம்பியது.

"சாயிபாபா காலனியில் அழகேசன் ரோட்டுக்குப் போப்பா!"

சரியாய்ப் பதினைந்து நிமிஷப் பயணம். லாயர் அண்ணாஜிராவுக்கு முன்பாய் உட்கார்ந்திருந்தார்கள். எழுபத்தேழு வயதிலும் திடகாத்திரமாய் இருந்தார் அண்ணாஜிராவ். விழாத பல் வரிசை, நரைத்த தலை முடியை நடுவகிடு எடுத்து இரண்டு பக்கமும் வழித்துச் சீவியிருந்தார். நெற்றியில் ஸ்ரீ சூர்ணம், சந்தனம். தனக்கு எதிரே இருந்த நாற்காலிகளைக் காட்டினார். "உட்காருங்க..! சத்தியமூர்த்தியை எனக்கு ஓரளவுக்குத் தெரியும். கோர்ட் கேம்பஸுக்குள்ளே பார்த்து இருக்கேன். கொஞ்சம் ஈகோ அதிகம். மத்தவங்க குட்மார்னிங் சொன்னாத்தான் இவர் கையைத் தூக்குவார். இல்லேன்னா பார்த்தும் பார்க்காத மாதிரி போயிட்டிருப்பார். மற்றபடி நல்ல டைப். அவர்க்கு இப்படி ஒரு பிரச்னை ஏற்பட்டு இருக்கக் கூடாது. திஸ் ஈஸ் வெரி அன்பார்ச்சுனேட்."

இருவரும் உட்கார்ந்தார்கள். நந்தகோபால் பெருமூச்சு ஒன்றை வெளியேற்றிவிட்டுச் சொன்னார்.

"சத்தியமூர்த்தி, பவ்யாவைத் தாக்கியதில் எதிர்பாராத விதமாய் மரணம். பூர்ணிமாவுக்கு இதில் எந்தப் பங்கும் இல்லை. ஆனா போலீஸ் இதை நம்பத் தயாராய் இல்லை. பூர்ணிமாவை வெளியே கொண்டுவர என்ன வழி ராவ்..?"

அண்ணாஜிராவ் புன்னகைத்தார்.

"நந்தகோபால்! நீங்க ஒரு விஷயத்தைப் புரிஞ்சுக்கணும். பவ்யாவின் மரணத்தோடு பூர்ணிமா சம்பந்தப்படலைன்னு போலீஸுக்கும் தெரியும். சத்தியமூர்த்தியை அரஸ்ட் பண்றதுக்காக விரிக்கப்பட்ட வலைதான் பூர்ணிமா."

சுவர்ணா கண்களில் நீரோடு கையெடுத்துக் கும்பிட்டாள். "ஸார்..! என்னோட கணவர் போலீஸில் சரண்டராக மாட்டார். அப்படி சரண்டராகாத பட்சத்தில் பூர்ணிமாவை வெளியே கொண்டு வர என்ன வழி..?"

"பயப்படாதேம்மா.. சட்டத்துல நிறைய ஓட்டைகள் இருக்கு அந்த ஓட்டைகளில் ஏதாவது ஒண்ணைக் கண்டு பிடிச்சா போதும். பூர்ணிமாவை வெளியே கொண்டு வந்து விடலாம்."

"கண்டிப்பாய் வெளியே கொண்டு வந்துவிடலாமா?"

"இதோ பாரம்மா.. நான் ஒண்ணும் மந்திரவாதி கிடையாது. போலீஸ் திறமையா செயல்பட்டு இதை 'நான் பெய்லபிள்' கேஸாய் மாத்திட்டாங்க. கோர்ட்ல ஆர்க்யூ பண்ணித்தான் பெய்ல்

வாங்கணும். நடந்த சம்பவத்தை விளக்கமாய் சொல்லுங்க. எங்கே ஓட்டை இருக்குன்னு பார்க்கலாம்.''

''நான் சொல்றேன் ராவ்..'' நந்தகோபால் சொல்ல ஆரம்பித்தார்.

ரோகிணி ஆபீஸின் லஞ்ச் ஹவரில் தயிர் சாதத்தைச் சாப்பிட்டு முடித்து வாஷ்பேஷனில் கை கழுவிக் கொண்டிருந்த போது அவளுடைய செல்போன் அழைத்தது. எடுத்து அழைப்பது யார் என்று பார்த்தாள். தெரிந்த நெம்பர் போல் மனசுக்குத் தோன்றினாலும் யார் என்று பிடிபடவில்லை காதுக்கு ஏற்றி ''எஸ்'' என்றாள்.

''குட் ஆஃப்டர்நூன் ரோகிணி..!''

ப்ருதிவ்வின் குரல்.

ரோகிணி பதிலுக்கு குட் ஆஃப்டர்நூன் சொல்லாமல் கவனமில்லாத குரலில் ''சொல்லுங்க.. என்ன விஷயம்?'' என்றாள்.

ப்ருதிவ் சிரித்துவிட்டு கேட்டான்.

''எனக்கு மார்க் போட்டீங்களா?''

''மார்க்கா.. எதுக்கு மார்க்..?''

''நான் போன வாரம் உங்களுக்கு போன் பண்ணி நம்ம கல்யாண விஷயத்தைப் பத்திப் பேசும்போது இப்ப அவசரப்பட்டு எந்த ஒரு முடிவையும் சொல்ல வேண்டாம். நிதானமாய் யோசனை பண்ணுங்க. என்னைப் பத்தி வெளியே விசாரிங்க. எனக்கு மார்க் போடுங்க. நான் நூற்றுக்கு நூறு மார்க் வாங்கியிருந்தா மட்டும் என்னோட அப்ளிகேஷனை கன்சிடர் பண்ணங்கன்னு சொல்லியிருந்தேன். நான் எவ்வளவு மார்க் வாங்கியிருக்கேன்..?''

''....''

''என்ன ரோகிணி.. பேச்சையே காணோம்..?''

''மிஸ்டர் ப்ருதிவ்..! என்னைக் கல்யாணம் பண்ணிக்கிற விஷயத்தில் ஏன் இவ்வளவு பிடிவாதமாய் இருக்கீங்க..?''

''அதுல என்ன தப்பு?''

''என்னைக் காட்டிலும் ஒரு நல்ல பெண் உங்களுக்குக் கிடைப்பா.''

''நல்ல பெண் கிடைப்பா.. ஆனா எனக்குப் பிடிச்ச பெண்ணா அவ இருக்க மாட்டாளே?''

“எல்லாத்துக்கும் தயாராய் ஒரு பதிலை வெச்சிருக்கீங்க! என்னால உங்க மேல கோபப்பட முடியலை. கடுமையாவும் பேச முடியலை!”

“அதாங்க.. ப்ருதிவ்..!”

“உங்களுக்கு மார்க் போடச் சொன்னீங்க இல்லையா?”

“ஆமா..”

“நான் மார்க் போடணும்னா நீங்க ஒரு பரீட்சை எழுதியாகணும்?”

“பரீட்சையா?”

“ம்.”

“என்ன பரீட்சை..?”

“அதை நேர்லதான் சொல்லணும்.”

“நான் தயார்..! எங்கே மீட் பண்ணலாம்.. பார்க்கா.. பீச்சா.. ரெஸ்டாரெண்டா..?”

“கோயில்..! என்னோட ஆபீஸ்க்குப் பக்கத்துல ஒரு பெருமாள் கோயில் இருக்கு.. பார்த்து இருக்கீங்களா..?”

“ஸ்ரீ பஞ்சவர்ண பெருமாள் கோயில்தானே?”

“அதேதான்..! சாயந்தரம் ஆறு மணிக்கு அங்கே வர முடியுமா?”

“நான் அஞ்சு மணிக்கே ஆஜர்..”

“சரியாய் ஆறுமணிக்கு வந்தாப் போதும்..! எனக்காக வந்து காத்துட்டிருக்க வேண்டாம்..!”

“மனசுக்குப் பிடிச்சவங்களுக்காக காத்துட்டிருக்கிறதுல கிடைக்கிற சந்தோஷம் சம்திங் ஸ்பெஷல்..”

“நான் வைக்கப் போற பரீட்சையும் கொஞ்சம் ஸ்பெஷலாய்த்தான் இருக்கும். கொஞ்சம் ப்ரிப்பேர்டா வாங்க..” சொல்லிவிட்டு செல்போனை அணைத்தாள் ரோகிணி.

போலீஸ் ஸ்டேஷனுக்கு முன்னால் அந்த கால்டாக்ஸி வந்து நிற்க, அதிலிருந்து லாயர் அண்ணாஜிராவ், நந்தகோபால், சுவர்ணா இறங்கினார்கள். கான்ஸ்டபிளிடம் அண்ணாஜிராவ் கேட்டார்.

“இன்ஸ்பெக்டர் இருக்காரா..?”

“உள்ளே இருக்கார் ஐயா.”

போனார்கள்.

டெலிபோனில் யாரிடமோ இரைந்து பேசிக் கொண்டிருந்த இன்ஸ்பெக்டர், அண்ணாஜிராவைப் பார்த்ததும் குரலைத் தணித்து "நான் அப்புறமாய்ப் பேசறேன்!" என்று சொல்லி ரிஸீவரை வைத்தார். கைகளைக் குவித்தார்.

"அய்யா..! வணக்கம்.."

"என்ன இளங்கோ.. நல்லாயிருக்கீங்களா?"

"இருக்கேன்ய்யா..!" சொல்லிக் கொண்டே நாற்காலிகளை எடுத்துப் போட்டார் இன்ஸ்பெக்டர்.

"உட்கார்ங்கய்யா..!"

"உட்காரது இருக்கட்டும் இளங்கோ.. அந்தப் பொண்ணு பூர்ணிமாவை எதுக்காக இப்படி டார்ச்சர் பண்றீங்க..? அண்ணன் பண்ணின தப்புக்கு அவ என்ன பண்ணுவா?"

"அய்யா.. அது.. வந்து.."

"இவங்க கௌரவமான குடும்பத்தைச் சேர்ந்தவங்க.. தோழிகளைக் தேடிக்கிட்டு அந்த ரெஸ்டாரெண்ட்டுக்குப் போயிருக்கா. அங்கே தன்னோட அண்ணன் சத்தியமூர்த்தியைப் பார்த்திருக்கா.. அவ்வளவுதான்.. சத்தியமூர்த்தியும், பவ்யாவும் ஏதோ வாக்குவாதம் பண்ணி கைகலப்பு ஏற்பட்ட போது பூர்ணிமா அதைத் தடுக்கப் போயிருக்கா. அதுக்குள்ளே சத்தியமூர்த்தி பவ்யாவை பிடிச்சுத் தள்ளியிருக்கான். அடி பலமாய்ப்பட்டதில் பவ்யா இறந்துட்டா.."

இன்ஸ்பெக்டர் குறுக்கிட்டார்.

"இல்லீங்கய்யா.. சம்பவம் அப்படி நடக்கலை."

"பின்னே எப்படி..?"

"பவ்யாவைத் தாக்கினது பூர்ணிமாதான்!"

"அப்படீன்னு பார்த்த பொதுமக்கள்ல சிலர் சொல்லியிருக்காங்க இல்லையா?"

"அய்யா! ஒரு மணி நேரத்துக்கு முந்தி வரை பிரஸ் பீப்பிள்கிட்டே அப்படித்தான் சொல்லிட்டிருந்தேன். இப்ப நிலைமையே வேற?"

"என்ன சொல்றீங்க இளங்கோ..?"

"அய்யா..! பவ்யாவைத் தாக்கினது பூர்ணிமாதான்னு பூர்ணிமாவே ஒத்துக்கிட்டா. இதோ ஸ்டேட்மெண்ட்.. கைப்பட அவளே எழுதிக் கொடுத்துட்டா. பாருங்க.." மேஜையின் இழுப்பறையைத் திறந்த

இன்ஸ்பெக்டர் பைல் ஒன்றை எடுத்து பிரித்து வைத்தார்.

அண்ணாஜிராவ் சுவர்ணா, நந்தகோபால் மூன்று பேரின் முகங்களிலும் அதிர்ச்சி அலைகள் பரவியது. ஸ்டேட்மெண்ட்டைப் படிக்க ஆரம்பித்தார் அண்ணாஜிராவ்.

பவ்யாவைத் தாக்கி அவருடைய மரணத்துக்கு காரணமாய் இருந்தது நான்தான் என்று அந்த ஸ்டேட்மெண்ட்டில் சொல்லி கையெழுத்தைப் போட்டிருந்தாள் பூர்ணிமா.

இன்ஸ்பெக்டரிடம் கோபமாய் நிமிர்ந்தார் அண்ணாஜிராவ். "என்ன.. மிரட்டி வாங்கினீங்களா?"

"இல்லீங்கய்யா..! அந்தப் பொண்ணே தான் திடீர்ன்னு நான் உண்மையை ஒத்துக்கறேன்.. ஸ்டேட்மெண்ட் தர்றேன்னு சொல்லிச்சு. நான் அவளை ஃபோர்ஸ் பண்ணலை. வேணும்னா அந்தப் பொண்ணுகிட்டே போய்ப் பேசிப் பாருங்களேன்."

அண்ணாஜிராவ் எழுந்து லாக்கப்பை நோக்கிப் போனார். சுவர்ணாவும், நந்தகோபாலும் பின் தொடர்ந்தார்கள்.

லாக்கப்பில் சுவருக்கு சாய்ந்து உட்கார்ந்திருந்த பூர்ணிமா சலனமில்லாத முகத்தோடு எழுந்து வந்தாள்.

நந்தகோபால் படபடத்தார். "என்னம்மா.. நீ ஸ்டேட்மெண்ட் எழுதிக் கொடுத்ததா இன்ஸ்பெக்டர் சொல்றார். உண்மையா?"

பூர்ணிமா மௌனமாய்த் தலையாட்டினாள்.

"உண்மைதான்!"

"எதுக்காக எழுதிக் கொடுத்தே..?"

"என்ன அங்கிள்.. இது..! ஒரு குற்றத்தைப் பண்ணினா அதை ஒத்துக்க வேண்டியது தானே முறை. ரொம்ப நேரம் பொய் சொல்லிப் பார்த்தேன். எப்படியாவது தப்பிச்சுக்கலாம்ன்னு நினைச்சேன் முடியலை."

அண்ணாஜிராவ் குறுக்கிட்டார். "இதோ பாரம்மா! நான் ஒரு லாயர். உன்னை ஜாமீன்ல எடுக்கத்தான் நான் வந்திருக்கேன். நீ பயப்படாதே.. போலீஸ் மிரட்டினதால் தானே குற்றத்தை ஒத்துக்கிறதா ஸ்டேட்மெண்ட் எழுதிக் கொடுத்து இருக்கே?"

"இல்ல.. ஸார்..! யாரும் என்னை மிரட்டலை..! பவ்யாவோட மரணத்துக்கு நான்தான் காரணம்."

"அப்படீன்னா.. உன்னோட அண்ணன் சத்தியமூர்த்தி ஏன் ஓடி ஒளியணும்..?"

"அதெல்லாம் எனக்குத் தெரியாது ஸார்.. நடந்த சம்பவத்தைப் பார்த்து அண்ணன் பயந்து போயிருக்கலாம்."

சுவர்ணா கண்களில் நீர் பீறிட்டுத் தழும்ப அழுகையோடு வெடித்தாள். "ஏண்டி.. இப்படி.. பொய் சொல்றே..? உன்னோட அண்ணனுக்குப் பயம்ன்னா என்னன்னு தெரியுமா..? அவர் பண்ணின தப்பை நீ ஒத்துக்கிட்டு தியாகிப் பட்டம் வாங்கிக்கலாம்ன்னு பார்க்கிறியா?"

"அண்ணி! நான் உண்மையைத்தான் சொல்றேன். அண்ணன் பேரில் எந்தத் தப்பும் இல்லை. அந்த பவ்யா நம்ம குடும்பத்தைப் பத்தி கேவலமாய்ப் பேசினா. என்னால கோபத்தைக் கட்டுப்படுத் திக்க முடியலை. பிடிச்சுத் தள்ளிட்டேன். கீழே விழுந்து தலையில் அடிப்பட்டதால செத்துட்டா. நடந்த உண்மை இதுதான்..! கூட்டம் சத்தம் போட்டதைப் பார்த்து அண்ணன் பயந்து ஓடிட்டார்."

"நீ சொல்றதை.. உன்னாலேயே நம்ப முடியுதா பூர்ணிமா? நம்ம குடும்பத்தைப் பத்தி அந்த பவ்யா எதுக்காகக் கேவலமாய்ப் பேசணும்? அவளுக்கும் நமக்கும் என்ன சம்பந்தம் இருக்கு..?"

"அண்ணி! இந்தக் கேள்விக்கெல்லாம் எனக்கு பதில் சொல்லத் தெரியாது. ஒரே ஒரு விஷயம் மட்டும் உண்மை. அந்த பவ்யாவோட மரணத்துக்கு நான்தான் காரணம்.. நாளைக்குக் கோர்ட்லேயும் இதைத்தான் சொல்லப் போறேன்..!"

பூர்ணிமாவின் குரலில் இருந்த திடமும் உறுதியும் மூன்று பேர்களையும் அதிர வைத்தது.

பஞ்சவர்ணப் பெருமாள் கோயிலில் கூட்டம் அவ்வளவாக இல்லை. வெளிப்பிராகாரத்தில் நான்கைந்து பேர். கர்ப்பகிருகத்துக்கு முன்பாய், சில பேர். கோயிலுக்குப் பின்புறம் இருந்த நந்தவன மண்டபத்தில் ப்ருதிவ் காத்திருந்தான். பளீர் என்ற வேஷ்டி சர்ட் நெற்றியில் அலட்சியமாய் தீற்றப்பட்ட குங்குமம். அவனுடைய மணிக்கட்டில் இருந்த ரோலக்ஸ் வாட்ச் ஆறு மணியைக் காட்டியபோது ரோகிணி கோயிலுக்குள் நுழைந்தாள்.

உதட்டில் சின்னதாய் ஒரு புன்னகை.

"பெருமாளைச் சேவிச்சீங்களா?"

"இல்லை."

"ஏன்?"

"பெருமாளை சேவிக்கிறதும், சேவிக்காததும் நீங்க எனக்குச்

சொல்லப் போற பதிலில்தான் இருக்கு.''

“நான் வைக்கப் போற பரீட்சையில் நீங்க பாஸாயிட்டா என்னோட பதிலும் உங்களுக்கு பாஸிட்டிவ்வாய் இருக்கும்.''

“பரீட்சை எழுத நான் ரெடி.''

“இந்தப் பரீட்சையில் உங்களுக்கு ஒரேயொரு கேள்வி மட்டும்தான்!''

“ஒரேயொரு கேள்விதானா?''

“எஸ்..! அந்த கேள்விக்குச் சொல்ல வேண்டிய பதில் உங்களுக்கு கஷ்டமாய் இருக்குமா.. இல்லை.. சுலபமாய் இருக்குமான்னு எனக்குத் தெரியாது.''

“நீங்க மொதல்ல கேள்வியைக் கேளுங்க.''

ரோகிணி அந்தக் கேள்வியைக் கேட்டாள்.

ப்ருதிவியின் இதய மையத்தில் ஒரு ஏவுகணை பாய்ந்தது. ஐம்புலன்களும் செயலற்றுப் போனது போன்ற ஓர் உணர்வு.

25

ப்ருதிவின் அதிர்ச்சியெல்லாம் ஒரு சில விநாடிகள் தான்!

பிறகு இயல்புக்கு வந்தவனாய், ஒரு சின்ன புன்னகையை உதட்டில் உற்பத்தி செய்தபடி ரோகிணியைப் பார்த்தான். அவள் மார்புக்கு குறுக்காய் கைகளைக் கட்டிக் கொண்டு கேட்டாள்.

"என்ன ப்ருதிவ்.. சிரிக்கிறீங்க..?"

"நீங்க என்கிட்டே என்ன கேள்வி கேட்டீங்க.. அந்தக் கேள்வியை மறுபடியும் கேளுங்க."

"ஏன், கேள்வி புரியலையா..?"

"புரிஞ்சது.. இருந்தாலும் மறுபடியும் ஒரு தடவை.. ப்ளீஸ்..!"

"ஓ.கே..! மிஸ்டர் ப்ருதிவ்.. உங்களை நான் கல்யாணம் பண்ணிக்கத் தயார். ஆனா.. அதுக்கு முன்னாடி நீங்க, எக்ஸ் மந்திரியான உங்கப்பா வெச்சிருக்கிற கோடிக்கணக்கான மதிப்புள்ள சொத்துக்களை வேண்டாம்ன்னு உதறித் தள்ளிட்டு வரத் தயாரா..?"

ப்ருதிவ் சிரித்தான். "ரோகிணி, முதல் தடவை இந்தக் கேள்வியை நீங்க கேட்டபோது எனக்கு அதிர்ச்சி. ரெண்டாவது தடவை அதே கேள்வியைக் கேட்கும்போது மகிழ்ச்சி."

"எதுக்காக முதல் தடவை அதிர்ச்சி..! ரெண்டாவது தடவை மகிழ்ச்சி?"

"என்னோட அப்பா ஒரு அரசியல்வாதி, முன்னாள் மத்திய அமைச்சர். எல்லா அமைச்சர்களையும் போலவே அவரும் ஊழல் பண்ணித்தான் கோடிக் கணக்கான ரூபாய் மதிப்புள்ள சொத்துக்களை சேர்த்து வெச்சிருக்கார். அவர் அப்படி பணம் சம்பாதிக்கும்போதே நான் வேண்டாம்ன்னு சண்டை போட்டவன். சண்டை போடும்போது ஒரு நாள் அவர் தன்னோட தப்பை நியாயப்படுத்தறதக்காக 'எல்லாமே உனக்காகத்தாண்டா சேர்க்கிறேன்'னு சொன்னார். அவர் அப்படி சொன்ன அந்த நிமிஷமே நான்,'உங்க சொத்துல எனக்கு ஒரு ரூபாய் கூட வேண்டாம். அதையும் மீறி நீங்க எனக்கு உங்க சொத்துக்களை எழுதி வெச்சா அந்த எல்லாச் சொத்தையும் அநாதை விடுதிகளுக்குத்தான் கொடுப்பேன்'னு ஒரு வெள்ளை பேப்பர்ல எழுதி கையெழுத்துப் போட்டுக் கொடுத்துட்டேன். அது மட்டும் இல்லை. அந்த நிமிஷமே நான் அந்த வீட்டை விட்டு

வெளியேறி பக்கத்துத் தெருவுல ஒரு வீட்டை வாடகைக்கு எடுத்துத் தங்கிட்டேன். அம்மாவைப் பார்க்க மட்டும் அந்த வீட்டுக்குப் போவேன். சாப்பாடெல்லாம் வெளியேதான். நான் சொந்தத்துல ஒரு பிஸினஸ் பண்ணிட்டு வர்றேன். நிலைமை இப்படி இருக்கும்போது நீங்க அப்படி ஒரு கேள்வி கேட்டால் எனக்கு அதிர்ச்சியாய் இருக்குமா.. இருக்காதா?"

ரோகிணி வியப்பில் உறைந்து போய், ப்ருதிவையே பார்த்துக் கொண்டு இருக்க, அவன் தொடர்ந்தான்.

"என்னோட அப்பா தப்பான வழியில சம்பாதிச்ச சொத்து வேண்டாம்னு நான் ஏற்கனவே முடிவு பண்ணிட்டேன். உங்களுக்கு அதே எண்ணம் ஏற்பட்டு அந்தக் கேள்வியைக் கேட்டதுல எனக்கு மகிழ்ச்சி. அந்த மகிழ்ச்சியை மறுபடியும் அனுபவிக்கத்தான் ரெண்டாவது தடவையும் அந்தக் கேள்வியைக் கேட்கச் சொன்னேன்."

"ப்ருதிவ்..! நீங்க சொல்றதெல்லாம்..?"

"அக்மார்க் உண்மை..! இதை நீங்க 'க்ராஸ் செக்' பண்ணிக்க விரும்பினா என்னோட ஆடிட்டர் பார்த்தசாரதியையும், லாயர் சிவபுண்ணியத்தையும் நேர்ல பார்த்து கேட்டுத் தெரிஞ்சுக்கலாம். அவங்களோட அட்ரஸையும் போன் நெம்பர்களையும் தரட்டுமா?"

"வேண்டாம் ப்ருதிவ்.."

"நீங்க என்னை நம்பறீங்களா?"

"நம்பறேன்.."

"பரீட்சையில் நான் பாஸா.. ஃபெயிலா?"

"பாஸ்.."

"அப்படீன்னா.. நீங்க என்னைக் கல்யாணம் பண்ணிக்க..?"

"சம்மதம்..! இருந்தாலும் வீட்ல என்னோட அம்மாவும் அண்ணியும் இருக்காங்க. அவங்ககிட்டேயும் ஒரு வார்த்தை கேட்டுடறேன்..!"

ப்ருதிவ் தன் புருவங்களை உயர்த்தினான். "உங்களுக்கு அம்மாவும் அண்ணியும் இருக்காங்களா?"

"ஏன் இருக்கக் கூடாதா..?"

"நீங்க லேடீஸ் ஹாஸ்டல்லதானே தங்கியிருக்கீங்க? லேடீஸ் ஹாஸ்டல்ல வார்டன்கிட்டே உங்களைப் பற்றி விசாரிச்சபோது உங்களுக்கு சொந்தம் யாருமில்லைன்னு சொன்னாங்களே..?"

ரோகிணி சிரித்தாள்.

“ப்ருதிவ்..! நீங்க இப்போதைக்கு என்னோட ஒரு பக்கத்தை மட்டும்தான் பார்த்துட்டு இருக்கீங்க. எனக்கு இன்னொரு பக்கமும் இருக்கு.. அந்தப் பக்கம் கொஞ்சம் இருட்டாய் இருக்கும். அவ்வளவுதான்!”

“உங்களுக்கு நாலு வருஷத்துக்கு முந்தி நடந்த கல்யாணத்தைப் பத்திதானே சொல்றீங்க..? அது எனக்குத் தெரியுமே.. டாக்டர் மதுசூதனன் சொல்லியிருக்கார்.”

“அவர் உங்களுக்கு சொன்னது பாதிதான்.. இன்னொரு பாதி அவருக்கே தெரியாது..”

“அந்தப் பாதி என்னன்னு எனக்குத் தெரியும்” பின் பக்கம் ஒலித்த குரல் கேட்டு ரோகிணியும், ப்ருதிவ்வும் திரும்பிப் பார்த்தார்கள்.

கோசலை நின்றிருந்தாள். ரோகிணி அவளை திகைப்பாய் ஏறிட்டாள்.

“நீ.. நீ.. நீங்க..?”

“என்ன ரோகிணி..! என்னை உங்களுக்குத் தெரியலையா..? நான்தான் கோசலை.. ‘மஹிளா ரத்னா புரஸ்கார் கமிட்டி’யின் மெம்பர். ரெண்டு நாளைக்கு முன்னாடி உங்கள் பேரை சிபாரிசு பண்ணியிருக்கிறதா சொன்னேனே?”

ரோகிணி கோசலையை ஒரு கோபப் பார்வை பார்த்தாள்.

“இதோ பாருங்க கோசலை..! எதுக்காக என் பின்னாடியே இப்படி சுத்தி சுத்தி வர்றீங்க..? நான் தான் அன்னிக்கே இந்த விருதெல்லாம் எனக்கு வேண்டாம்னு சொல்லிட்டேனே..?”

“ஸாரி ரோகிணி.. நீங்க நினைக்கிற மாதிரி நான் உங்களை ஃபாலோ பண்ணி வரலை. நீங்க கோயிலுக்குள்ளே நுழையறதை நான் எதேச்சையாய்த்தான் பார்த்தேன். அதே மாதிரி மிஸ்டர் ப்ருதிவ் இங்கே இருப்பார்ன்னும் நான் நினைச்சுப் பார்க்கலை. உங்களுக்கு விருது தர்ற விஷயத்தில் என்னோட மனசில் ஒரு சந்தேகம் இருந்தது. அதை தெளிவுபடுத்திக்க நான் உங்ககிட்டே விளக்கம் கேட்டபோது நீங்க எனக்கு சரியான பதில் சொல்லலை. பட்... கடந்த ரெண்டு நாட்களாய் நான் அதுக்கான முயற்சிகளில் இறங்கி என்னோட சந்தேகத்தைத் தெளிவுபடுத்திக்கிட்டேன். அதை உங்ககிட்டே சொல்றதுக்காகத்தான் கோயிலுக்குள்ளே வந்தேன். நீங்க ப்ருதிவ்கிட்டே பேசிட்டு இருந்ததையும் கேட்டேன். நீங்க ரெண்டு பேரும் கல்யாணம் பண்ணிக்க முடிவு எடுத்து இருப்பது ஒரு சந்தோஷமான விஷயம். வாழ்த்துக்கள்..” கோசலை

சொல்லிவிட்டு நகர முயல, ப்ருதிவ் குறுக்கிட்டான்.

"ஒரு நிமிஷம்.."

நின்றாள்.

"என்ன..?"

"ரோகிணியைப் பற்றி இன்னொரு பாதி விஷயம் உங்களுக்குத் தெரியும்ன்னு சொன்னீங்க.. என்ன அது..?"

கோசலை மௌனமாக நின்றாள். ப்ருதிவ் குரலை உயர்த்தினான். "சொல்லுங்க.. என்ன அது..?"

கோசலை ரோகிணியைப் பார்த்தாள். "என்ன ரோகிணி.. உங்களோட இன்னொரு பக்கத்தைப் பத்தி மிஸ்டர் ப்ருதிவ் கிட்டே நான் சொல்லட்டுமா.. இல்ல நீங்களே சொல்றீங்களா..?"

"நீங்களே சொல்லுங்க..!" ரோகிணி இறுகிய முகத்தோடு சொல்ல, கோசலை தொடர்ந்தாள்.

"மிஸ்டர் ப்ருதிவ்! ரோகிணி மாதிரியான ஒரு பெண்ணை வாழ்க்கைத் துணைவியாய் அடைய நீங்க கொடுத்து வெச்சிருக்கணும். இது ஒரு சம்பிரதாய வார்த்தையல்ல. ரோகிணியோட சிறந்த சமூக சேவைக்காக அவங்களுக்கு 'மஹிளா ரத்னா' என்கிற பெண்களுக்கான உயரிய விருதை அளிக்க விருது கமிட்டி முடிவு பண்ணியபோது, ஒரு சின்ன பிரச்னை எழுந்தது. ரோகிணி ஒரு கொலைக் குற்றத்தைப் பண்ணிட்டு சிறைக்குப் போனதாய் தகவல். பொதுவாய் கிரிமினல் குற்றவாளிகளுக்கு இது மாதிரியான விருதுகள் கொடுக்கப்படறது இல்லை. இருந்தாலும் குற்றத்தின் பின்னணியில் உள்ள காரணம் நியாயமானதாகவும், அது ஏற்றுக் கொள்ளக்கூடிய வகையிலும் இருந்தால் விருது வழங்கப்படலாம் என்கிற ஒரு விதி இருந்தது. குற்றத்தின் பின்னணியில் ஆர்வம் காட்டினேன். ரோகிணி உண்மைகளைச் சொல்ல மறுத்துட்டாங்க. அதுக்குப் பிறகு எனக்குத் தெரிஞ்ச ஒரு போலீஸ் அதிகாரியின் உதவியோடு கடந்த ரெண்டு நாட்களாய் முயற்சி பண்ணி ரோகிணியைப் பற்றிய இன்னொரு பக்க உண்மைகளைக் கண்டு பிடிச்சேன்.."

கோசலை இந்த இடத்தில் பேச்சை நிறுத்திவிட்டு ரோகிணியை ஒரு புன்னகையோடு பார்த்துவிட்டுத் தொடர்ந்தாள்.

"மிஸ்டர் ப்ருதிவ்..! ரோகிணியோட உண்மையான பேர் பூர்ணிமா. சொந்த ஊர் கோவை. அம்மா, அப்பா, அண்ணன், அண்ணி என்கிற உறவுகளோடு வாழ்ந்த ஒரு சந்தோஷமான பெண்தான் பூர்ணிமா. அப்பா மஹாதேவன் ஓய்வு பெற்ற ஒரு அரசு

அதிகாரி. அம்மா திரிபுரசுந்தரி. அண்ணி சுவர்ணா வீட்டை நிர்வாகம் பண்ண, அண்ணன் சத்தியமூர்த்தி ஒரு லாயர். சந்தோஷமான இந்தக் குடும்பத்துக்குள்ளே நாலு வருஷத்துக்கு முந்தி ஒரு இடி வந்து விழுந்தது. அந்த இடியோட பேர் பவ்யா. லாயர் சத்தியமூர்த்திகிட்டே ஒரு கேஸைக் கொண்டு வந்து கொடுத்து ஒரு க்ளையண்டாய் அறிமுகமானாள். அதுக்குப் பிறகு அந்த வீட்டில் வரிசையாய் சோதனைகள் அண்ணன் சத்தியமூர்த்தியின் பேச்சில், நடவடிக்கைகளில் மாற்றம். பூர்ணிமாவைப் பெண் பார்க்க வந்த மாப்பிள்ளை வீட்டுக்காரங்களுக்கு அவளைப் பிடிக்காமல் போனது. மின்சார இணைப்பை பழுது பார்க்கப் போன மஹாதேவன் ஷாக் அடிச்சு இறந்து போனது. சத்தியமூர்த்திக்கும் பவ்யாவுக்கும் ஒரு ஹோட்டல் ரெஸ்டாரெண்டில் வாக்குவாதம் ஏற்பட்டு, கோபத்தில் சத்தியமூர்த்தி அவளைப் பிடித்துத் தள்ளிவிட தலையில் அடிபட்ட பவ்யா ஸ்பாட்லேயே உயிரை விட்டது. சத்தியமூர்த்தி பயந்து போய் அந்த இடத்தை விட்டு ஓடிவிட, சம்பவ இடத்தில் இருந்த பூர்ணிமா போலீஸிடம் மாட்டிக் கொண்டது. போலீஸ் பூர்ணிமாதான் குற்றவாளி என்று வாதம் செய்ய அண்ணனைக் கொலைக் குற்றத்திலிருந்து காப்பாற்ற பூர்ணிமா முடிவு எடுத்து பவ்யா இறந்து போனதுக்கு நான்தான் காரணம் என்று போலீஸிடம் ஸ்டேட்மெண்ட் கொடுத்தது. பூர்ணிமாவை அந்த வழக்கிலிருந்து காப்பாற்ற அண்ணி சுவர்ணாவும், மஹாதேவனின் நண்பர் எதிர்வீட்டு நந்தகோபாலும் எவ்வளவோ முயற்சி பண்ணினாங்க. முடியலை. ஓடிப்போன சத்தியமூர்த்தி திரும்பவும் வராததால் நீதிபதி சந்தேகத்தின் பலனை அனுசரித்து பூர்ணிமாவுக்கு ஒரு வருட சிறைத் தண்டனை கொடுத்தார்."

கோசலை சொல்லச் சொல்ல திகைப்பின் பிடியில் சிக்கியிருந்த ப்ருதிவ் ரோகிணியை ஏறிட்டான்.

"இவங்க சொல்றதெல்லாம் உண்மையா ரோஹிணி?"

ரோஹிணி மையமாய் தலையாட்டினாள்.

"அக்மார்க் உண்மை.. என்னைப் பற்றின எல்லாத் தகவல்களையும் எப்படியோ கலெக்ட் பண்ணிக் கொண்டு இருந்து இருக்காங்க.."

"நான் மேற்கொண்டு சொல்லலாமா.. இல்லை இதோடு நிறுத்திக் கொள்ளட்டுமா?" கோசலை புன்னகையோடு கேட்க ரோகிணி தலையசைத்தாள்.

"தாராளமாய் சொல்லுங்க..! நீங்க இப்ப சொல்லாமே போனாலும் ப்ருதிவ்கிட்டே நான் சொல்லியாகணுமே..!"

கோசலை தொடர்ந்தாள். "ரோகிணி என்கிற இந்த பூர்ணிமா

ஒரு வருஷம் சிறைவாசம் முடித்து வெளியே வந்ததும் தொடர்ந்து கோவையில் இருக்க முடியாத சூழ்நிலை. தெரிந்த நண்பர்கள், உறவினர்களோட இளக்கார பார்வைகள். தலைமறைவாயிட்ட அண்ணன் சத்தியமூர்த்தியைத் தேடிக்கிட்டு அடிக்கடி வீட்டுக்கு வரும் போலீஸ். இந்தப் பிரச்னைகளிலிருந்து விடுபட பூர்ணிமா, அண்ணி சுவர்ணா, அம்மா திரிபுரசுந்தரி மூணு பேரும் இருந்த வீட்டை விற்று பணமாக்கிட்டு ஆந்திரா பார்டரில் இருந்த அவங்க சொந்த கிராமத்துக்குப் போய் செட்டிலானாங்க. ஒரு ஆறு மாச கிராம வாழ்க்கை நிம்மதியாய் இருந்தது. இந்தச் சமயத்தில்தான் பூர்ணிமாவுக்கு நந்தகோபால் ஒரு வரனைக் கொண்டு வந்தார். மாப்பிள்ளையோட பேர் மணிமாறன். பூர்ணிமா தனக்கு 'இப்போதைக்கு கல்யாணம் வேண்டாம்'னு சொல்லியும் அண்ணியும் அம்மாவும் கேட்கலை. அவங்களோட பிடிவாதத்துக்காக கல்யாணத்துக்கு ஒத்துக்கிட்டாங்க. கல்யாணம் ஒரு கோயிலில் வெச்சு சிம்பிளாய் நடந்தது. கல்யாணம் நடந்த ஒரு மணி நேரத்துக்குள்ளே மாப்பிள்ளை மணிமாறனின் சுயரூபம் வெட்ட வெளிச்சத்துக்கு வந்தது. பூர்ணிமாவுக்குச் சேர வேண்டிய சொத்து சம்பந்தமான டாக்குமெண்ட்ஸைப் பார்த்த பின்னாடிதான் சாந்தி முகூர்த்தம்னு மாப்பிள்ளை மணிமாறன் சொல்லவும், அதே நிமிஷம் பூர்ணிமா தன்னோட கழுத்தில் இருந்த தாலியைக் கழற்றி வீசி எறிஞ்சுட்டு வீட்டுக்கு வந்துட்டாங்க."

ப்ருதிவ் குறுக்கிட்டான்.

"இதெல்லாம் எனக்குத் தெரியும்.. டாக்டர் மதுசூதனன் சொன்னார். பட் பூர்ணிமா ஏன் ரோகிணியாய் மாறி சென்னையில் இப்படி ஒரு அஞ்ஞாதவாச வாழ்க்கை நடத்தணும்? எனக்குக் காரணம் புரியலை."

உதட்டில் உறைந்த புன்னகையோடு ரோகிணி இடைமறித்தாள்.

"காரணத்தை நான் சொல்றேன்..! நான் பூர்ணிமாவாய் இருந்த வரைக்கும் என்னுடைய வாழ்க்கையில் நான் சந்தித்த தோல்விகள், பட்ட துயரங்கள் ஏராளம். இதிலிருந்து விடுபட நான் விரும்பினேன். நானே என்னை புதுப்பிச்சுக்க விரும்பினேன். என்னோட பழைய வாழ்க்கையை சுத்தமாய் மறந்துட்டு எனக்குப் பிடிச்ச பேரான ரோகிணியை வெச்சுகிட்டேன். அதை கெஜட்டிலேயும் பதிவு பண்ணிட்டேன். அம்மாவையும் அண்ணியையும் கிராமத்திலேயே விட்டுட்டு நான் மட்டும் சென்னைக்கு வந்து வேலை தேடினேன். ஒரு சாஃப்ட்வேர் கம்பெனியில் வேலை கிடைச்சது. ஹாஸ்டல்ல தங்கிட்டேன். என்னோட மன உளைச்சலை குணப்படுத்துற நல் மருந்தாய் சமூக சேவை பணிகள் அமைஞ்சது. ப்ளட் டோனர்ஸ்

அஸோசியேஷன் தலைவி கோதாவரியோட நட்பும் கிடைச்சதால என்னோட சமூகநலப் பணிகளை விரிவுபடுத்திக்கிட்டேன். என்னோட வாழ்க்கையின் ஒவ்வொரு நாளும் இப்போ சந்தோஷமாய் போயிட்டிருக்கு. இந்த வாழ்க்கையை நான் இழக்க விரும்பலை. என் சிறை வாசத்தோடு அந்த பூர்ணிமா செத்து போயிட்டா. நான் இப்போ ரோகிணி. என்னோட அம்மாவும் அண்ணியும் கூட என்னை ரோகிணின்னு தான் கூப்பிடுவாங்க.''

ப்ருதிவ் பிரமித்துப் போயிருந்தான். கோசலை அவனுக்கு முன்பாய் போய் நின்று கையை ஆட்டினாள்.

''என்ன மிஸ்டர் ப்ருதிவ்..! ரோகிணியோட ஃப்ளாஷ்பேக்கை கேட்டதும் அவங்களை கல்யாணம் பண்ணிக்கிற விஷயத்தில் சின்னதாய் ஒரு தயக்கம் வந்து இருக்குமே..''

''நோ.. யூ.. ஆர்.. ராங்..! எனக்கு பழைய பூர்ணிமா தேவை யில்லை. புதிய ரோகிணிதான் வேணும்.''

''தட்ஸ் குட்.. கல்யாணம் எப்போ?''

''அதை ரோகிணிதான் சொல்லணும்.''

ரோகிணி கோசலையை ஏறிட்டாள். ''நான் நாளைக்கு கிராமத்துக்குப் போறேன். அம்மாவையும் அண்ணியையும் பார்த்து விஷயத்தைச் சொல்றேன். அதுக்கப்புறம் தான் கல்யாணத் தேதி முடிவாகும்..''

''எனக்கு அழைப்பு உண்டா..?''

''உண்டாவது..? முதல்ல அழைப்பே உங்களுக்குத்தான்.. ஏன்னா என்னை வெளிச்சத்துக்குக் கொண்டு வந்தது நீங்கதானே..?''

''இந்த சந்தோஷமான வேளையில் ஒரு தர்மசங்கடமான கேள்வி, கேட்கலாமா?''

''தாராளமாய்..''

''உங்க அண்ணன் லாயர் சத்தியமூர்த்தி என்னவானார்? இன்னமும் தலைமறைவு வாழ்க்கைதானா..?''

ரோகிணியின் முகம் ஒரு பாறையாய் இறுகியது.

26

“உங்க அண்ணன் சத்தியமூர்த்தி என்னவானார்.. இன்னமும் தலைமறைவு வாழக்கைதானா..?” என்று கோசலை கேட்ட கேள்விக்கு ரோகிணி இறுகிப்போன முகத்தோடு அலையாய் பெருமூச்சொன்றை வெளியேற்றி விட்டு தோள்களைக் குலுக்கினாள்.

“கடந்த சிலவருஷ காலத்துல அவரைப் பற்றிய எந்தத் தகவலும் எங்களுக்குக் கிடைக்கலை. நான் ஜெயிலில் இருந்து வெளியே வந்த பிறகு அண்ணனைக் கண்டுபிடிக்க சின்ஸியராய் முயற்சி பண்ணினேன். அவர் நார்த் இண்டியா பக்கம் போயிருக்கலாம்ன்னு நினைச்சு அங்கேயிருக்கிற தெரிஞ் சவங்க மூலமாகவும் ட்ரை பண்ணினேன். நான் அப்படி ட்ரை பண்ணினது அண்ணிக்குப் பிடிக்கலை. ‘அவரைக் கண்டு பிடிக்க எந்த முயற்சியும் எடுத்துக்காதே.. அவர் முகத்துல விழிக்க நான் விரும்பலை. இப்ப நான் சந்தோஷமாய் இருக்கேன். அந்த சந்தோஷத்தைக் கெடுத்துடாதே’ன்னு அண்ணி சொல்லிட்டாங்க. என்னோட அம்மாவுக்கும் அதே மனநிலை தான். அவன் கையால நான் கொள்ளி வாங்கினா, அது தான் பண்ணின மிகப்பெரிய பாவம்ங்கிறது அம்மாவோட எண்ணம். அண்ணியும் அம்மாவும் இப்படிச் சொல்லிவிட்டதால் அண்ணனைத் தேடற முயற்சியை நான் விட்டுட்டேன்..”

“நானும் இந்தக் கேள்வியைக் கேட்டு இருக்கக்கூடாது..?”

“நோ.. நோ.. உங்க நிலைமையில நான் இருந்தாலும் அந்த கேள்வியைக் கேட்டு இருப்பேன்..!”

“ஓ.கே.. ரோஹிணி..! உங்களுக்கு வழங்கப்பட இருக்கிற ‘மஹிளா ரத்னா’ விருது பற்றிய முறையான அறிவிப்பை இன்னும் ஒரு மாத காலத்துக்குள்ளே கடிதம் மூலமாய் உங்களுக்குத் தெரிவிப்போம். நீங்க டெல்லிக்கு வந்து மனிதவள மேம்பாட்டு அமைச்சர் கையால அந்த விருதை வாங்க வேண்டியிருக்கும்!”

“கோசலை! நான் மறுபடியும் சொல்றேன். எனக்கு இந்த விருது எல்லாம் வேண்டாம். நான் பண்ணிட்டிருக்கிற இந்த சமூகசேவை எல்லாம் என்னோட மனத்திருப்திக்காக மட்டுமே..!”

அதுவரைக்கும் ஒன்றும் பேசாமல் இருந்த ப்ருதிவ் இப்போது குறுக்கிட்டான். “மிஸ் கோசலை..! நீங்க முறைப்படி கடிதம் அனுப்பி வையுங்க. ரோகிணியை விருது வாங்க நான் டெல்லிக்குக்

கூட்டிட்டு வரறேன்..”

கோசலை விடை பெற்றுக் கொண்டு போனதும் ரோகிணி ப்ருதிவை ஏறிட்டாள்.

“நாமளும் கிளம்பலாமா?”

“ஏதாவது ஒரு நல்ல ரெஸ்டாரண்ட்டுக்குப் போய் லைட்டாய் டிபன் சாப்பிட்டுப் போலாமா?”

“வேண்டாம் ப்ருதிவ்..! நான் ஹாஸ்டலுக்குப் போகணும், என்னோட ரூம்மேட் இன்னிக்கு ராத்திரி ரயில்ல ஊருக்குப் போகப்போறா.. அவகிட்டே கொஞ்சம் பேச வேண்டியிருக்கு..”

“ஓ.கே...! மறுபடியும் நாம எப்போ பார்க்கலாம்?”

“நான் இன்னும் ரெண்டு நாள்ல கிராமத்துக்குப் புறப்பட்டுப் போய் அம்மாவையும் அண்ணியையும் பார்த்துப் பேசிட்டு உங்களை செல்போன்ல காண்டாக்ட் பண்றேன்..!”

“அவங்க நம்ம கல்யாணத்துக்கு பச்சைக் கொடி காட்டுவாங்களா..?”

“கண்டிப்பாய்..! என்னைக் கல்யாணம் பண்ணிக்கச் சொல்லி வற்புறுத்திகிட்டு இருக்கிறதே அவங்கதான்.. அதிலும் அம்மா வாரத்துக்கு ஒரு தடவை போன் பண்ணி நான் கண்ணை மூடறதுக்குள்ளே உன்னை மாலையும் கழுத்துமாய் பார்க்கணும்ன்னு புலம்பித் தீர்த்துடுவாங்க..”

“ஸோ..! நான் கல்யாண ஏற்பாடுகளில் இறங்கலாம்.”

“தாராளமாய்..!”

இருவரும் கோயிலைவிட்டு வெளியே வந்தார்கள். ப்ருதிவ் எதிர்பக்கம் நிறுத்தியிருந்த தன்னுடைய காரை நோக்கிப் போக, ரோகிணி ரோட்டில் காலியாய்ப் போன ஆட்டோவை நிறுத்தி ஏறி கொண்டாள்.

ரோகிணி ஹாஸ்டல் வாசலில் ஆட்டோவை நிறுத்தி இறங்கிக் கொண்டு மீட்டர் பார்த்து பணத்தைக் கொடுத்து விட்டு உள்ளே போனாள்.

எதிரே வந்த ஒரு ஹாஸ்டல் பெண் ரோகிணியை நிறுத்தினாள். “உன்னை பார்க்கிறதுக்காக பெரியவர் ஒருவர் வந்து ரிசப்ஷனில் ரொம்ப நேரமாய் வெயிட் பண்றார்.. ரோகிணி!”

“பெரியவரா..?”

“ம்.. கோயமுத்தூரிலிருந்து வர்றதாய் சொன்னார். போய்ப்

பாரு..!"

ரோகிணி ரிசப்ஷன் அறையை நோக்கி வேகமாய்ப் போனாள். வந்தவர் யாராயிருக்கும் என்று மூளை யோசித்தது.

'நந்தகோபால் அங்கிளாய் இருக்குமோ..?'

'அவராக இருந்தால் என்னை செல்போனில் கூப்பிட்டிருப்பாரே?'

'இது.. யார்..? உறவு ஜனங்கள் யார்க்கும் நான் இங்கே இருப்பது தெரியாதே..?'

யோசிப்பில் விநாடிகள் கரைய நீண்ட வராந்தாவில் நடந்து ரிசப்ஷன் அறைக்குள் நுழைந்தாள். அவளுடைய புருவங்கள் இரண்டும் வியப்பில் முடிச்சிட்டுக் கொண்டன.

சோபாவுக்கு சாய்ந்து தளர்ந்து போய் உட்கார்ந்திருந்தார் தெய்வசிகாமணி. அப்பாவின் பால்யகால சிநேகிதர்.

"வாங்க.. அங்கிள்..!"

அவர் பார்வையை உயர்த்தினார். சிதிலமாகிவிட்ட ஒரு சின்னச் சிரிப்போடு கேட்டார்.

"பூர்ணிமா..! எப்படீம்மா இருக்கே..?"

"நல்லாயிருக்கேன் அங்கிள்..! நீங்க எப்படி இருக்கீங்க. ஊர்ல ஆன்ட்டி நல்லாயிருக்காங்களா?"

"ம்.. ஏதோ இருக்கா..!"

"சென்னைக்கு நீங்க எப்ப வந்தீங்க அங்கிள்..?"

"இன்னைக்கு மத்தியானம்தாம்மா..!"

"இங்கே யாரைப் பார்க்க வந்தீங்க..?"

"உன்னைப் பார்க்கத்தாம்மா.."

"என்னையா..? என்ன விஷயம் அங்கிள்..?" ரோகிணி ஆர்வமாய்க் கேட்க தெய்வசிகாமணி சில விநாடிகள் மௌனமாய் இருந்துவிட்டு மெல்லப் பேச்சை ஆரம்பித்தார்.

"அம்மா.. பூர்ணிமா.." என்று பேச்சைத் துவக்கியவரை, "அங்கிள்! ஒரு சின்ன ரெக்வெஸ்ட்" என்றாள் ரோகிணி.

"என்னம்மா..?"

"என்னை பூர்ணிமான்னு கூப்பிடறதைக் காட்டிலும் ரோகிணின்னு கூப்பிட்டா எனக்கு சந்தோஷமாய் இருக்கும். பூர்ணிமாங்கிற பேரை நான் மறக்க விரும்பறேன்."

"ஓ.. ஸாரிம்மா..!"

"சொல்லுங்க அங்கிள்.. என்ன விஷயம்?"

"அது வந்தும்மா.. சென்னையில் இங்கே எனக்கு ஒரு நண்பர் இருக்கார். அவர் பேரு நமோ நாராயணன். ஹைகோர்ட் ஜட்ஜாயிருந்து ரிடையரானவர். அவர் ஆத்மா அறக்கட்டளை என்கிற பேர்ல நிறைய நல்ல காரியங்கள் பண்ணிட்டு வர்றார். இன்னிக்குக் காலையில் ஒரு ஆறு மணி சுமார்க்கு அவர் எனக்கு போன் பண்ணினார். சென்னைக்கு உடனே வரமுடியுமான்னு கேட்டார். நான் என்ன விஷயம்ன்னு கேட்டா ஒரு முக்கியமான விஷயம் புறப்பட்டு வாங்கன்னு சொல்லிட்டு ரிஸீவரை வைச்சுட்டார். நான் உடனே எட்டு மணி ரயிலை பிடிச்சு மத்தியானம் மூணு மணிக்கு சென்னை வந்து சேர்ந்தேன். ஒரு டாக்ஸியைப் பிடிச்சுட்டுப் போய் நமோ நாராயணனைப் பார்த்தேன். அவர் யார்க்கோ போன் போட்டு பேசிட்டு தன்னோட கார்ல என்னை ஜி.ஹெச்சுக்கு கூட்டிட்டுப் போனார்."

"ஜி.ஹெச்சுக்கா.. எதுக்கு..?"

"அங்கே போன பின்னாடிதாம்மா எனக்கே விஷயம் தெரிஞ்சுது. நமோநாராயணன் என்னை ஜி.ஹெச்சில் இருக்கிற மார்ச்சுவரி ரூமுக்கு கூட்டிட்டுப் போனார். அங்கே நீளமான தகர டேபிள் மேல மூட்டை மூட்டையாய் சடலங்கள். நான் அதையெல்லாம் அதிர்ச்சியாய் பார்த்துட்டு இருக்கும்போதே நமோ நாராயணன் என் தோள் மேல் கையை வைத்தார். 'சிகாமணி... இது எல்லாமே UNCLAIMED BODIES. தமிழில் சொல்றதாய் இருந்தால் அநாதைப் பிரேதங்கள். மாசத்துக்கு ஒரு தடவை என்னுடைய அறக்கட்டளை சார்பாய் இது மாதிரியான அநாதைப் பிரேதங்களை அடக்கம் செய்து அஞ்சலி செலுத்தறேன்'னு அவர் சொன்னார். நான் உடனே 'இது நல்ல காரியம்தான்.. இதுக்காக என்னை ஏன் கூப்பிட்டே'ன்னு கேட்டேன். அதுக்கு அவர் ஒரு சந்தேகத்தைத் தெளிவுப்படுத்திக்கத்தான்னு சொன்னார்."

ரோகிணி அவரையே குழப்பமாய்ப் பார்த்துக் கொண்டிருக்க அவர் தொடர்ந்தார். "உங்களுக்கு என்ன சந்தேகம்ன்னு நான் கேட்டதும், நமோ நாராயணன் என்னை ஒரு சடலத்துக்குப் பக்கத்தில் கூட்டிப் போய் நிறுத்தினார். 'இந்த டெட்பாடியோட முகத்தைப் பாருங்க! உங்க ப்ரண்ட் மஹாதேவனின் மகன் சத்தியமூர்த்தி மாதிரி தெரியலை'ன்னு கேட்டார். நான் அந்த பாடியோட முகத்தை உற்றுப் பார்த்தேன்.. அது.. அது.."

"சொ.. சொல்லுங்க அங்கிள்..!"

"உன்னோட அண்ணன் சத்தியமூர்த்தி தாம்மா..!"

"அ.. அ.. அங்கிள்..! நல்லாப் பார்த்தீங்களா..?"

“பார்த்தேம்மா..! பார்த்துட்டுத்தான் நேரா உன்னைப் பார்க்க வந்தேன். இன்னும் ஒரு மணி நேரத்துக்குள்ளே கிருஷ்ணாம்பேட்டை மயானத்தில் எல்லாப் பாடிகளையும் அடக்கம் பண்ணப் போறாங்க. சத்தியமூர்த்தி மேல உங்க எல்லார்க்கும் கோபம் இருக்கிறது எனக்குத் தெரியும். உனக்கு வரப் பிரியம் இருந்தா வாம்மா.. இல்லேன்னா வேண்டாம்.”

“அ.. அ.. அங்கிள்..?”

“என்னம்மா..?”

“அது.. அது.. அண்ணன்தானே?”

“அது அண்ணன்தாம்மா..! நல்லாப் பார்த்தேன்..”

“எப்படி.. அவர்..?”

“இறந்தார்ன்னு கேட்கறியாம்மா..? ரோட் ஆக்ஸிடெண்ட். லாரியில் அடிபட்டு மரணம். ஆந்திரா தமிழ்நாடு பார்டர்ல விபத்து நடந்திருக்கு. இறந்தது யார்ன்னு அடையாளம் தெரியாததால பாடியை ஜி.ஹெச். மார்ச்சுவரிக்கு கொண்டு வந்து ‘அன்க்ளைம்டு பாடீஸ்’ செக்ஷன்ல போட்டுட்டாங்க.. நாலைஞ்சு நாள் வெச்சுப் பார்த்து இருக்காங்க. யாரும் ‘க்ளெய்ம்’ பண்ண வராததால பாடியை அடக்கம் பண்ற பொறுப்பை என்னோட ப்ரண்ட் நமோ நாராயணன் நடத்தற அறக்கட்டளைக்கு ஒப்படைச்சுட்டாங்க..”

“அ.. அ.. அங்கிள்!” ரோகிணிக்குத் தொண்டை அடைத்துக் கொண்டது.

“சொல்லும்மா..!”

“நான் மயானத்துக்கு வர்றேன்..! ஆனா அண்ணன் இறந்து போன விஷயம் அண்ணிக்கும் அம்மாவுக்கும் தெரிய வேண்டாம். அதை உங்க நண்பர்கிட்டேயும் சொல்லிடுங்க! நான் அவங்களுக்குப் பக்குவமாய் சொல்லிக்கறேன்!”

“நான் சொல்லிடறேன்.. நீ அதைப்பற்றி கவலைப் படாதேம்மா!”

கிருஷ்ணாம்பேட்டை மயானம்.

ராத்திரி எட்டுமணி. பெட்ரோமாக்ஸ் விளக்குகளின் வெளிச்சத்தில் இருட்டு காணாமல் போயிருக்க, காடாத் துணியால் போர்த்தப்பட்ட உடல்கள் வரிசையாய்க் கிடத்தப்பட்டிருக்க, அறக் கட்டளையைச் சேர்ந்த நபர்கள் சொற்பமாய்த் தெரிந்தார்கள். நான்கைந்து பத்திரிகை நிருபர்கள். குழிகளில் மண்ணைத் தள்ளக் காத்து நிற்கும் கூலியாட்கள்.

தெய்வசிகாமணி, ரோகிணியைக் கூட்டிப் போய் அந்த உடலைக்

காட்டினார். "பாரும்மா.."

ரோகிணி பார்த்தாள்.

தாடி, மீசை என்று ரோமம் மண்டிய முகம். இருந்தாலும் அந்த நாடியும் நெற்றியும் இது சத்தியமூர்த்திதான் என்று சத்தியம் செய்தது.

ரோகிணியின் கண்களை நீர் கீறியது.

"அண்ணா! உனக்கா.. இப்படியொரு நிலைமை?"

அவளுடைய முதுகுக்குப் பின்னால் நமோ நாராயணன், நிருபர் ஒருவர் கேட்ட கேள்விக்குப் பதிலைச் சொல்லிக் கொண்டிருந்தார்.

"கடந்த பத்து வருஷகாலமாய் இந்தப் புண்ணிய காரியத்தை பண்ணிட்டிருக்கேன். இப்படிப் பண்றதால என்னோட மனசுக்கு ஒரு சந்தோஷம் கிடைக்குது. மனிதனின் உயிர் பிரிந்துவிட்டால் உயிர் பிரிந்த பிரேதம் புதைக்கப்படவோ. எரிக்கப்படவோ வேண்டும். அப்படிச் செய்தால்தான் அவர்களின் ஆத்மா சாந்தியடையுமாம். இல்லாவிட்டால் பிரேதத்தைச் சுற்றியே அதன் உயிர் இருக்குமாம். மீண்டும் பழையபடி உடலில் புகுந்து கொள்ள போராடுமாம். இது மாதிரி சடங்குகள் நடத்தி அடக்கம் செய்துவிட்டால் அதன் ஆத்மா சாந்தியடையுமாம்."

நிருபர் குறுக்கிட்டுக் கேட்டார். "இவர்களுக்கு உறவினர்கள் கிடையாதா?"

"இருப்பார்கள்.. இருந்தும் வறுமை காரணமாக அவர்கள் நோயாளிகளைச் சேர்க்கும்போது மருத்துவ மனைகளில் பொய்யான முகவரிகளைக் கொடுத்துவிடுவார்கள். நோயாளிகள் குணமானால் அழைத்துச் சென்று விடுவார்கள். இறந்துவிட்டால் அப்படியே விட்டுவிட்டுப் போய்விடுவார்கள். இது தவிர வெளி மாநிலங்களில் இருந்து வருபவர்கள் எதிர்பாராதவிதமாய் ரயில் பயணத்திலோ சாலை விபத்துகளிலோ இறந்து போய்விடுவார்கள். அவர்களிடம் சரியான முகவரி இருக்காது. அப்படிப்பட்டவர்களை அன்க்ளைம்ட் பாடீஸ் லிஸ்டில் சேர்த்து அடக்கம் செய்யும் பொறுப்பை எங்களுக்குக் கொடுத்துவிடுவார்கள்."

நமோ நாராயணன் பேட்டியை முடித்துக் கொண்டு தெய்வசிகாமணியிடம் வந்தார். பக்கத்தில் நின்றிருந்த ரோகிணியை ஏறிட்டார். மற்றவர்களுக்குக் கேட்காத குரலில் சொன்னார்.

"இதோ பாரம்மா..! உன்னோட சகோதரனுக்கு உன் குடும்ப வழக்கப்படி சடங்குகள் ஏதாவது செய்யறதாக இருந்தால் செய்யலாம்."

ரோகிணி தலையசைத்தாள்.

"அதெல்லாம் வேண்டாம் ஸார். மத்தவங்களுக்கு நீங்க என்ன பண்றீங்களோ அதையே பண்ணுவோம்..!"

"இங்கே எளிமையான சடங்குகள்தான். உடல்களைப் புதைத்த பின்னாடி பூக்களைத் தூவி பால் தெளிப்போம். பிறகு எல்லா மதங்களையும் சார்ந்த புத்தகங்களிலிருந்து சில நல்ல கருத்துக்களை எடுத்துப் படிப்போம். அவ்வளவுதான்..!"

"என்னுடைய சகோதரனுக்கும் அதுவே போதும் ஸார். இப்படியொரு இறுதி மரியாதை கிடைக்க என்னுடைய சகோதரன் போன பிறவியில் ஏதோ புண்ணியம் செய்து இருக்க வேண்டும்.."

ரோகிணியின் கண்களில் நீர் துளிர்த்து நிரம்பியது.

மறுநாள் காலை பதினோரு மணி.

ஆந்திராவையொட்டியிருந்த தமிழ்நாட்டு எல்லையில் இருந்த அந்தக் கிராமத்துச் செம்மண்பாதையில் பஸ் புகை கக்கி நின்றது. கண்டக்டர் குரல் கொடுத்தார்.

"கொண்டப்பள்ளி டிக்கெட் யாரம்மா.. சீக்கிரமா இறங்குங்க." கொண்டப்பள்ளி கிராமம் மரங்கள் அதிகம் இல்லாமல் ஒரு பொட்டல் வெளி மாதிரி நெருப்பாய் சுட்டுக் கொண்டிருந்த வெயில் அவளுடைய உச்சந்தலையைச் சுட்டது. சேலைத் தலைப்பை எடுத்து தலையில் போட்டுக் கொண்டு சற்றுத் தொலைவில் தெரிந்த கிராமத்தை நோக்கி நடைபோட்டாள்.

ஒரு பத்து நிமிட நடையில் சின்னதாய் கிராமத்துக் கடை வீதி வந்தது. அதற்குப் பிறகு ஊரின் மையத்தில் இருந்த அருள் காட்டும் விநாயகர் கோயில் பார்வைக்குக் கிடைத்தது. கோயிலை ஒட்டியிருந்த தெருவுக்குள் நுழைந்ததும் மல்லிகைப் பந்தலோடு காட்சியளித்த அந்த இரண்டாவது வீட்டுக்கு முன்பாய் போய் நின்று சாத்தியிருந்த கதவைத் தட்டினாள்.

முதல் தட்டலிலேயே கதவு திறந்தது. அம்மா திரிபுரசுந்தரி நின்றிருந்தாள். மகளைப் பார்த்ததும் மலர்ந்தாள்.

"பூர்ணிமா..! நீயா..! என்ன திடீர்ன்னு..? வழக்கமாய் சனி ஞாயிறில்தானே வருவே..?"

ரோகிணி வீட்டுக்குள் நுழையாமல் வாசலில் நின்றபடியே முறைத்தாள்.."ஏம்மா.. உனக்கு எத்தனை தடவை சொல்லியிருக்கேன் என்னை பூர்ணிமான்னு கூப்பிடாதே, ரோகிணின்னு கூப்பிடுன்னு..!"

"சரி.. சரி..! மறந்துட்டேன்.. பூர்ணிமா என்கிற பேரை உன்னோட

அண்ணன் உனக்கு வெச்சான்கிற ஒரே ஒரு காரணத்துக்காக ரோகிணின்னு நீ பேரை மாத்திகிட்டே! எனக்கு அது மறந்து மறந்து போகுதே!"

"இனிமே ஞாபகம் வெச்சுக்க..!"

"வெச்சுக்கறேன்..! நீ மொதல்ல உள்ளே போ, நல்ல வெயில்ல வந்திருக்கே..! அப்படி ஃபேனை போட்டுக்கிட்டு உட்காரு. நான் மோர்ல எலுமிச்சம்பழம் பிழிஞ்சு கொண்டு வர்றேன்."

"அம்மா..! அதெல்லாம் வேண்டாம். அண்ணி எங்கே?"

"இதோ வந்துட்டேன்..!" குளியலறையிலிருந்து வெளிப்பட்டாள் சுவர்ணா. தலையில் ஈரம் காய்வதற்காக டவலைச் சுற்றியிருந்தாள். குளித்ததில் நிறம் கூடியிருந்தது. சுவர்ணா சிரித்தாள்.

"என்ன.. ரோகிணி.. அப்படிப் பார்க்கிறே..?"

"ஒண்ணுமில்லே அண்ணி.."

"ஒண்ணும் இல்லேன்னு நீ சொல்றே.. ஏதோ இருக்குன்னு உன்னோட முகம் சொல்லுது. சொல்லு என்ன விஷயம்..?"

"அது.. வந்து..!"

சுவர்ணா கையமர்த்தினாள். "ஒரு நிமிஷம் இரு ரோகிணி..! நீ ஏதோ சந்தோஷமான விஷயத்தைச் சொல்லப் போறேன்னு நினைக்கிறேன். ஏன்னா ஏதோ சந்தோஷமான விஷயம் இருக்கப் போய்த்தான் வீக்எண்ட்ல கூட வராமே.. மிடில்ல வந்து இருக்கே.. கொஞ்சம் பொறு.. நான் பூஜையறைக்குப் போய் நெற்றிக்கு குங்குமம் இட்டுகிட்டு வந்துடறேன்..!"

"அ..ண்..ணி..!" ரோகிணி திகைத்துத் திணறிக் கொண்டு இருக்கும்போதே சுவர்ணா பக்கத்து பூஜையறைக்குள் நுழைந்து அடுத்த சில விநாடிகளில் நெற்றியில் பளிச்சிட்ட குங்குமத்தோடு வெளிப்பட்டாள். ரோகிணிக்கு முன்பாய் வந்து நாற்காலியை இழுத்துப் போட்டுக் கொண்டு உட்கார்ந்தாள்.

ரோகிணி சுவர்ணாவையே பார்த்தாள்.

"பார்த்தது போதும்.. விஷயத்தைச் சொல்லு..!"

"அ..ண்..ணி..!"

"என்னை ஒருத்தர் கல்யாணம் பண்ணிக்க விரும்பறார். நானும் சரின்னு சொல்லிட்டேன்.. பேர் ப்ருதிவ். சொந்தமாக பிஸினஸ் பண்றார்."

சுவர்ணா கண்களில் கோர்த்துக் கொண்ட நீரோடு, ஒரு சந்தோஷ சிரிப்போடு திரிபுரசுந்தரியைப் பார்த்தாள்.

“அத்தே..! ஒவ்வொரு வெள்ளிக்கிழமையும் துர்க்கைக்கு நெய் விளக்கு ஏற்றி காயத்ரி சொன்னது வீண் போகலை. ரோகிணிகிட்டே பேசிட்டு இருங்க. பத்து நிமிஷத்துல நான் பால் பாயசத்தோடு வர்றேன்..”

ஒரு சின்னக் குழந்தையாய் குதித்துக் கொண்டு சமையலறையை நோக்கி ஓடும் அண்ணியையே நெஞ்சம் கனக்கப் பார்த்தாள் ரோகிணி. இதயம் ஒரு கைப்பிடி கடலாய் மாறி ஆர்ப்பரித்தது.

‘இப்போது முளைவிட்டிருக்கிற இந்த சந்தோஷம் கருகிப் போய்விடாமல் இருக்க வேண்டுமானால் சத்தியமூர்த்தி என்கிற ஒரு மனிதன் உயிரோடு இல்லை என்கிற விஷயம் அவனுடைய தாய்க்கும், மனைவிக்கும் தெரியக்கூடாது.’

மானசீகமாய் உறுதிமொழி எடுத்துக் கொண்ட ரோகிணி சேலையை எடுத்து இடுப்பில் சொருகிக் கொண்டு சமையலறைக்குள் நுழைந்தாள்.

“அண்ணி! நானும் உங்களுக்கு ஹெல்ப் பண்றேனே?”

www.ingramcontent.com/pod-product-compliance
Lightning Source LLC
LaVergne TN
LVHW100240051026
849517LV00006B/1939
* 9 7 8 9 3 9 0 7 7 1 0 3 5 *